D1770865

பாண்டியர் கல்லணை

- அடுத்தகட்ட ஆய்வு -

பேராசிரியர் முனைவர்

சி. அ. வ. இளஞ்செழியன்

டிஸ்கவரி பப்ளிகேஷன்ஸ்

எண்: 9, பிளாட் எண்: 1080A, ரோஹிணி பிளாட்ஸ்
முனுசாமி சாலை, கே.கே.நகர் மேற்கு,
சென்னை - 600 078. பேச: 99404 46650

வெளியீட்டு எண்: 0359

பாண்டியர் கல்லணை (ஆய்வு)
ஆசிரியர்: சி.அ.வ.இளஞ்செழியன்©
Pandiyar Kallanai **(History)**
Author: Prof. Dr. S.A.V. Elanchezian©
Printed in India

1st Edition : Jan - 2025
ISBN: 978-81-19541-98-0
Pages - 290
RS. 340

Publisher • *Sales Rights*

Discovery Publications	**Discovery Book Palace (P) Ltd**
No. 9, Plot,1080A, Rohini Flats, Munusamy Salai, K.K.Nagar West, Chennai - 78. Tamilnadu, India. Mobile: +91 99404 46650	No. 1055-B, Munusamy Salai, K.K.Nagar West, Chennai-600 078. Mobile: +91 87545 07070

discoverybookpalace@gmail.com / www.discoverybookpalace.com

இந்த நூலில் பிரசுரமாகியுள்ள எந்த ஒரு பகுதியையும் எழுத்துபூர்வமான முன்அனுமதி பெறாமல் எடுத்தாள்வதோ, மறுபிரசுரம் செய்வதோ, மொழியாக்கம் செய்வதோ, ஊடகங்களில் மறுபதிப்புச் செய்வதோ, காப்புரிமைச் சட்டப்படி தடை செய்யப்பட்டுள்ளது. இந்த நூலிலிருந்து சில பகுதிகளை மேற்கோள்காட்டி நூல்அறிமுகம் செய்யலாம்.

உங்கள் மொபைல் போனிலிருந்து ஸ்கேன் செய்து 'டிஸ்கவரி புக் பேலஸ்' மொபைல் ஆப்பை டவுன்லோடு செய்து, புத்தகங்களை வாங்குங்கள்.

Scan and download

இந்த ஆய்வின்போதான
பல்வேறுகட்டக் களப்பணிகளுக்கு
பேரார்வத்துடன் ஒத்துழைப்பு செய்த
என் அன்பின் இணையர்
திருமதி மாலா இளஞ்செழியன் அவர்களுக்கு...

நூல் மற்றும் நூலாசிரியரைப் பற்றி

பேராசிரியர், முனைவர் சி. அ. வ. இளஞ்செழியன் ஆகச்சிறந்த ஓவியரும் சிற்பக்கலைஞரும் ஆவார். சமூக, கலை மற்றும் இசை வரலாற்று ஆய்வாளராகவும் திகழ்பவர். கவிஞர், பாடும் குரல்வளம் கொண்டவர் என பன்முகத்திறத்துடன் அரிது நிற்பவர். அவர் தொடும் எல்லாத் துறைகளிலும் அவையவற்றுக்கான போதுமான அல்லது மிகு அறிவையும் நுட்பங்களையும் பெற்றவராகச் சிறப்பவர். கலைஞனாக இருப்பதால்தான் வறண்டுலர்ந்த எழுத்துகளாக இவரது எழுத்துகள் இருப்பதில்லை. இசையறிவும் இருப்பதனால் இவரது உரைநடைகளிலும் தாளநடையை உணரவியலுகிறது. இயல்பாகவே உரைநடையிலும்கூட எதுகை, மோனை இழைவதை இவரது படைப்புகளில் காணலாம். என்றால், வாசிப்பதற்குக் கடினமாக இருக்கும் போலும் என்பதல்ல. எவராலும் படித்தறியும் மிக எளிய எழுத்துகளுடனானது இவரது பாணி. ஆக, தமிழைத் தாய்ப்பாலுக்கு இணையாகக் கருதுமிவரின் எழுத்துநடை வெகு புதியதும் எளியதுமானதே. கூடுமானவரை மணிப்பிரவாள நடை கலவாது இவரது எழுத்துகள் அணிசெய்யும். இதனால்தான், இவரது ஆய்வு நூல்கள் இச்சமகாலத்துக்கான ஆகச்சிறந்த தமிழிலக்கியமாகவும் இயல்புற்றிருப்பதை மறுப்பதற்கில்லை.

இவர் கம்போடியா நாட்டுக்குச் சென்று (2015) அங்கோர்வாட் கோயிலை ஆய்வு செய்து, அரியதோர் ஆய்வுக் கட்டுரையை (Angkor Wat according to me...) பன்னாட்டு மின் இதழ்களில் வெளியிட்டுள்ள நிலையில் அது பெரும் வரவேற்பைப் பெற்றுவருவது குறிப்பிடத்தக்கது. இது தவிர, பதினைந்துக்கும் மேற்பட்ட ஆய்வுக் கட்டுரைகளைப் பன்னாட்டு மின்னிதழ்களிலும் மாநில, தேசியக் கருத்தரங்குகளிலும் வெளியிட்டும் வாசித்தும் பெருமை சேர்த்துள்ளார்.

இவரது முதலாம் ஆய்வு நூல் 'அழகியல் அகழாய்வு' (2013) ஆகும். அண்மையில் வெளியாகியிருக்கும் 'கரிகால் வளவன் - சரியான பெயரும் தவறான புரிதலும்' (2021) எனும் ஆய்வு நூல்,

ஓர் ஆய்வு எத்தகைய நுணுக்கத்துடன் எழுதப்படவேண்டும் என்பதற்கான இலக்கணமாக அமைந்துவிட்ட நூல் ஆகும். மேலும், காலச்சுவடு பதிப்பகத்தாரால் வெளியிடப்பட்ட இவரது 'சோழர்கால விஸ்வரூபச் சிற்பங்கள்' (2018) மற்றும் 'தமிழரின் உருவ வழிபாடு' (2019) எனும் ஆய்வு நூல்கள் எக்காலத்திலும் வாசிக்கப்படவேண்டிய அரிய நூல்களாக அமைந்தவை. 'Art and Architectural Glory of Chozha and Pandiya Region' (2016) எனும் இவரது ஆங்கில கலைவரலாற்று நூலானது பல்கலைக் கழகங்களில் பாடநூலாக வைக்கப்படவேண்டிய தரத்திலானதாகும். 'உபரி நிலா' எனும் தமது முதலாம் கவிதை நூலையும் வெளியிட்டுள்ளார். இவ்விரண்டு நூல்களையும் Notion Press வெளியிட்டுள்ளது. தொடர்ந்து ஆய்வு நூல்களை எழுதிவரும் இவரது ஆய்வெழுத்துகள் தமிழ்ச்சமூகத்துக்கும் தமிழுக்குமான கொடையாக எழுச்சியுறும் என்பதை மறுப்பதற்கில்லை.

இந்நூல், பாண்டியர் கல்லணைகள் மூன்றை வெளிச்சத்துக்குக் கொண்டுவருகிறது. தவிர, புரிந்துகொள்ளவியலாமல் கிடப்பிலிடப் பட்டுள்ள இடைக்காலத்திய பாண்டியரின் 128 ஆண்டுகளின் இடையேயான வரலாற்றினை நுணுகி ஆய்ந்து தெற்றென விளக்குகிறது. ஆகச்சிறந்த பெரும் நுட்பத்தின்படியான கரிகால் வளவனின் கல்லணையில் நிகழ்த்தப்பட்டிருக்கும் அணையியல் -பொறியியல் - நீரியல் மேலாண்மை நுட்பத்தினையும் இந்நூல் முதன்முதலாகப் பேசுகிறது.

சங்ககாலத்திய பாண்டியர் அணைகளாக, இந்நூலாசிரியரால் இனம் காணப்பட்டுள்ள அணைகளை உவமையாக்கிப் பாடி வைத்துள்ளது பரிபாடல். அப்பாடல் தக்கவைத்துள்ள சான்றினை முதன்முதலாக விளக்கிப் பேசுகிறது, கூடுதலாக! நல்வாய்ப்பாய்க் காணக் கிடைத்த அந்தப் பரிபாடலின் பாடலால், கருதுகோளாக நாம் விட்டுச் செல்லவிருந்த சங்ககாலத்திய பாண்டிய அணைகளை 'அவை சங்ககாலத்தியவையே' என உறுதிபடக் கூறவியன்றது. இத்தகைய அரிய தரவுகளைப் பிற்சேர்க்கையில் பெற்றுள்ளது இந்நூல். ஆக, மிகு புரிதலை இந்நூல் பாண்டியர் வரலாற்றில் ஏற்படுத்தும் என நம்பலாம்.

உள்ளடக்கம்

1. பாண்டியர் கல்லணை 21

1. அறிமுகம்
2. கோயிலின் அமைவிடம் 23
3. கோயிலின் பெயர் 27
4. முற்காலப் பாண்டியர் அரசர் காலவரிசை (கொடிவழி) 32
5. நம்மாழ்வார் காலம் 34
6. ஆழ்வாருக்கே வெளிச்சம் 41
7. தேர் மரபு 47
8. இயல்தேர் 49
9. கிள்ளிவளவன் எனும் சோழப்பெருவேந்தன் 54
10. தேர்மாறன் - மாறன்றேர் 55
11. சிரீமாறன் சிரீவல்லபன் (பொ.ஆ 815 - 862) 57
12. சமகால அட்டவணை 58
13. பல்லவர் - பாண்டியர் இடையேயான சமகாலம் 58
14. பல்லவர் - பாண்டியர் - சோழர் இடையேயான சமகாலம் 59

2. பராந்தக வீரநாராயணன் (பொ.ஆ. 860905) 61

1. பராந்தக வீரநாராயணனின் தளவாய்ப்புரச் செப்பேடு 63
2. ஆறு பல தலைகண்டும்... 64
3. விரைபரித்தேர் வீர நாராயணன் 65

3. காடும் வெட்டி காடுகொன்று நாடாக்கி 70

1. முதலாம் பாண்டியப் பெருவேந்தர் 73
2. பாண்டியர் வரலாற்றில் பெரும் இடைவெளி 75
3. சோழ - பாண்டியர் 76
4. சித்திரரத வல்லபப் பெருமாள் 79

4. கோயிலில் பொறிக்கப்பட்டுள்ள கல்வெட்டுகள் 83

1. கல்வெட்டுகளின் செய்திகள் 84
2. திசைகளில் குழப்பம் 92
3. கால்வாய் - வாய்க்கால் குழப்பம் 95

5. பதினோறாம் ஆட்சியாண்டு கல்வெட்டு 98
6. பதினாறாம் ஆட்சியாண்டின் கல்வெட்டு 100
7. இருபத்தியிரண்டாம் ஆட்சியாண்டு கல்வெட்டு 102

#		பக்கம்
1.	உதிரிக் கல்வெட்டுகள்	103
2.	கல்வெட்டு - மீள் வாசிப்பு - மீள் புரிதல்	103
3.	பராக்கிரமப் பாண்டியன் கல்லணை - (பொ.ஆ. 1088 - 1105)	106
4.	சடையவர்மன் சிரீவல்லபன் (பொ.ஆ. 1091 - 1121)	108
5.	சிரீவல்லபனின் மெய்க்கீர்த்தி	110
6.	பராக்கிரமப் பாண்டியன் (பொ.ஆ 1087 - 1114)	114
7.	பராக்கிரமப் பாண்டியனின் மெய்க்கீர்த்தி	115
8.	வரலாற்றினரால் தொடமுடியாத இடைவெளி	120
9.	செப்பேட்டுக்கும் கல்வெட்டுக்குமான	
10.	30 ஆண்டுகள் - இடைவெளி	123
11.	இராஜசிம்மனின் கல்வெட்டில் வீரபாண்டியனின் பெயர்	125
12.	இடைவெளிகளின் மீதான புதிய ஆய்வு ஒளி	128
13.	இடைவெளி 1	130
14.	இடைவெளி 2	131
15.	இடைவெளி 3	133
16.	இடைவெளி 4	134
17.	அடையாளம் காணப்படாத ஆதி-சுந்தரபாண்டியன்	134
18.	இனங்காணப்படாத வேலூர்	138
19.	இரண்டாவதாக ஒரு சுந்தரபாண்டியன்	140
20.	யார் யார் இடையே என்னென்ன நிகழ்ந்தன?	142
21.	சோழன் தலைகொண்ட வீரபாண்டியன்	144
22.	1. ஆதித்த கரிகாலன்	144
23.	2. வீர இராஜேந்திரன்	144
24.	3. முதலாம் குலோத்துங்கன்	144
25.	4. மூன்றாம் குலோத்துங்கன்	145
26.	சிவகாசிச் செப்பேடும் சுந்தரபாண்டியனும்	148
27.	சிவகாசிச் செப்பேட்டில் கொடிவழி வரிசை நிரல்	150
28.	இடைக்காலத்திய சேர வேந்தன் ஸ்தாணு ரவி	153
29.	சரி! நாம் நமது ஆய்வைத் தொடங்குவோம்!	154
30.	கேரள அறிஞர்களால் அறியப்படாத சிவகாசிச் செப்பேடு	155
31.	1. திருநெய்தானம் கல்வெட்டு	156
32.	முந்தைய வரலாற்றினரின் தவறான புரிதல்	158
33.	புரிதலை எளிமையாக்கும் சமகால அட்டவணை	163
34.	மாக்கோதை	168
35.	கேரள வரலாற்றுப் பார்வைக்கெதிரான மறுப்பு	73
36.	வரலாற்றுப் பிரகடனம்	175
37.	நீலி	176
38.	பழையனூர் நீலி	177

39. வீரபாண்டியனின் தாய் – நீலி	178
40. வீரபாண்டியன்	178
41. சரி!	180
42. சரி! சரி! எதனின் அடிப்படையில்?	181
43. சோழாந்தக சதுர்வேதி மங்கலம்	185
44. இடைமறிப்புக்குப் பின் மீண்டும்...	186
45. தடுப்பணை	190
46. பைங்கால்	192
47. பேதலை	193
48. தொல்காலத்தின் பள்ளிப்படைக் கோயில்	193
49. வடபுறத்தில் தாய் ஆறு	196
50. பாமினி ஆறு - பெயர்க்காரணம்	197
51. பொன்விளையும் முக்கோண ஆயக்கட்டு	198
52. ஜேடர் பாளையம் அணை	199
53. பகுப்பணையின் பன்மையும், தடுப்பணையின் ஒருமையும்	201
54. பராக்கிரமப் பாண்டியன் கல்லணை	201
55. அணையின் நீள அகல அளவுகள்	202
56. மதகு அமைவு	202
57. மதகின் நீர் மேடை	205
58. மதகின் அமைவிடம்	206
59. அணைப்பட்டி ஊரில் உள்ள சங்க காலத்திய அணை	208
60. அணையின் அகலமும் நீளழும்	209
61. பராக்கிரமப் பாண்டியன் அணை (சித்தாதிபுரம்)	210
62. குருவித்துறை ஊரில் உள்ள சங்க காலத்திய அணை	211
63. பாண்டியர் அணைகளின் அளவுகள்	212
64. கரைபுரளும் காவிரியில் ஒரே ஒரு கல்லணை மட்டும் ஏன்?	213
65. ஆக, நன்கு புரிந்துகொள்க!	217
66. கல்லணையின் கட்டுமான அமைப்பு	218
7. முடிவுரை	**221**
8. கடைக்குறிப்புகள்	**224**
9. பிற்சேர்க்கை	**239**
1. அணைப்பட்டியில் சங்க கால அணையும் மதகும்	240
2. பரிபாடலால் துலங்கும் சங்க காலப் பாண்டியர் அணை	242
3. பரிமே லழகர் உரை	244
4. புலியூர் கே சிகனின் உரை	244
10. விளக்கப் படங்கள்	**249**

முன்னுரை

கரிகாலனின் கல்லணையைக் குழந்தைகளுக்குக்கூடத் தெரிந்திருக்கிறது. ஆனால், பாண்டியன் கல்லணையை ஏனோ படித்த பெரியவர்களுக்குக்கூடத் தெரியவில்லை! மதுரைவாசிகளே 'ஓ!... அப்படியா!' என ஆச்சரியமாகப் பார்க்கின்றனர். எனவே, இந்த ஆய்வு நூல், பாண்டியரின் கல்லணையை வெளிக்கொணர்வதோடு அதனின் வெகு நுட்பத்தையும் எளிமையாகச் சொல்கிறது. சமயக் கட்டுமானங்களையே பெரிதும் ஆய்வு செய்து வருகிற இன்றையப் போக்கில் வரலாற்றுக் காலத்தின் சமூகக் கட்டுமானங்களையும் கற்கவேண்டிய பெருந்தேவை முன்னிற்கின்றது.

இன்றைய நவீனக்கல்வியைப் படித்துவிட்டு வரும் புதிய தலைமுறையினர் பலர் ஓரிடத்துக்கான இயல்பைக் கெடுத்து ஒவ்வாமையை உருவாக்கி வைத்துவிடுகின்றனர். உலகளாவிய நவீனம் என்பது குறிப்பாகத் தமிழ்நாட்டில் செல்லுபடியாகாது. இளங்கலையை இங்கு படித்துவிட்டு, முதுகல்விக்கு மேற்கத்திய நாடுகளுக்குச் செல்லும் இளைஞர்கள் பலர், படிப்பை முடித்துத் திரும்பி வருகிறபோது திரிபடைந்த உளவியலுடன் காணப் படுவதைக் காணமுடிகிறது. மரபுடைப்பது மட்டுமே நவீனம் அல்ல. அது, தம் முகத்தை வேறு ஒரு தோற்றத்துக்கு அல்லது பேயுருவத்துக்கு மாற்றிக்கொள்ளும் நிலைக்கு ஒப்பானதாகிவிடும். முன்னேற்றத்தினை எப் பக்கமும் திரும்பிப்பார்த்து ஒப்பிட்டுக் கொள்ளத் தேவையே இல்லை. அது மேலும் மேலும் தாழ்வு மனப்பான்மையின் எடையையே கூட்டி வைக்கும்.

அவ்வாறு மேற்படிப்புக்காகச் செல்லும் நமது மாணவர்கள் உண்மையில் மெச்சக்கூடிய நுட்பங்களைக் கற்று வந்தால் பரவாயில்லை. ஆனால், அவர்களில் பலர் அப்படியே வெள்ளைக்

கலாசாரத்தின் பிரதிநிதிகளாக மாறிவிடுகிற போக்கினைத்தான் இங்குச் சுட்டிக் காட்டவேண்டியுள்ளது. இப்படி வெளிக் கலாசாரத்தின் பிரதிநிதிகளாய்த் திடுமென மாறிவிடுபவர்களாக நுண்கலை மற்றும் கட்டடக் கலை மாணவர்களையே கைக்காட்ட நேர்ந்துவிடுகிறது. ஒரு மாநிலத்துக்கோ அல்லது மாவட்டத்துக்கோ அல்லது குறிப்பிட்ட ஓர் இடத்துக்கோ ஒவ்வாத எவ்வொன்றையும் நவீனம் என்ற பேரில் அந்நியத்தைப் புகுத்தி அவற்றின் இயல்பு களைக் கெடுத்துவைப்பதாகவே இன்றைய இளைஞர்களின் முனைவுகள் காணக்கிடக்கின்றன. சில மாணவர்கள் ஆங்கில வழிக்கல்வி கற்றிருந்தாலும்கூட தமிழ் இலக்கியங்களை வாங்கிப்படிப்பதில் ஆர்வம் காட்டுகின்றனர். எனவே, ஒவ்வொரு மண்டலத்துக்குமான கலை, கலையின் சாரம், பண்பாடு, இசை, மொழி, வரலாறு என இன்னபிறவும் கற்றறிய ஏதுவான நூல்களைக் கிடைத்திடவைப்பது வெகு தேவை அல்லவா?

அவ்வகையில், சமூகக் கட்டுமானங்களின் வரிசையில் நீர் மேலாண்மைக்கான பெரும் கட்டுமானமாகத் திகழும் அணை பற்றிய சிறப்பு ஆய்வு நூலாக இந்நூல் அமைந்துள்ளது. கல்வெட்டுகளின் மூலம் அறிய நேரிட்ட பாண்டியனின் கல்லணையை நேரில் சென்று ஆய்வுசெய்து இந்நூல் எழுதப்பட்டுள்ளது. இதற்கான கள ஆய்வு, இரு திறத்துடனான கற்றலின் அடிப்படையில் நிகழ்த்தப்பட்டது.

1. வைகையில் நீரோடுகிறபோது கல்லணையின் நீர்ப்பிரிப்பு நுட்பம் எவ்வாறு செயல்படுகிறது என்பதை அறியவும்.
2. வைகையில் நீரில்லாதபோது கல்லணையின் கட்டுமானத்தையும் அதன் கட்டுமான நுட்பத்தையும் கற்றல் – என்பதாகவும்!

ஆய்வு செய்யத் தூண்டிய கல்வெட்டுகளைக் குறிப்பிட்டதோர் கல்வெட்டு நூலிலிருந்து படித்தறிந்திருந்தேன். எனினும், அக்கல்வெட்டு இடம்பெற்றிருக்கும் கோயிலை நேரில் சென்று கள ஆய்வு செய்யத் திட்டமிட்டேன். அவ்வாறே சென்று கல்வெட்டினைப் படித்தறிந்த நிலையில் நிழற்படமும் எடுத்துக் கொண்டேன். நிழற்படம் எடுக்க யாரும் தடை விதிக்கவில்லை. ஏனெனில், அக்கோயிலின் கல்வெட்டைப் பல ஆய்வறிஞர்களும் நிழற்படம் எடுத்துச்செல்வது வழக்கம் போலும்.

கல்வெட்டுச் செய்திகள் எனக்கு வியப்பைத் தந்தன. வெறும் பிரமதேயச் செய்தி அல்லது நந்தா விளக்கெரிக்க ஆடு மாடுகள் போன்ற பெரும்பான்மையான செய்திகளால் சிறிது அகச்சுளிப்பு ஏற்பட்டிருந்த நிலையில் இது முற்றிலும் புதிய செய்தியை சொல்லிக்கொண்டிருப்பதாக உணர்ந்தேன். முதலில் கடந்து போனாலும் ஆனால், மேலும் மேலும் அச்செய்தி எண்ணத்தை ஆக்கிரமித்துக்கொண்டிருந்தது. மீண்டும் படித்துப்பார்த்த நிலையில் பெரும் வியப்பு மேலிட்டது. எனக்கு முன் இதனைப் படித்தோர் அல்லது எழுதிய ஒரு சிலர் போகிற போக்கில் இதன் வலிமை அறியாது சொற்பமாகவே எழுதியுள்ளனர். இக்கோயிலின் அனைத்துக் கல்வெட்டுகளும் படியெடுக்கப்பட்டுள்ளன. இப்போது சில கல்வெட்டுகள் முற்றிலும் மங்கியும் ஒரு சில இடங்களில் சிதைந்தும் காணப்படுகின்றன. இதனால், அடுத்தத் தலைமுறை ஆய்வாளர்களுக்கு வாய்ப்பில்லை என்றே தெரிகிறது. எனவேதான், இக் கல்வெட்டினை அரியதோர் ஆவணமாகக் கருதி இப் புதிய ஆய்வுக்கான கருதுகோளாக முன்வைத்துக்கொண்டேன். இயன்றவரை இதில் கூறப்பட்டிருக்கும் அருஞ்செய்திகளை எந்த அளவுக்குப் புரிந்துகொள்ள முடியுமோ அந்த அளவுக்குப் புரிந்த நிலையில் இவ் ஆய்வு எழுதப்பட்டுள்ளது.

மேலடுக்கில் சேகரித்த செய்திகளையே வரலாறாக வரையறை செய்திருக்கும் நிலையில், அவற்றின் கீழடுக்குகளில் புதைந்து கிடக்கும் செறிந்த வரலாற்றினைச் சேகரித்துச் சொல்லவேண்டிய கடமை இன்றைய ஆய்வாளர்களுக்கு உண்டு.

இதற்கிணங்க, இந்நூல் பாண்டியர் காலக் கல்லணை ஒன்றின் அருந்திறத்தினை வெளி உலகுக்குக்குச் சொல்ல விழைந்துள்ளது. பேராறாகச் சொல்லப்படுகிற அரசர்களின் பெயர்களைத் தாங்கிய இரு வாய்க்கால்களின் அமைவு பற்றியும் விளக்கப்பட்டுள்ளன. மட்டுமின்றி, ஒரு புதிய ஆற்றினை - அதாவது, வாய்க்காலை வெட்ட ஒதுக்கப்படும் நிலங்கள் எவையெவை எனத்தெளிவாகக் குறிப்பிடுகிற செய்தி, உண்மையில் வரலாற்றுலகத்துக்கு வெகு புதிய மற்றும் அரிய செய்தியே. அவ்வகையில், இந்நூல் ஒரு பெரும் புரிதலை இடைக்காலத்துப் பாண்டியர் காலச் சமூகக் கட்டுமானத்தின் மீதும், பாண்டியர் காலத்திய நீர்ப்பாசன

மேலாண்மையை ஓர் அறிமுகமாகவும் ஆற்றுப்படுத்துகிறது. இடைக்காலத்தின் பாண்டியர் அணையை ஆற்றுப்படுத்துவதோடு மட்டும் நிற்காமல் சங்ககாலப் பாண்டியர்களின் அணைகள் இரண்டைக் கண்டுணர்ந்த நிலையில் அவை பற்றியும் இவ் ஆய்வு அறிமுகப்படுத்துகிறது. குறுக்கணையாக இல்லாமல் நெடுந் தடுப்பணையாக மட்டுமே வைகையின் அணைகளை வடிவமைத்ததன் பின்னணியில் இருக்கும் உள் நுட்பம் உய்த்துணரப்பட்டு விளக்கப்பட்டுள்ளது. சோழரின் காவிரியுடன் வைகையை ஒப்பீடு செய்து நுட்பமான சில பயன்பாட்டு ஆளுமைகள் எடுத்துரைக்கப்பட்டுள்ளன. கரிகால்வளவனின் அணை நுட்பம் பற்றிய புதிய செய்திகளை உலகில் முதன் முதலாக இவ் ஆய்வு வரலாற்று உலகுக்குக் கொடையாகத் தருகிறது.

இவ் ஆய்வு, சிதிலமுற்றுக்கிடக்கும் தொல் அணைகளின் கட்டுமான எச்சங்களை சங்ககால அணைகளாகக் கருதுகிறது. இதனால், இந்நூலாசிரியரால் கண்டுணரப்பட்ட அல்லது கண்டு பிடிக்கப்பட்ட அவற்றின் அரிய நிழற்படங்கள் ஒரு தொகுப்பாக இந்நூலின் கடைசிப் பக்கங்களில் தரப்பட்டுள்ளன. நாளை இவற்றின் வடுக்கள் மேலும் சிதையலாம். அல்லது முற்றிலும் அழிந்தும் போகலாம். எனவேதான் இந்நூல், எதிர்காலத்தினர் அவற்றினை அறிந்துகொள்ளும் வகையில் ஆவணம் செய்து வைத்துள்ளது.

ஆக, இந்நூல் தம் பொருண்மை சார்ந்து இதுவரை சொல்லப் படாத பேருண்மைகளை மிகப் புதிய மற்றும் உரிய கோணத்துடன் எளிதாக எடுத்துச்சொல்ல வடிவமேற்றுள்ளது. இன்னாருக்கு மட்டுமே என்ற நூலாக இல்லாமல் எவரும் படித்தறிந்து கொள்ளவேண்டிய பயனுள்ள நூலாக மலர்ந்துள்ளது.

கொரோனா தொற்றுக்கு முன் நிகழ்த்தப்பட்ட தஞ்சைப் பெரிய கோயில் சார்ந்த நுட்பமான ஆய்வினைக் கள ஆய்வு செய்து எழுதி வந்த நிலையில், இவ் ஆய்வுக்கான பொறி தட்டியது. எளிய கருதுகோள்தான். இடைக்காலத்திய பாண்டியர் அணை ஒன்று இன்னமும் பயன்பாட்டில் இருப்பதைக் கேள்விப்பட்டிருந்தேன். அதுவும் வைகையில். சரி, அதே வைகையில் சங்ககாலத்திய அணை ஒன்றோ அல்லது இரண்டோ இருந்திருக்கவேண்டும்

அல்லவா? அவற்றின் தற்போதைய நிலைதான் என்ன? அவற்றைத் தேடிக் கண்டுபிடிக்க முடியுமா என ஆய்வு தமக்கான கருதுகோளை செறிவுபடுத்திக்கொண்டது. தொடர்த் தேடலும் தேடலின் பின்பான கள ஆய்வும் மிக அரிய ஆய்வு ஒன்றை நிகழ்த்தவியலும் என்ற எண்ணத்தை வலுப்படுத்தின. கெடுபலனாக, எந்த ஆய்வுகளையும் செய்ய இயலாத ஒரு சூழலை நோய்த்தொற்று ஏற்படுத்தியிருந்தது. இதனால், களப்பணி அல்லது வேறேதேனும் நிலுவையிலிருக்கும் கருதுகோளைத் தொட்டு ஆய்வு செய்யலாம் என, ஆய்வு செய்து எழுதிய நூலே எனது 'கரிகால்வளவன் - சரியான பெயரும் தவறான புரிதலும்' ஆகும். இந்நூல் கடந்த 2021-ஆம் ஆண்டின் இறுதியில் வெளியீடு கண்டது. கருத்துப்பட்டறை எனும் மதுரையின் பதிப்பகம் இதனைப் பதிப்பிட்டிருந்தது. இரு ஆண்டுகள் முடங்க நேர்ந்திருந்தாலும் 2022-ஆம் ஆண்டு இலகு சூழல் ஏற்படலாயிற்று. எனவே நின்றுபோயிருந்த 'பாண்டியர் கல்லணை' எனும் ஆய்வினை மீண்டும் தொடர்ந்தேன். அவ்வப்போது எனது கள ஆய்வு சார்ந்த நிழற்படங்கள், காணொளிகள் பொறாமை கொண்டோரால் அபகரித்து பின் அழிக்கப்பட்டிருந்தாலும், விடாது கடினம் பாராமல் மீண்டும் கள ஆய்வு செய்து இவ் ஆய்வினை எழுதி முடித்தேன். கருதுகோள் வலுவாக அமைந்துவிட்டபடியால் முதலில் நிர்ணயித்த அதே தலைப்பையே முடிவு செய்தேன். ஆக, 'பாண்டியர் கல்லணை' என்பது ஆய்வின் தலைப்பு. தக்க சான்றுகளுடனும் கள ஆய்வுகளாலும் உய்த்துணர்ந்து எழுதப்பட்டுள்ளது, இவ் ஆய்வு.

முதன்மைச் சான்றுகள்

இவ் ஆய்வுக்கான முதன்மைச் சான்றுகளாக குருவித்துறை சித்திரரத வல்லபப் பெருமாள் கோவிலில் இடம்பெற்றுள்ள பெரும்பான்மையான கல்வெட்டுகள் பயன்படுத்தப்பட்டுள்ளன. கல்வெட்டுகளை மறுவாசிப்பு செய்துள்ள நிலையில் அவற்றின் உண்மைப் பொருளை வெளிக்கொணரவியன்றது. இதனால், இடைக்காலத்திய பாண்டியநாட்டின் ஏராளமான தகவல்கள் முதன்முதலாக வெளிச்சத்துக்கு வருகின்றன. மட்டுமின்றி, அச் சமகாலத்தில் பாண்டிய நாடு சந்தித்த இடர்கள், சோழர்களிடம் படாத பாடுபட்ட அவர்களின் அலைக்கழிப்புகளுடனான அவ்வப்போதான ஆட்சிகள் குறித்த வரலாற்றினை எழுதமுடிந்தது.

இரண்டாம் நிலைச் சான்றுகள்

ஆம்! அறியப்படாது கிடக்கின்றார் - இடைக்காலத்தின் வெகு முந்தைய குலசேகர பாண்டியன். திருச்சுழியின் பள்ளிப்படையில் உறங்கும் சுந்தரபாண்டியனை இன்னமும் இனம் காண இயலவில்லை. முந்தைய ஆய்வுகளும் குழப்பிவைத்துள்ளன. பொதுவாக நிற்கும் 'நீலி' எனும் பெயர்கொண்ட சேர இளவரசிகள் யார் யார்? என எவரும் சொல்லியதாகத் தெரியவில்லை. முதலாம் பராந்தகனால் துரத்தியடிக்கப்பட்ட இரண்டாம் இராஜசிம்மன் ஒருபுறத்தில் நெடிது ஆட்சி செய்திருக்கிறார். ஆனால், அவரது ஆட்சிக்காலம் பொ.ஆ. 900 - 920 என்பதாகவே ஒப்பித்து வருகின்றன வரலாற்றின் எழுத்துகள். சோழன் தலைகொண்ட வீரபாண்டியனின் வரலாறு அடுத்தகட்ட தரவுகளுடன் எவராலும் விளக்கப்படவில்லை. ஆக, பல்லவர், சோழர், ஏன் சேரரின் வரலாறுகூட விலாவரியாக எழுதப்பட்டுள்ள நிலையில், பாண்டியர் வரலாறு இன்னமும் அடிப்படைத் தரவுகளை மட்டுமே சுமந்து கொண்டவாறு பின்தங்கிக்கிடக்கிறது. ஆக, பாண்டியர் வரலாறு எழுதியோரால் கைவிரிக்கப்பட்ட இடைக்காலத்தின்போதான அவர்களின் அரிய இடைவெளிகளை உற்றுணர்ந்துள்ளது இவ் ஆய்வு. அவற்றினை வெகு புரிதலுடன் முதன்முதலாக வெளிக்கொணர்கிறது இந்நூல். எனின், தமிழர் வரலாறு எவ்வளவு மகத்தான நிகழ்வுகளைக் கண்டிருந்தது என்பதனை இந்நூல் அடுத்த மட்டத்தில் எடுத்துரைக்கும். எனினும், முந்தைய ஆய்வு நூல்களும், ஏனைய கல்வெட்டுகளும், செப்பேடுகளும் இரண்டாம் நிலைச் சான்றுகளாகியுள்ளன.

ஆய்வு நெறிமுறை

விளக்கமுறை ஆய்வு, ஒப்பீட்டு ஆய்வு, உய்த்துணர்வு முறை, கள ஆய்வு, கள ஆய்வின்போதான கலந்துரையாடல், அளவீட்டு ஆய்வுமுறை ஆகிய இவற்றின் அடிப்படையில் இவ் ஆய்வு எழுதப்பட்டுள்ளது.

ஆய்வு எல்லை

பாண்டியர் கல்லணை என்பதால் வைகை ஆறும் அதன் வாய்க்கால்களும் முதன்மைக் களங்களாயின. சிரீவல்லபனின் குருவித்துறை கோயில், பராக்கிரம பாண்டியனின் மூலக்கரை கோயில்கள் கல்வெட்டுகளுக்கான தளம் அமைத்தன. பாண்டியர் ஏரி, பாண்டியர் பள்ளிப்படை ஊரான திருப்புச்சுழி, கரிகால் வளவனின் கல்லணை, மேற்பனைக்காடும் அதன் வாய்க்காலும் என ஆய்வெல்லை தமிழகத்தின் குறிப்பிட்ட பகுதிகளாகவே அமைந்தது குறிப்பிடத்தக்கது.

ஆய்வுப் பயன்

பாண்டியர் வரலாறு சதாசிவ பண்டாரத்தார், நீலகண்ட சாஸ்திரி, சேதுராமன், கே.வி.இராமன் போன்றோரால் எழுதப்பட்டுள்ள நிலையில் இவர்களின் அடுத்த ஆய்வுகள் இதுவரை எழுதப்பட்டதாக இல்லை. இதனால், வெளிவராத எத்தனையோ வரலாற்று நிகழ்வுகள் கவனிப்பாரின்றி மறைந்து கிடக்கின்றன. உலக வரலாற்றில் மிக மிக நெடிது ஆண்டவர்களாக பாண்டியர்கள் அறியப்படினும்கூட அவற்றை ஆய்வு செய்து எழுதவியலாத நிலையே நீடிக்கிறது. நீர் மேலாண்மை என்றாலே சோழர்தான் என்ற எண்ணத்தினை உடைத்திருக்கிறது இவ் ஆய்வு. அறியாமலும் புரியாமலும் கிடக்கும் பாண்டிய வரலாற்றின் ஓர் இடைவெளியை இந்நூல் உய்த்துணர்ந்து அரிய தரவுகளுடன் எடுத்தியம்புகிறது. ஆக, மிகப் புதிய பயனை எவரும் எளிதாக நுகர்ந்திட இந்நூல் உதவும் என உறுதியாக நம்பலாம்.

பேராசிரியர், முனைவர்,
சி.அ.வ. இளஞ்செழியன்

நன்றியுரை

இந்த ஆய்வின் தொடக்கத்தின்போது மேலமட்டம் எனும் ஊரைச்சார்ந்த 'மலைச்சாமி' எனும் முதியவரை தென்கரைத் தேனீர்க் கடையில் சந்தித்தேன். அவரிடம் எவ்வாறு கேட்டால் பதில் வருமோ அவ்வாறு கேட்டு ஒருவழியாக கல்லணை இருக்கும் ஊரைத் தெரிந்துகொண்டேன். அழகாகச் சொன்ன அந்த மலைச்சாமி ஐயா அவர்களுக்குப் பெரும் நன்றி. நாம் தேடிச்சென்ற பராக்கிரமப் பாண்டியன் அணை சித்தாதிபுரத்தில் அமைந்துள்ளது.

அந்த ஊரில் விஜய்கணேஷ் எனும் பொறியற் பட்டப்படிப்பை முடித்திருக்கும் ஒரு தம்பி, அதே கல்லணையின் அருகே அமர்ந்திருந்த நிலையில் அவரிடம் விசாரித்தேன். புதிதாகத்தான் அறிமுகமானார் எனினும் அப்பழுக்கற்ற உதவி செய்தார். அணையில் வேகமாக நீர் ஓடிக்கொண்டிருக்கும்போதும்கூட அதன் நெடுகிலும் நடந்து செல்ல உதவி செய்தார். அதிவேகமாகப் பாயும் நீரில் எவ்வாறு நடந்துசெல்வது என அறிவுறுத்தியதோடு மட்டுமில்லாமல் நான் கள ஆய்வு செய்வதை நிழற்படம் மற்றும் காட்சிப்படமும் எடுத்தளித்து ஆய்வு சிறக்க உதவினார். அவருக்கு என் நெஞ்சார்ந்த நன்றியை உரித்தாக்குகிறேன்.

முதலாம் கட்ட ஆய்வினில் முள்ளிப்பள்ளத்தில் வைகை ஆற்றின் கரையில் பூங்கொடியான் என்பவரைச் சந்தித்தேன். அவர் மூலம் பல நல்ல தகவல்கள் கிடைத்தன. எனினும், நான் கேட்கும் சில இடங்களின் பெயர்களை அவரால் குறிப்பிட்டுச்சொல்ல முடியவில்லை. ஞாபகம் வரவில்லை என்றார். அவருக்கு என் நன்றி.

எனது மூன்றாம் கட்டக் கள ஆய்வின்போது ஆற்றினை அளப்பதற்கும், அணைக்கட்டு மற்றும் மதகினை அளப்பதற்கும் உடன் வந்து ஒத்துழைப்பு நல்கிய எனது மாணவர் பி.அருண்குமார் (முதலாமாண்டு, கட்டடக் கலைத்துறை, தியாகராஜர் பொறியியற் கல்லூரி, மதுரை) அவர்களுக்கு நன்றியைத் தெரிவித்துக் கொள்கிறேன்.

எப்போதும் எனது ஆய்வெழுத்துகளின் மீது நன்மதிப்பை வைத்திருக்கும் எங்களது கல்லூரியின் தாளாளர் திருமிகு. கருமுத்து கண்ணன் ஐயா அவர்களுக்கும், அவரது புதல்வரும் கல்லூரியின் செயலாளருமான திருமிகு. க.ஹரிதியாகராஜன் அவர்களுக்கும் நன்நன்றியைத் தெரிவித்துக்கொள்கிறேன்.

இந்நூலை மிக அழகாக அச்சிட்டு வெளியீடு செய்திருக்கும் ‘டிஸ்கவரி பதிப்பக’த்தாருக்கும் அதன் நிறுவனருமான திரு.மு.வேடியப்பன் அவர்களுக்கும் நன்நன்றியை, தெரிவித்துக்கொள்கிறேன்.

இவற்றோடு எனது ஆழமான செய்நன்றியை...

நுண்மாண் நுழைபுலத்தினை இயல்பாகப் பெற்று இலங்கும் கலைஞர்களோ இலக்கியர்களோ அல்லது வரலாற்று அறிஞர்களோ பெரும்பான்மையில் புரவலமின்றி பொருளாதரப் பின்புலம் இல்லாதிருந்தும்கூட, சொந்த முயற்சியில் சொந்தச் செலவிலேயே களப்பணி ஆற்றி, நூல் பல தேடிக் கண்டடைந்து உசாவி, எவ்வெழுத்துகளும் மிகைபட ஏதும் பேசிவிடாமல் காத்து, ஓர்மையுடன் உற்றாய்ந்தும் இஃதன்றி, மெய்ப்பு சரிபார்க்கும் ஆளுமைகள் அருகிப் போன நிலையில் தாமே அதனைப் பன்முறைச் செம்மை செய்தும் என ஒரு நூல் ஆசிரியரின் பாடு இப்படியாக அடர்ந்து கிடக்கிறது. ஆயினும், எல்லாருக்கும் இத்தகையத் திறமை வாய்க்குமா என்பது ஞாயமான கேள்விதான். ஆக, ஒன்றுமில்லாதவற்றை ஊதி ஊதிப் பெரிதாக்கும் மரபினிடையே சாதியப் பின்புலத்தின் வழியேயான வாசக வட்ட மரபு ஏதுமில்லாமல், அரசியல் ஆதரவும் ஏதுமில்லாமல், தமிழகத்தின் வரலாற்றை, கலை வரலாற்றை, இசை வரலாற்றை, மொழி வரலாற்றை என இன்னபிறவற்றையும் ஆணித்தரத்திலான

தரவுகளுடன் அடுத்தகட்ட எழுத்துகளால் எழுதுகிற நிலையில் - நான் யாருக்குச் (செய்நன்றியை) சொல்லவேண்டும்?

ஆக, பிரதிபலன் பாராமல் உடலின் வலிகளையும் பொறுத்துக் கொண்டு, உபரிப் பொருளாதாரப் பின்புலம் ஏதுமில்லாமல், கிடைக்கும் குறைவான சம்பளத்தின் ஒரு பகுதியை இவ் ஆய்வுச் செலவுகளுக்குப் பயன்படுத்திக்கொள்ள அனுமதித்த என் மனைவி, மக்கள் இவர்களைத் தவிர வேறு யாருக்கு நான் நன்றி சொல்லியாகவேண்டும்?

என் தந்தையின் இலக்கிய அறிவும் இசையறிவும் ஆசிரியத்திறனும்தானே என்னைச் செம்மைப்படுத்தின. எனினும், என் தந்தைக்கு நன்றி சொல்வதைவிட அவரை வணங்குவதையே ஓர் அன்றாட ஒழுங்காகக் கொண்டுள்ளேன். இவ் ஆய்வுக்காக நிகழ்த்தப்பட்ட பெரும்பான்மையான களப்பணிகளில் உடன்வந்து ஒத்துழைத்த என் அன்பு மனைவியே என் பெரும்பான்மை நன்றிக்கு உரியவர். இதனால்தான் இந்நூலை அவருக்காக அர்ப்பணித்திருக்கின்றேன்.

பேராசிரியர், முனைவர்,
சி.அ.வ. இளஞ்செழியன்

1. பாண்டியர் கல்லணை

அறிமுகம்

பாண்டியர் கல்லணை எனும் பொருண்மையைத் தலைப்பாகக் கொண்டது இவ் ஆய்வு. இடைக்காலத்திய பாண்டியர் கல்லணை ஒன்று ஆய்வுசெய்யப்பட்டு மிகத்தெளிவாக அவற்றின் அளவுகளுடன் விளக்கப்பட்டுள்ளது. ஆய்வு செய்யப்படும் அக் கல்லணையைக் கண்டடைய உறுதுணையாக இருந்தவை குருவித்துறை ஊரின் புறத்தே அமைந்த சித்திரரத வல்லபப் பெருமாள் கோயிலின் கல்வெட்டுகளேயாகும். எனவே, அக் கோயிலுக்குச் சென்று அக் கல்வெட்டுகளைக் காணும் முன், தென்னிந்தியக் கல்வெட்டுத் தொகுதியில் வெளியாகியிருக்கும் அவற்றினைப் பலமுறை படித்தறிந்தேன். அக் கல்வெட்டுச் செய்திகளுக்காக ஆங்கிலத்தில் அளிக்கப்பட்டுள்ள விளக்கங்களையும் படித்தறிந்தேன். அவை, அவற்றின் செய்திகளைச் சுருக்கமாகவே சொல்பவையாய் உள்ளன. ஆயினும், அந்த கல்வெட்டுகளில் வழமையைத் தாண்டிய வரலாற்றுச் செய்திகள் அரிது எழுதிக்கிடப்பதை உணரவியன்றது. மட்டுமின்றி, அவ் இடைக்காலத்திய கல்லணையானது அப்போது கட்டப்பட்டுக் கொண்டிருந்த நிலையில் அதுபற்றிச் சொல்லப்படுகிற செய்திகள் யாவும் அந்தச் சமகாலத்தின் நிகழ்காலத்தியனவாக உள்ளன. அவ்வாறு கட்டப்பட்டிருப்பினும் கூட அது தன் நிறைவினைத் தொட இன்னும் சிலகாலம் கூடும் என்பதாகவும் உணரமுடிந்தது. அந்த கல்லணையைப் 'பராக்கிரம பாண்டியன் கல்லணை' என்றே அந்தக் கல்வெட்டுகள் குறிப்பிடுகின்றன. என்றால், அதனைப் பராக்கிரமப் பாண்டியன்

எனும் பாண்டிய வேந்தன் அப்போது கட்டிக்கொண்டிருந்ததாக அறியலாம். என்றாலுங்கூட, அக் கல்வெட்டுகள் அந்தக் கல்லணை கட்டப்பட்டுக்கொண்டிருப்பதைக் குறிப்பிடுவது ஒன்றையே தம் முதன்மை நோக்கமாகக்கொண்டிருக்கவில்லை. மாறாக, அவற்றுள் சில குறிப்பிட்ட கல்வெட்டுகள், புதியதாக 'ஸ்ரீ வல்லபப் பேராறு' எனும் வாய்க்கால் வெட்டப்படுவதற்கான இட ஒதுக்கீடு செய்தமையைக் கூறுகின்றன. மட்டுமின்றி, ஒதுக்கப்பட்ட அவ்விடம் எவற்றிற்கிடையேயானவை எனும் அடையாளங்களைக் கூறுவனவாகவும் அமைந்துள்ளன. அவ்வாறு அடையாளங்களைக் கூறுகிற நிலையில், அவற்றுள் ஓர் அடையாளமாகத்தான் கட்டப்பட்டுக்கொண்டிருக்கும் அக் கல்லணை குறிப்பிடப்பட்டுள்ளதை அறியலாம். மேலும், அவ் வாய்க்காலினை வெட்ட யாரிடமிருந்து நிலம் பெறப்பட்டது என்றும் பின், அப் புதிய வாய்க்காலால் பாசன வசதி பெறும் நிலங்களைப் பயிர் செய்கிற நிலையில், பயிர்செய்வோரால் அரசுக்கு எவ்வளவு வரி செலுத்தப்படவேண்டும் எனும் விவரங்களைக் கூறுவதாகவும் அக் கல்வெட்டுகள் செய்திகளைப் பெற்றுள்ளன.

இவைதவிர, அக் கோயில் கட்டி முடிக்கப்பட்டவுடன் நந்தா விளக்கெரிக்க அளிக்கப்பட்ட கொடையை முதன் முதலாக வெட்டப்பட்ட கல்வெட்டு கூறுகிறது. மேலும், புதிதாகக் கட்டப்பட்ட அக்கோயிலுக்குப் பெண்மணி ஒருவர் ஐம்பொன்னாலான செப்புத்திருமேனியை செய்தளித்தமையும் கூறப்பட்டுள்ளது. நிலக்கொடைகள் மற்றும் இறையிலி நிலங்களாக அளிக்கப்பட்டவை முதலியன சில திருத்தத்துக்கு உள்ளாக்கப்பட்டு மீள் வரி விதிப்புக்கு உட்பட்டதனையும் செய்திகளாக அறியமுடிகிறது. இஃதன்றி, ஒரு கால்வாயின் மேல் மற்றொரு கால்வாய் ஒன்று குறுக்காக வெட்டப்பட்டிருந்த நிலையில் அது அரசனின் கவனத்துக்குக் கொண்டுசெல்லப்பட்டு, அவ்வாறு செய்யக்கூடாது என அரசனால் அறிவுறுத்தப்பட்ட நிலையில் அதனைத் தூர்த்த செய்தியையும் அறியமுடிகிறது. இனி, கல்வெட்டுகளைத் தாங்கியிருக்கும் கோயிலை அறிய முயல்வோம்.

இந்நூலில் ஆய்வுக்காக எடுத்துக்கொள்ளப்பட்டுள்ள ‘சித்திரத வல்லபப் பெருமாள் கோயில்’ சோழவந்தானை அடுத்துள்ள குருவித்துறை எனும் ஊரில் அமைந்துள்ளது. குருவித்துறை மதுரை மாவட்டத்தின் நிலக்கோட்டை வட்டத்தைச் சார்ந்த ஊராகும்.

சித்திரரத வல்லபப் பெருமாள் கோயில் எளிய கால்கட்டு அடியத்துடன் கட்டப்பட்ட கட்டுமானமாகும். கால்கட்டு அடியத்தினை சமஸ்கிருதத்தில் ‘பாதபந்த அதிட்டானம்’ என்பர். பாண்டியர் கோயிற் கட்டுமானங்களில் இறைக்கோட்டத்தினைத் தவிர்த்திருப்பர் என்பது அறிந்த செய்திதான். எனினும், அவ் இறைக்கோட்டங்கள் இடம்பெறாமையால் அவற்றில் இடம்பெற வேண்டிய அரிய இறைச்சிற்பங்களை நாம் இழக்க நேரிட்டது. பாண்டியர் சிற்பங்கள் அருகிப்போனதற்கான காரணங்களில் இதுவும் ஒன்று. இறைக்கோட்டத்தினை சமஸ்கிருதம் ‘தேவகோஷ்ட்டம்’ என வழங்கும். இறைக்கோட்டம் என்பது கருவறைப் புறச்சுவரின் வெளிப்பக்கங்களில் வாயிற்திசைத் தவிர்த்துப் பிற திசைகளில் அமைக்கப்பட்டிருக்கும்.

இக்கோயில் முச்சிறப்புகளுடன் திகழும் ஒன்று. அவை:

1. கோயிலின் அமைவிடம்
2. கோயிலின் பெயர்
3. கோயிலில் பொறிக்கப்பட்டுள்ள கல்வெட்டுகள்.

கோயிலின் அமைவிடம்

சித்திரரத வல்லபப் பெருமாள் கோயில் வைகையின் தென்கரையினை *(Southern Bank)* ஒட்டி அமைந்திருக்கிறது. ஆற்றினை நோக்கியவாறு கிழக்குத்திசையில் அமைந்துள்ள இக்கோயில் ஊரின் புறத்தே அமைந்துள்ளது. மழை முடிந்து அதன் வளம் சிறக்கும் பருவகாலத்தில், இக்கோயிலை வைகையாற்றின் நீர் நிறைந்த இயல்புடன் காணும்போது ஓர் எழிலார்ந்த இன்பம் நேரும். இத்தகைய அலாதியான பருவகாலத்தில் - அதாவது, மார்கழித் திங்களில் இக்கோயிலை ஆய்வு செய்திடச் சென்றிருந்தேன். அவ் அருங்காட்சியை நேரில் சந்தித்த அனுபவத்தின்பேரில் இதனை அவ்வாறு எழுதமுடிகிறது.

இக்கோயில் இருதள விமானத்துக்கான அளவுகளுடன் அமைந்துள்ளது. இதன் சிகரம் நாற்சதுர அமைவுகொண்டது. தோற்றக்காலத்தின் சிகரம் சிதைந்திருந்த நிலையில் அது பிற்காலத்தில் ஈடு செய்யப்பட்டிருந்ததாகத் தெரிகிறது. இரண்டு திருச்சுற்றுகளுடன் அமைந்த ஒரு நடுத்தரமான கோயில். எவ்வித பிற்காலத்திய கூடுதற் கட்டுமானங்களும் இடம்பெறாமால் முழுமுழுக்க பாண்டியர் காலத்திய கோயிலாக உள்ளதே இதன் சிறப்பு. அதாவது, இக் கோயிலில் விஜய நகரத்தினர் மற்றும் நாயக்கர் காலக் கட்டுமானங்கள் காணப்படவில்லை என்பதாகும். எனினும், முந்தைய ஓர் ஆய்வின்படி இதன் மகாமண்டபம் விஜயநகரத்தினரின் திருப்பணியாகச் சொல்லப்படுகிறது.[அ] எனினும், அப்படியான அடையாளங்கள் ஏதும் அதில் காணப்படவில்லை. மேலும், இன்னொரு திருச்சுற்று ஏதும் அந்த கோயிலில் கூடுதலாக எழுப்பப்படவில்லை. ஆனால், மூன்றாம் திருச்சுற்று இருந்து பின்னர் அது இடிந்துள்ள நிலையில் நீக்கப்பட்டதாகவும் கூறப்படுகிறது.[1] ஆயினும், அப்படி ஒரு மூன்றாம் திருச்சுற்று அமைந்திட அக்கோயிலில் வாய்ப்பில்லை என்றே தெரிகிறது. இதனின் பின்னணியில் ‘இடப்பற்றாக்குறை’ முன்னிற்பது தெரியவரும்.

கோயிலுக்கு எதிரே ஓடும் வைகைதான் அவ் இடப்பற்றாக் குறைக்கான காரணம். மற்றுமோர் திருச்சுற்றான மூன்றாம் பிராகாரத்தினை அமைத்திடும் எண்ணத்துக்கு அது தடை விதித்தி ருக்கலாம். இதனை இன்னும் எளிதாகச் சொல்லப்போனால் கோவிலின் பக்கவாட்டிலும் பின்புறத்திலும் இடம் இருந்தாலும்கூட முன்புறத்தில் வைகை ஓடுவதால் இடமில்லை என்பதாகும். அவ்வாறு மற்றுமொரு திருச்சுற்றினை இணைக்கின்றார்கள் என்றால், முன்புறத்தில் இன்னுமொரு முன் மகாமண்டபம் அமைக்கப்படவேண்டும் அல்லவா? மட்டுமின்றி, இதன் எதிரே அந்த புதிய மூன்றாம் திருச்சுற்றின் நுழைவாயிலில் ஏழு தளத்திலான கோபுரமும் இணைக்கப்படவேண்டும்.

ஏழுதளம் ஏன் எனில், தற்போதுள்ள வெளிப்பிராகாரத்தின் கோபுரம் ஐந்து தளத்திலானது; எனவே, அதனை அடுத்து அமையும் வெளிப்பிராகாரத்தின் கோபுரம் ஏழு தளத்தில் அமையவேண்டும். சில சமயம் விதிகள் தளர்த்தப்பட்டும் உள்ளதைக் காணவியலும்.

எடுத்துக்காட்டாக, மீனாட்சி சுந்தரேஸ்வரர் கோயிலின் இரண்டாம் பிராகாரத்தில் சுந்தரேஸ்வரர் சன்னதிக்கான நுழைவினில் ஐந்து நிலைகளை மட்டுமே உடைய கோபுரம் உள்ளது. எனினும், தற்போதுள்ள வெளித்திருச்சுற்றான மூன்றாம் பிராகாரம், ஒன்பது நிலைகளுடனான கோபுரத்தைப் பெற்றுள்ளதைக் காணலாம்.

மேலும், பிந்தைய ஆட்சியாளர்களின் பிற்சேர்க்கைகள் ஏதுமின்றி முழுவதும் பாண்டியர் கட்டுமானத்திலான கோயிலாக சித்திரரத வல்லபப் பெருமாள் கோயில் சிறப்புறுகிறது. என்றால், மகாமண்டபமும் பாண்டியர் காலத்தியதே. எனினும், இதில் அவர்களின் இரட்டை மீன் சின்னம் காணப்படவில்லை. அவ்வாறு பாண்டியர்கள் தங்களுடைய இலச்சினையைப் பொறிக்கிறார்கள் என்றால், அது பிறரால் கட்டப்பட்டுள்ள கோயில்களில் தமது கட்டுமானங்களும் பிற்சேர்க்கைகளாக இடம்பெறுகிற நிலையில் அவ்வாறு பொறித்திருக்கலாம்.

ஆயினும், மேற்கூறியதுபோல சோழர்களின் இலச்சினையான புலியின் உருவத்தை எந்தப் பெருங்கோயில்களிலும் காணவியலாது. இதன் பின்னணியில் நிற்கும் காரணத்தை ஊகிக்க இயலும். பல்லவர் கோயில்களில் சோழர்கள் எவ்வித இணைப்புக் கட்டுமானங்களையும் இணைக்கவில்லை. அவற்றினை அவற்றின் இயல்பிலேயே இருக்கட்டும் என, கலை உணர்வுடன் விட்டு வைத்திருந்தனர். மட்டுமின்றி, சோழர்கள் செங்கற் கட்டுமானத்திலிருந்த பழங்கோயில்களைக் கற்றளிகளாக மாற்றி அமைத்தனர். இவைதவிர, புதிய கோயில்களையும் எழுப்பியதுண்டு. இதனால், அவை முன்சிற்றறை மண்டபம் மற்றும் முகமண்டபத்துடன் அமைந்திருந்தன. அவ்வாறு பிறர் கட்டிய கோயில்களில் மண்டபங்களோ அல்லது இன்ன பிற ஏதேனும் இணைத்திருந்தாலும்கூட அவர்கள் தங்களது புலிச் சின்னத்தைப் பொறித்ததாகத் தெரியவில்லை. அவ்வாறு இடம் பெற்றிருந்தால் அது அரிதிலும் அரிதுதான். ஆக, அவ் அரிதின்படியான ஏதேனும் ஒரு சான்று கிடைக்குமா என வெகு நாள் தேடியும் கிடைத்தபாடில்லை. எனினும், வெகு நாட்களுக்குப் பின் வேறொரு சூழலில் சோழர்களின் குறியீடான புலிச்சின்னத்தை ஒரு மண்டபத்தின் கூரையில் காண நேர்ந்தது. விரிவினை அஞ்சி அதற்கான விளக்கத்தினை இங்குத் தவிர்த்துள்ள நிலையில்

கடைக்குறிப்பில் அதுபற்றிய செய்தி தரப்பட்டுள்ளது.[2] அதற்கான நிழற்படமும் இணைக்கப்பட்டுள்ளமைக் கூடுதற் சிறப்பு.(பார்க்க; படம் எண்: 1)

சித்திரரத வல்லபப் பெருமாள் கோயிலின் வெளித்திருச்சுற்றான இரண்டாம் பிராகாரத்தின் நுழைவில் ஐந்து நிலைக் கோபுரம் அமைந்துள்ளதை முன்பு குறிப்பிட்டிருந்தேன். இந்த நுழைவு தவிர பிற ஏதும் நுழைவுகள் இல்லை. எனின், இது ஒற்றை நுழைவுடனான கோயில். இந்த கோயிலின் எதிரே சற்றுத் தள்ளி வலப்புறத்தில் நவீனக்கட்டுமானத்துடனான பிற்காலத்திய சிறு கோயில் ஒன்று குருபகவானுக்காக அமைந்துள்ளது. அழகிய சமத்துடனான முதன்மைக்கோயிலின் ஓர் இயல்பை இந்த கோயில் அசமத்துடனான அமைவில் அமைந்து நெருடுவதை உணரவியலும்.

சோழர், பல்லவர் கோயில்களில் எவ்வித கூடுதற் கட்டுமானத்தையும் இணைக்கவில்லை என்று முன்பு குறிப்பிட்டிருந்தோம். எனினும், செய்யாறு வட்டத்தில் அமைந்துள்ள பிரம்மதேசத்தின் சந்திர மௌலீஸ்வரர் கோயில் இதற்கு விதிவிலக்கு. இதன் மூலக்கோயில் பல்லவர் காலத்தியது. மூலக்கோயில், கருவறையுடன் இணைந்திருக்கும் முன்சிற்றறை மண்டபத்துடனானது மட்டுமே. எனினும், முன் அமைந்துள்ள முகமண்டபம் சோழர் காலத்தியதாகும். என்றால், கருவறைக் கட்டுமானத்துடன் இணைந்தே அமையும் முகமண்டபத்தினை அமைக்கும் வழக்கம் பல்லவர் காலத்தில் இல்லை எனப் புரிதல் பெறலாம். முன்சிற்றறை மண்டபத்தினை சமஸ்கிருதத்தில் 'அர்தமண்டபம்' என்பர். சோழர்கள் பிறர் எழுப்பியக் கோயிலில் முகமண்டபத்தினை இணைத்திருந்தாலும்கூட அவர்களின் இலச்சினை அங்கு இடம்பெறவில்லை. இது குறிப்பிடத்தக்கது. அவ்வாறு பிறரின் கட்டுமானத்தில் மிக மிக அரிதாக முகமண்டபம் அமைத்ததன் பின்னணியில் பெரும் காரணம் ஒன்றுண்டு. குறிப்பிட்ட அக் காரணத்தினை ஆய்வு செய்து "Kuzhambandal Gangaikonda Chozhiswaram - On the meory of Rajendra Chola I and his Queen Viramadevi" எனும் தலைப்பில் ஓர் ஆய்வுக்கட்டுரையை சென்னைப் பல்கலைக் கழகத்தின் தொல்வரலாறு மற்றும் தொல்லியல்துறையானது 20-21, அக்டோபர் 2016 அன்று நடத்திய கருத்தரங்கில் வாசித்து அளித்துள்ளேன்.

கோயிலின் பெயர்

இந்த கோயிலின் பெயர் சித்திரரத வல்லபப் பெருமாள் கோயில். இப்பெயரை எதிலிருந்து அறிந்துகொண்டனர் என்பதை அறிவதற்கில்லை. இதுபற்றி பின்னர் இவ் ஆய்வில் மேலும் கூறப்பட்டுள்ளது. சில தன்னார்வல எழுத்தாளர்கள் இந்தக் கோயிலை சித்திரை மாதத்துடன் தொடர்புபடுத்திக் குறிப்பிடுகின்றனர். சித்திரைத் திங்களில்தான் இந்தக் கோயிலுக்கான திருவிழா நிகழ்கிறது. இதனால்தான் அவ்வாறு குறிப்பிடுகின்றனர் போலும். இந்த ஆய்வின்படி, இந்தக் கோயிலை சடையவர்மன் சீவல்லபன் எனும் பாண்டிய மன்னன் எழுப்பியிருக்கிறார். முன்பு இருந்த பழைய மண்டளியை மாற்றிக் கற்றளியாகச் செய்தாரா என்பதற்கான ஆதாரம் ஏதும் இல்லை. இதுதவிர, ஒருபுறம் வழங்கப்படும் புனைவின்படியான தலவரலாறு ஏதும் இந்தக் கோயிலுக்கு வழங்கப்படவில்லை. எனினும், இக்கோயிலின் எதிரே அமைந்திருக்கும் குருபகவானுக்கான தொன்மம் (அண்மம்) இக்கோயிலைத் தொடர்புபடுத்திச் சொல்லப்படுகிறது. என்றாலும், குருபகவானின் அச் சிறுகோயில் அண்மைக் காலத்தியதாகத் தெரிகிறது. அதில், உள்ளமர்த்தப்பட்டுள்ள மூலவர் சிற்பமும் படிமவியல் விதிப்படி அல்லது முழுமையாகச் செதுக்கப்பட்டதாக இல்லை. அவை பொ.ஆ. பதினெட்டு-பத்தொன்பதாம் நூற்றாண்டின் காலத்தியதாக உள்ளன. மேற்குறிப்பிட்டுள்ளபடி, குருபகவானை முன்னிறுத்தி தற்போது வழங்கப்படுகிற தலவரலாறும் அண்மைப் புனைவாகவே கருதப்பட்டுள்ளது.

மேற்சொல்லப்பட்டுள்ள தொன்மத்தின்படி (அண்மத்தின்படி) குரு, பெருமாளை நோக்கி, தன் மகனை மீட்க இங்கு தவம் இருந்தாராம். தவத்தின் இறுதியில் பெருமாள் காட்சி அளித்ததாகச் சொல்லப்பட்டாலும் புனைகதையாகவே இது புலப்படுகிறது. குரு தவம் இருந்த படித்துறை அதாவது, குருத்துறை எனும் பெயர் மருவி குருவித்துறையானதாக அறியப்படுகிறது. எனினும், கல்வெட்டில் அழுத்தந்திருத்தமாக ‘குருவிக்கல்லுடைப்பு’ எனக் கல்லுடைக்கும் கற்களம் சொல்லப்பட்டுள்ள நிலையில் அது குருவித்துறையை முன்னிட்டே குறிப்பிடப்பட்டதாகலாம். என்றால், குருவிகள் பெருங்கூட்டமாய் ஆக்கிரமித்து உலவிய

மரங்கள் நிறைந்த படித்துறையாக அது இருந்திருத்தல்வேண்டும். குரங்காடுதுறை, மயிலாடுதுறை எனும் காரணப் பெயர்களைப் போன்றே இதுவும் அப்படியானதாகத் தெளியலாம்.

குருபகவானே இங்குள்ள வைகையின் படித்துறையில் அமர்ந்து தவம் செய்த அத்தகையத் தொன்மச் சிறப்புள்ள கோயில் என்றால், ஏன் முந்தைய அல்லது இடைப்பட்ட ஆழ்வார்கள் எவரும் நேரில் வந்து பாடவில்லை என்ற கேள்வி எழலாம். குறைந்தபட்சம் பாடல் வைப்புத்தலமாகவும் இந்தக் கோயில் இல்லை. என்றால், இந்த கோயில் ஆழ்வார்களின் காலத்துக்குப் பின் புதியதாக எழுப்பப்பட்ட கோயிலாகலாம். ஆயினும், இந்தக் கோயிலின் இறைவனைக் கருத்தில் கொண்டு பாடியதாகவே நம்மாழ்வாரின் பாடல் ஒன்று காணக்கிடைக்கிறது. இந்தக் கோயில் சார்ந்த இணையத் தரவுகள் பலவும் நம்மாழ்வார் இந்தக் கோயிலைப் பாடியுள்ளார் என்றே கூறிக் குழப்புகின்றன. இந்தக் கோயில் ஒருவேளை முன்னர் செங்கற் தளியாக இருந்து பின்னர் கற்றளியாக மாற்றப்பட்டிருக்கவேண்டும் என எண்ணத்தூண்டும் வகையில் இணையத்தின் தரவுகள் அவ்வாறு திசைத் திருப்புகின்றன. (பிற்சேர்க்கைப் பகுதியில் இச் செய்தி பற்றிய மாறுபாடும் இணைக்கப்பட்டுள்ளமைக் காண்க)

இந்த கோயில், அதனில் பொறிக்கப்பட்ட கல்வெட்டுகளின்படி சடையவர்மன் சிரீவல்லபனால் எழுப்பப்பட்டிருத்தல் வேண்டும். ஆக, அவர் பெயரிலேயே இந்த கோயிலின் இறைவன் பெயர் பெற்றுள்ளான். எனினும், கல்வெட்டுகள் எதிலும் இந்தக் கோயிலின் பெயர் குறிப்பிடப்படவில்லை. அல்லது மறையப் பெற்றிருக்கலாம். இதனை அவ்வாறு எண்ணும் வகையில், மேற்குப்புறக் கருவறைச் சுவரின் அடிப்பகுதியில் தற்காலத்தின் சிமெண்ட்டினாலான சிறுமேடை காணப்படுகிறது. அது, எத் தேவையும் இன்றி அங்கே அமைக்கப்பட்டுள்ளதால் பொதுவானதோர் ஐயம் எழுகிறது. இதற்கிணங்க, பட்டீஸ்வரத்துக்கு அருகில் உள்ள முதலாம் இராசராச சோழனின் மனைவியான பஞ்சவன் மாதேவியின் பள்ளிப்படைக் கோவிலிலும் இத்தகைய மறைப்பு வேலை நிகழ்த்தப்பட்டுள்ளதை அறியவும். கள ஆய்வின்போது இதனை நான் நேரில் கண்டறிந்துள்ளேன். அந்த கோயிலின் அடியத்தில் காணப்படும் கல்வெட்டுச் செய்திகளிடையே இடம்பெற்றுள்ள

'பள்ளிப்படை' எனும் சொல்லைக் கல்லால் சிதைத்து அழிக்க முயன்றிருப்பதை அதன் சிதைவுகள் காட்டும். அந்த கோயிலை வருமானத்துக்கான சிவன் கோயிலாக மாற்றவேண்டி முன்பு அவ்வாறு கீழ்த்தரமான வேலையைச் செய்திருந்தனர். (பார்க்க: படம் எண்: 2, 2அ.) இதனால்தான், குருவித்துறை கோயிலின் சிமெண்ட் மேடை மீது அவ்வாறான ஐயம் எழுகிறது. எனினும், இணையத்தரவுகள் குறிப்பிடுகிறபடியே ஆழ்வாரின் பாடலால் குறிப்பிடப்பட்டுள்ள நிலையில் ஒருவேளை சிரீமாறன் சிரீ வல்லபன் எனும் முந்தைய அரசனால் இந்தக் கோயில் முன்பு எழுப்பப்பட்டிருக்கலாம் என எண்ணத்தோன்றுகிறது. இவ் அரசன் காலத்தில் செங்கல் மற்றும் சுதைகொண்டு கட்டப்படும் கோயில் வழக்கமும் ஒருபுறத்தில் இருந்திருக்கவேண்டும். அவரது பெயரிலியே இந்தக் கோயில் வழங்கப்பட்டிருத்தல் வேண்டும். பின்னர் வந்த சடையவர்மன் சிரீவல்லபன் ஆட்சிக்காலத்தில் இந்தக் கோயில் முற்றிலும் நீக்கப்பட்டு புதியதாகக் கற்றளியாக்கப்பட்டிருக்கலாம். எனினும், இறைவன் பெயர் மாற்றப்படவில்லை. இரு அரசர்களும் ஒரே பெயர் கொண்டிருந்தமையால் பொருந்திப்போக, அந்தப் பெயரே ஒரு புறம் தொடர்ந்தது போலும். ஓர் ஊகம்தான்.

அவ்வாறெனில், அப் பழைய கோயிலின் முந்தையக் கல்வெட்டுகள் என்ன ஆயின என்ற கேள்வி எழுகிறது. காஞ்சி புரத்தின் உலகளந்த பெருமாள் கோயில் பல்லவர்களால் எழுப்பப் பட்டிருந்தது. அந்தக் கோயில் பின்னர் சோழர் ஆட்சியின்போது குலோத்துங்கச் சோழனால் திருத்தியமைக்கப்பட்டுள்ளது. இதனால், அதன் முந்தைய கோயிலின் கல்வெட்டுகள் தரையினில் பாவப்பட்டும், திருச்சுற்று மதில்களில் பதியப்பட்டிருப்பதனையும் காணவியலும். என்றால், புதியதாக மாற்றியமைக்கப்பட்ட உலகளந்த பெருமாள் கோயில் விமானத்தின்-அதாவது, கருவறைப் புறச்சுவர்களில் பொறிக்கப்பட்டுள்ளக் கல்வெட்டுகளில் குலோத்துங்கச் சோழனின் கல்வெட்டே பழமையானது. இதனை எனது முந்தைய ஆய்வு நூல் விளக்கிக்கூறும்.[3] அவ்வாறே, சித்திரரத வல்லபப் பெருமாள் கோயிலின் பழங்கோயிற் கல்வெட்டுகள் திருச்சுற்று மதிலில் பதியப்பட்டிருக்கலாம். எனினும், திருச்சுற்று மதில் இன்று மறுசீரமைப்புடன் காணப்பட்டிருப்பினும்கூட அவற்றின் எவ்வொரு கல்லிலும் யாதொரு கல்வெட்டுகளும்

இருப்பதாகத் தெரியவில்லை. இவ்வாறான கோணத்தில் எண்ணிப் பார்ப்பதன் பின்னணியில் இணையச் செய்திகள் குறிப்பிடுகிற (முன்பு குறிப்பிட்டிருந்த) நம்மாழ்வாரின் பாடலும், அவர் எந்த நூற்றாண்டினர் என்பதில் கிடக்கும் குழப்பமும்தான் காரணங்களாக முன்னிற்கின்றன. என்றால், நம்மாழ்வார் எந்தக் காலத்தைச் சேர்ந்தவர் என்பதைத் தெரிந்துகொள்வது இவ் ஆய்வின் தற்காலிகத் தேவைக்காக!

'சான்றுகள் இல்லாத பெயருக்கு மெனக்கிடவேண்டுமா?' என்று கேள்வி எழலாம். எனினும், பழங்கோயில்களின் பெயர்கள் சில காரணங்களால் மாற்றி வழங்கப்பட்டிருந்துள்ளதையும் வரலாற்றால் உணரவியலுகிறது. வலுக்கட்டாயமாகவும் சில கோயில்களின் பெயர்கள் சமஸ்கிருதப் பெயர்களால் மாற்றி வழங்கப்பட்டு வருவதும் கண்கூடு. இதனால்தான் சான்றுகள் தற்போது இல்லையெனினும், அதனை எளிதாகக் கடந்துசெல்ல இயலவில்லை. ஏனெனில், அது வரலாற்றுக் காலத்தியதோர் மன்னனின் பெயராக மட்டுமின்றி அப்பெயர் அந்த கோயிலை எழுப்பிய அரசனின் பெயராக இருப்பதனால்தான். இதனால், அது சான்றுகளை இழந்து நிற்கும் பெயராகவே அதனை மதிப்பிடத் துணிந்துள்ளது இவ் ஆய்வு.

இந்த கோயிலுடன் தொடர்புபடுத்திக் கூறப்பட்டுவரும் (கூறப்பட்டிருந்த) நம்மாழ்வாரின் காலத்தினை முதலில் அறிந்து கொள்வது இன்றியமையாதது. எனினும், அதற்கும் முன்பாக, முதலாம் பாண்டியப் பெருவேந்தர் காலத்தின் அரசர் வரிசைமுறை நிரலை இங்கு இடம்பெறச் செய்தல் பயன்தரும்.

பராந்தக நெடுஞ்சடையனால் வழங்கப்பட்ட வேள்விக்குடிச் செப்பேடு மிகச்சரியாக முற்காலப் பாண்டியர்களின் அரசர் வரிசை நிரலை அவர் வரையிலுமாக வெளியிட்டுள்ளது. எவ்வாறெனினும், முற்காலப் பண்டியர்களின் வரிசைநிரலில் இன்னமும் குழப்பம் நீடிப்பது உண்மைதான். சான்றுகள் அருகியிருந்த காலத்தில் எழுதப்பட்ட பழைய வரலாற்று நூல்களையே வேறு வழியில்லாமல் நாம் வாசிப்பதே இக் குழப்பத்துக்கான காரணம். இதனால், தெளிவான மற்றும் பிழையற்றதொரு புதிய பட்டியலை முற்காலப் பண்டியர்களால் வழங்கப்பட்டிருந்த செப்பேடுகளின் மூலம் தொகுத்து இவ் ஆய்வு

தெளிவாக வழங்கி உதவுகிறது. அந்த வகையில், களப்பிரர்களைத் துரத்தி மீண்டும் பாண்டிய நாட்டைக் கைப்பற்றியவராக 'கடுங்கோன்' எனும் பாண்டிய அரசனைக் காண்கிறோம். இதனை "ஒடுங்காமன்ன ரொளி நகரழித்த கடுங்கோ னென்னுங் கதிர்வேற் றென்னன்" என வேள்விக்குடிச் செப்பேட்டின் 22 மற்றும் 23 ஆம் அடிகளின் மூலம் தெரிந்துகொள்ளலாம்.[4] என்றால், கடுங்கோன் எனும் பாண்டியனே முற்காலத்தில் தம் பேரரசை நிறுவியவர் என்பது தெளிவு. இவர் தொடங்கி இரண்டாம் இராஜசிம்மன் வரையிலான அரசர்களை வரலாற்றறிஞர்கள் முற்காலப் பாண்டியர் என அடையாளப் படுத்தியுள்ளனர். இவர்கள் ஆண்ட காலமாக பொ.ஆ. 560 தொடங்கி 920 வரை என 360 ஆண்டுகள் அறியப்படுகின்றன. மேலும், முற்காலம் எனும் குறிப்பிடலானது சங்ககாலம் என்பதையும் குறிக்கும் என்பதால் இவ் ஆய்வு முற்காலப் பாண்டியர்களை 'இடைக்காலத்திய முற்காலப் பாண்டியர்' என மறு திருத்தம் செய்கிறது. அரசர் வரிசை நிரல் பின்வருமாறு:

1. கடுங்கோன்
2. மாறவர்மன் அவனிசூளாமணி
3. செழியன் சேந்தன் அல்லது சேந்தன் செழியன்
4. சிரீ மாறவர்மன் அரிகேசரி யசமசமன்
5. கோச்சடையன்
6. அரிகேசரி பராங்குச மாறவர்மன் எனும் முதலாம் இராஜசிம்மன்
7. பராந்தகன் நெடுஞ்சடையன் எனும் முதலாம் வரகுணப் பாண்டியன்

மேலுள்ள அனைவரும் தந்தை, மகன் எனும் உறவினராகவே இடையீடு ஏதுமில்லாமல் அரசராகத் தொடர்ந்தவர்கள்.

இதனையடுத்து, பராந்தக நெடுஞ்சடையனின் மகனான ஸ்ரீமாறன் ஸ்ரீவல்லபனின் செப்பேடுகள் ஏதும் இதுநாள் வரை கிடைக்கவில்லை. இதனால், இரண்டாம் இராஜசிம்மனின் சின்னமனூர் பெரிய செப்பேட்டின் மூலம் அவர் வரையிலான முற்காலப் பாண்டியர்களின் அரசர் வரிசைநிரல் நிறைவு செய்யப்படுகிறது. அவ்வகையில், எட்டாவது அரசனாக பராந்தகன் நெடுஞ்சடையனின் மகனான சிரீமாறன் சிரீவல்லபனும், ஒன்பதாமிடத்தில் அவரது முதலாம் மகனான இரண்டாம்

வரகுணவர்மனும், பத்தாமிடத்தில் இரண்டாவது மகனான பராந்தகன் வீர நாராயணனும், பதினோராம் இடத்தில் பராந்தக வீரநாராயணனின் புதல்வனான இரண்டாம் இராஜசிம்மனும் வரிசைபெறுகின்றனர்.

ஆக, பதினோரு அரசர்களுடன் முற்காலப் பாண்டிய பெரு வேந்தர் ஆட்சி நிறைவுறுகிறது. எட்டாவது அரசனான ஸ்ரீவல்லபனின் புதல்வர்களாக இருவர் அறியப்படுகின்றனர். முதலாமவரை இரண்டாம் வரகுணன் என்றும், இரண்டாமவரை பராந்தக வீரநாராயணன் என்றும் அறியலாம். இரண்டாமவர், தம் தமையன் ஆட்சியை விட்டு விலகியதும் ஆட்சிப் பொறுப்பேற்றுக் கொண்டவர். இவரையடுத்து, இவரது புதல்வரான இரண்டாம் இராஜசிம்மன் பாண்டிய வேந்தனாக அரசாண்ட நிலையில் இவருடனேயே முற்றுப்பெறுகிறது இடைக்காலத்திய முற்காலப் பாண்டிய பெருவேந்தர் காலம். கடைசி வேந்தனான இவ் இரண்டாம் இராஜசிம்மனை மூன்றாம் இராஜசிம்மன் என்றும் கூறுவாருண்டு. இதனால், முதலாம் வரகுணனின் தந்தையான இராஜசிம்மனை இரண்டாம் இராஜசிம்மன் என்பர். ஆயினும், இவருக்கும் முன்பாக பாண்டியருள் பிற எவரும் முதலாம் இராஜசிம்மனாக இருந்திருக்க வாய்ப்பில்லை. இதனை உறுதியாகக் கூறவியலும். பல்லவ வேந்தன் இராஜசிம்மனின் மகளுக்கும், பாண்டிய அரசன் கோச்சடையனுக்கும் பிறந்தவரே இவ் இராஜசிம்மன். நம் இதே கருத்தினை முன்மொழிந்தவாறு முன்பு அறிஞர் ழூவோ துபரேயிலும் கூறியிருப்பது குறிப்பிடத்தக்கது.[5] ஆக, தாய்வழிப் பாட்டனின் பெயர் சூட்டப்பெற்றவர். இதன்படி, இவரே பாண்டியருள் முதலாம் இராஜசிம்மன் ஆகிறார். இதனால், பராந்தக வீரநாராயணின் புதல்வரான மற்றொரு இராஜசிம்மனை இரண்டாம் இராஜசிம்மனாகத் தெளிவுறலாம். முந்தைய வரலாற்றாசிரியர்கள் இவரை மூன்றாம் இராஜசிம்மன் எனக் குழம்பியிருப்பதைக் காணலாம்.

முற்காலப் பாண்டியர் அரசர் காலவரிசை (கொடிவழி)

கடுங்கோன் - பொ.ஆ. 560 - 590
மாறவர்மன் அவனி சூளாமணி பொ.ஆ. 590 - 620
செழியன் சேந்தன் - பொ.ஆ. 620 - 650

மாறவர்மன் அரிகேசரி பொ.ஆ. 650 - 700
கோச்சடையன் - பொ.ஆ. 700 - 730
மாறவர்மன் இராசசிம்மன் - பொ.ஆ. 730 - 765
ஜடில பராந்தக நெடுஞ்சடையன் / முதலாம் வரகுணப் பாண்டியன் - பொ.ஆ. 756 - 815 (அ) பொ.ஆ. 765 - 815*
ஸ்ரீமாறன் சீவல்லபன் - பொ.ஆ. 815 - 862
இரண்டாம் வரகுணப் பாண்டியன் - பொ.ஆ. 862 - 885
பராந்தக வீர நாராயணன் - பொ.ஆ. 860 - 905
இரண்டாம் இராசசிம்மன் - பொ.ஆ. 905 - 920[6]

- ✶ மாறவர்மன் அரிகேசரியை கே.ஏ.நீலகண்ட சாஸ்திரி அவர்கள் அரிகேசரி மாறவர்மன் பராங்குசன் என அடையாளமிட்டுள்ளார். ஆனால், பராங்குசன் என்ற பெயர் முதலாம் இராஜசிம்மனுக்கான இயற்பெயராக இருந்துள்ளதாக அறியமுடிகிறது.
- ✶ கே. ஏ. நீலகண்ட சாஸ்திரி, பராந்தக நெடுஞ்சடையனின் காலத்தை பொ.ஆ. 756- 815 எனக் குறிப்பிட்டுள்ள நிலையில் அது பொ.ஆ. 765 - 815 ஆகவே இருத்தல்வேண்டும்.

ஏனெனில், இவ்வேந்தனின் திருப்பரங்குன்றத்துக் குடைவரைக் கோயிலின் கல்வெட்டு அவரது மூன்றாம் ஆட்சியாண்டில் வெட்டப்பட்டதாகும். அதாவது பொ.ஆ. 770ஆம் ஆண்டு. என்றால், ஆட்சிப்பொறுப்பை இவர் 767ல் முழுவதுமாக ஏற்றுள்ளார். எனினும், இணையரசனாக தம் தந்தையுடன் 765 லிருந்து கூடுதலாக இரண்டு ஆண்டுகள் ஆட்சி செய்துள்ளார் எனப் புரிந்துகொள்ளலாம். ஒரு புரிதலுக்காகக் கீழ்க்கண்ட குறிப்புகள் இங்குத் தரப்படுகின்றன.

- ✶ மாறவர்மன் அரிகேசரி - பொ.ஆ. 650 - 700 எனும் இந்த பாண்டிய அரசனே நின்ற சீர் நெடுமாறனாகவும் அறியப்படுபவர்.[7]
- ✶ திருவிளையாடற் புராணத்தால் இவரே கூன்பாண்டியன் எனவும் அறியலாம்.[8]
- ✶ அரிகேசரி பாராங்குச மாறவர்மன் எனும் முதலாம் இராஜசிம்மனே ‘தேர்மாறன்’ என அழைக்கப்பட்டவர்.[9]

* வேள்விக்குடிச் செப்பேட்டினையும் சீவரமங்கலச் செப்பேட்டினையும் வழங்கியவர் நெடுஞ்சடையன் பராந்தகன் ஆவார். இவர் தொடக்கத்தில் சைவ சமயத்தில் நாட்டம் கொண்டவராக இருந்து பின்னர் ஆழ்வாரின் விவரிப்பினால் வைணவத்துக்கு மாறியவர்.

* நெடுஞ்சடையன் பராந்தகனே முதலாம் வரகுணனாகவும் அறிஞர்களால் பெரிதும் நம்பப்படுபவர்.[10] இவ் ஆய்வும் அதனை ஐயத்துக்கு இடமின்றி வழிமொழிகிறது.

மேலும், கே.ஏ.நீலகண்ட சாஸ்திரி அவர்கள் தனது முந்தைய நூலான 'The Pandyan Kingdom' எனும் நூலில் பராந்தக நெடுஞ்சடையனின் காலத்தை பொ.ஆ. 765 - 815 என்றே மிகச் சரியாகக் குறிப்பிட்டுள்ளார்.[11] ஒரு வேளை அச்சுக்கோப்பில் 65 என்ற எண் 56 என இடம் மாறியிருக்க வாய்ப்புண்டு. இனி நம்மாழ்வாரின் காலத்தை அறிய முயல்வோம்

நம்மாழ்வார் காலம்

நம்மாழ்வாரின் பாடல்களில் வரலாற்றுக் குறிப்புகள் இடம் பெறவில்லை. இதனால், அவரின் காலத்தினை வரையறை செய்வதில் குழப்பம் நீடிப்பது உண்மைதான். எனினும், புறத் தரவுகளிலிருந்து அவரது காலத்தின் சுவடுகளை நோக்கிச் சென்றோமானால் அவரது துல்லியமான வாழ்வாண்டுகளைக் கூறமுடியவில்லை என்றாலும்கூட, எந்த நூற்றாண்டினர் அல்லது எவ்விரு நூற்றாண்டுகளுக்கு இடைப்பட்டவர் எனக் கூறவியலும்.

சீவரமங்கை என்ற கோயில் சீவரன் எனப் போற்றப்பட்ட பாண்டியன் பராந்தக நெடுஞ்சடையனின் (பொ.ஆ. 765 - 815) காலத்தில் கட்டப்பட்டதாகும். பராந்தகன், வேலங்குடி என்ற இவ்வூரைத் தன்பெயரிட்டுச் 'சீவரமங்கை' அல்லது 'சீவரமங்கலம்' எனத் தானமாக அளித்துள்ளார்.[12] இன்று இவ்வூர் வானமாமலை எனவும் நாங்குனேரி எனவும் அழைக்கப்படுகிறது.

வரகுணமங்கையின் பெருமாள் கோயில், முதலாம் வரகுணப் பாண்டியனின் (பொ.ஆ. 765 – 815) காலத்தில் எழுப்பப்பட்டதாகும். இவ்வூர், திருவைகுண்டம்-தூத்துக்குடி நெடுஞ்சாலையில் திருவைகுண்டத்திலிருந்து வடக்கு நோக்கி

இரண்டு கிலோமீட்டர் தொலைவில் அமைந்துள்ளது. ஆக, சீவரமங்கை, வரகுணமங்கை என்கிற இவ்விரு ஊர்களின் கோயில்களை நம்மாழ்வார் பாடியுள்ளதால் அவை மங்களாசாசனம் செய்யப்பட்ட கோயில்களாகச் சொல்லப்படுகின்றன. இதனால், நம்மாழ்வாரை முதலாம் வரகுணனின் உடன் காலத்தவர் எனக் கணித்துள்ளனர். ஏனெனில், இவருக்குப்பின் தோன்றிய நாதமுனிகளின் காலம் பொ.ஆ. 823 - 918 ஆக சில நம்பகமான தரவுகளால் பெறப்பட்டுள்ளதாகத் தெரிகிறது.[13] மேலும், நம்மாழ்வாருக்குப் பின்தோன்றிய இன்னொரு வைணவரான ஆளவந்தாரின் காலமாக, பொ.ஆ. 930 - 1037ஆம் ஆண்டுகள் சொல்லப்படுகிறது. ஆளவந்தார் மணவாளமுனிகளின் பெயரன் ஆவார்.[14] இது தவிர, புரட்சியாளர் இராமனுஜரின் காலம் பொ.ஆ. 1107 - 1137 எனத் திட்டவட்டமாக வரையறுக்கப்பட்டுள்ளது.[15] இக் காரணங்களின் அடிப்படையில்தான் மேற்கூறியபடி நம்மாழ்வாரின் காலத்தினை பொ.ஆ. 785 - 820 ஆம் ஆண்டாக ஊகித்துள்ளனர்.[16] இக் காலவரையறையின்படி அவர் 35 ஆண்டுகளே வாழ்ந்துள்ளார் என்பதாக!.[17] இப்படி அவர் 35 ஆண்டுகள்தான் வாழ்ந்திருந்தார் என்பதை எத் தரவுகளின் மூலம் அறிந்தனர் என்பதை அறிவதற்கில்லை.

மேற்தரப்பட்டுள்ள ஆண்டுக்கணக்குகள் முந்தைய ஆய்வாளர்களால் மிகக்கடினமாக ஆய்வுசெய்து பெறப்பட்டிருப்பினும்கூட, இவ் ஆய்வு அதில் முரண்படுகிறது. திருக்கோட்டியூர் கோயிலுக்கும் திருமோகூர் கோயிலுக்கும் நேரில் சென்று பதிகங்களைப் பாடியுள்ளார் நம்மாழ்வார். ஆக, இவ்விரு கோயில்களும் இவருக்கும் முன்பே இருந்தவை. பழங்கோயில்களாக இருப்பினும் கூட அவை அப்போது கற்றளிகளாக மாற்றப்பட்டிருந்த நிலையில் புதுப்பொலிவுடன் திகழ்ந்திருக்கலாம். என்றால், அவற்றினைக் கற்றளிகளாக்கிய பாண்டிய அரசர்கள் யார் யாரென அறிய வேண்டியுள்ளது. எனினும், அவ்வாறு அறிவதற்கு உதவும் கல்வெட்டுகளை நவீனகாலத்தின் கோமாளித்தனத் திருப்பணிகளால் அழித்து, மறைத்து, உடைத்து, இடம்பெயர்த்து, சிதைத்துவிட்டனர்.

திருக்கோட்டியூர் கோயிலுக்கு நான் சென்றுள்ளேன். இக்கோயில் முற்காலப் பாண்டியர் காலத்தியக் கலைக்கூறுகளை

தம் முகப்பு மண்டபத்தில் இன்னமும் தக்கவைத்துள்ளது. நிற்கும் யாளித்தூண்களை முற்காலப் பாண்டியர்கள் முன்பே படைத்துள்ளனர். அதாவது, விஜயநகரப் பேரரசின் காலத்துக்கும் முன்பே. ஆனால், பல்லவர்களைப் பின்பற்றி என்பதாகும். நம்மாழ்வார் இந்தக் கோயிலை வழிபடுவதற்கு முன்பே அது கற்றளியாக மாற்றப்பட்டிருத்தற் கூடும்.

ஆக, பராந்தக நெடுஞ்சடையன் (பொ.ஆ. 765 - 815) காலத்தில் திருக்கோட்டியூர் மற்றும் திருமோகூர் கோயில்கள் கற்றளிகளாக மாற்றப்பட்டிருக்கலாம். இதனை உறுதியாகச் சொல்வதற்குக் காரணமுண்டு. இவர் ஆட்சிக்கு வருவதற்கு முன்பே பல்லவப் பேரரசனான இரண்டாம் நந்திவர்மன் (பொ.ஆ. 731 - 796) மூன்று தளங்களுடனான விமானக் கோயிலை- அதாவது, விமானத்தின் மூன்று தளங்களிலும் கருவறைகளைக் கொண்டிருக்கும் கோயிலைத் தம் தலைநகர் காஞ்சிபுரத்தில் எழுப்பி முடித்திருந்தார். இந்தக் கோயில் இன்று ‘வைகுந்தப் பெருமாள் கோயில்’ என்று அழைக்கப்படுகிறது. இது அதன் தன்மையில் முதலாவது கோயில். இதற்கு முன்னர் முதலாம் நரசிம்மன் இத்தகைய மூதளக் கருவறைக் கோயிலை ஒற்றைக்கற் - கற்றளி விமானமாக மாமல்லபுரத்தில் செதுக்கியிருந்தார். ஐந்து- விமான-தொகுதியில் கடைசி ஒன்றாக இது தென்பகுதியில் இருக்கும்.(பார்க்க படம் எண்: 3)

இரண்டாம் நந்திவர்மனின் வைகுந்தப் பெருமாள் கோயிலை அடுத்து உத்திரமேரூரில் சுந்தரவரதராஜப் பெருமாள் கோயிலை அவ்வாறே மூதள கருவறைக் கோயிலாக அமைத்து வைத்தவர் அவரது மகன் நந்திவர்மன் (பொ.ஆ. 796 - 846) ஆவார். இவரும் தம் தந்தையைப் போன்றே, பாண்டியன் பராந்தக நெடுஞ்சடையனுக்கு உடன்காலத்தவராகிறார். என்றால், இத்தகைய மூதள-அடுக்கக விமானக் கோயில்களான திருக்கோட்டியூர் மற்றும் கூடலழகர் கோயில்களை பல்லவர் கோயில்களின் ஈர்ப்பினில் பராந்தகனே எழுப்பியிருந்துள்ளார் என உறுதியாகக் கூறவியலும். அல்லது, உத்திரமேரூர் கோயிலை இரண்டாம் நந்தியின் புதல்வன் தந்தி எழுப்பியது போன்றே தம் தந்தை எழுப்பிய திருக்கோட்டியூர் மூதள கோயிலின் தொடர்ச்சியாய் தொல்காலத்திய கூடல் அழகர் கோயிலை அவ்வாறு புதிய மூதள கோயிலாக ஸ்ரீமாற சிரீவல்லபன் மறு நிர்மாணம் செய்திருந்திருப்பார் என்றும் கருதலாம்.

எனவேதான், அந்தக் கோயிலை நம்மாழ்வாரால் பாட இயலவில்லை. அவரின் இறப்புக்குப் பின்னர் அந்தக் கோயில் எழுப்பப்பட்டிருக்கலாம். ஆயினும், சித்திரரத வல்லபப் பெருமாளை நம்மாழ்வார் தம் பாடல் ஒன்றில் குறிப்பிட்டுள்ளார் எனக் கூறிவருகிறோம் அல்லவா? என்றால், அந்தக் கோயில் அப்போது கட்டப்பட்டுக்கொண்டிருக்கலாம். அல்லது கட்டி முடியுந்தருவாயில்! அதாவது, செங்கற்தளியாகக் கட்டப்பட்டிருக்குமானால் - எனும் கோணத்தில் சொல்லுகிறேன். நம்மாழ்வாரின் காலமான பொ.ஆ 785 - 820 ஆண்டுகளின் படி அது பொருந்தியும் வருகிறது. சிரீமாற சீவல்லபன் தாம் ஆட்சியேற்ற தொடக்கக் காலத்தில் கூடல் அழகர் மற்றும் குருவித்துறைக் கோயில்களைக் கட்டிக்கொண்டிருக்கும் தருவாயில் நம்மாழ்வார் குருவித்துறை புதிய கோயிலின் இறைவனின் பெயரை உச்சரித்துப் பாடினார் எனப் புரிதலுறலாம்.

கூடலழகர் கோயிலின் முன்-சிற்றறை மண்டபம் எழுப்பக் கருங்கற்களைக் கொடையளித்திருப்பதை அந்தக் கோயிலின் வெகு முந்தைய கல்வெட்டொன்று உரைப்பதாகத் தரவுகள் அறியக்கிடக்கின்றன. இதைக் குறிப்பிடுவதற்குக் காரணம் சங்க இலக்கியங்களால் குறிப்பிடப்படுகிற இந்தக் கோயில் முற்காலப் பாண்டியர் காலத்தில் கற்றளியாக மாற்றப்பட்டிருந்தது என்பதற்காகத்தான். எனினும், இக்கோயிலைக் கற்றளியாக மாற்றியவர் பராந்தக நெடுஞ்சடையனா அல்லது அவரின் மகன் ஸ்ரீ வல்லபனா எனத் தெளிவுகொள்ள இயலவில்லை.

பல கோயில்களை எழுப்பியவராகப் பாண்டியன் பராந்தகன் வீரநாராயணனைத் தளவாய்புரச் செப்பேடு குறிப்பிடுகிறது. இந்த செப்பேடு அவரது 45-ஆம் ஆட்சியாண்டில் வெளியிடப் பட்டுள்ளது. ஆக, நெடிய ஆட்சியின் விளைவுகளைக் கூற இயலுகிற ஆண்டாக அது மூத்துள்ளது என அறியலாம். என்றால், "ஆறுபல தலைகண்டும் அமராலயம் பல செய்தும்" என அவரது சமூக மற்றும் சமயப்பணிகள் அந்த செப்பேட்டில் விதந்து கூறப் பட்டுள்ளதை இப்போது எடைபோடவியலும்.[18] தம் தந்தை தொடங்கிய திருப்பணிகளை இவர் முடித்துவைத்தவராகவும் இருத்தல்வேண்டும். தம் நாட்டில் ஓடும் ஆறுகளினிடையே பல தலை வாய்க்கால்களை வெட்டி, பாசன மேம்பாட்டினைச்

செய்தவராக இவர் அறியப்படுபவர். இதற்கான பொருட்செல்வம் அவரிடம் ஏராளமாக இருந்துள்ளது. இதனை “वश्थु वाहन”ங் கொண்டும் ஆறுபல தலை கண்டும் அமராலயம் பல்செய்தும்'' என சமஸ்கிருதச் சொல்லான ‘பொருட்செல்வ வாகனம்’ கொண்டும் எனும் சொற்றொடரால் வலுவாகக் குறிப்பிட்டிருப்பதால் ஏராளமான கோயில்கள் இவரது காலத்தில் முடிக்கப்பட்டும் புதியதாக எழுப்பப்பட்டும் இருந்தன என அறியலாம்.[19] எனின், எட்டு மற்றும் ஒன்பதாம் நூற்றாண்டுகளுக்கிடையில் வெகு விமரிசையாக கற்றளிகள் பாண்டிய நாட்டில் எழுப்பப்பட்டிருந்துள்ளன என்பதை மனக்கண்முன் நிறுத்திப்பார்க்க இயலுகிறது.

பல்லவர்கள், இடைக்காலத்திய-முற்காலப் பாண்டியர்களின் சமகாலத்தவர். மேற்குறிப்பிடப்பட்டுள்ள அவ்விரு நூற்றாண்டு களில் பல்லவரும் அந்த முற்காலப் பாண்டியரும் குடைவரை மற்றும் கற்றளிகளை ஏராளமாக அமைத்திருந்தனர். எழுப்பிக் கட்டி முடித்த கோயில்களும், புதியதாக எழுப்பப்பட்டுவரும் கோயில்களும் என அன்றைய காலகட்டம் மிக பரபரப்பாக இருந்திருக்க வேண்டும். இக் காலகட்டத்தில்தான் நம்மாழ்வார்; எழுப்பப்பட்ட கோயில்களைப் பாடியவராகவும் எழுப்பப்பட்டுக் கொண்டிருக்கும் ஒரு கோயிலைப் (அல்லது அதன் இறைவனைப்) பாடியவராகவும் இவ் ஆய்வு புரிந்துகொள்கிறது. எழுப்பப்பட்டிருக்கும் கோயிலின் இறைவன் பெயரைப் பயன்படுத்தியாகவேண்டும் என்ற வேட்கை அவருக்கு மிகுந்திருக்கலாம். என்றால், அப்போது ஆட்சியில் இருந்தவராக சிரீமாற சிரீவல்லபனைத்தான் நாம் நிறுத்தியாகவேண்டியுள்ளது.

சிரீமாற சிரீவல்லபனும் நம்மாழ்வாரும் அப்படி ஒன்றும் பெரிய ஆண்டுகளுக்கிடையேயான சமகாலத்தவர்களாக இருக்கவில்லை. என்றால், நம்மாழ்வாரின் கடைசி ஐந்து ஆண்டுகள் மட்டுமே அவர்களுக்கிடையேயான சமகாலமாக இருந்துள்ளது. அதாவது, ‘நம்மாழ்வார் 35 ஆண்டுகளே வாழ்ந்தார்’ எனக் கூறப்படுகிற தரவின் அடிப்படையில் அவ்வாறு குறிப்பிடுகிறேன்.

ஏனெனில், இயல்பாகவே கடவுளை அவ்வாறு தேரோட்டி என்ற பொருளில் நம்மாழ்வார் விளித்துப் பாடினாலும், அதன் பின்னணியில் அரசனின் பெயரும் அவரது சித்திரத்தேரும்

மற்றும் அவரால் எழுப்பப்பட்டுக்கொண்டிருக்கும் கோயிலும் என ஒரு புள்ளியில் அவை இணைவதையும் காணமுடிகிறது. ஆக, 'சித்திரத்தேர் வலவா' எனும் சொல்லாடலை நம்மாழ்வார் முதன்முதலாகவே கையாண்டார் எனப் புரிந்துகொள்ளலாம். இப்புரிதல்கூட பிறிதொரு கோணத்தின்படியே என்பதாகும். மேலும், பராந்தக நெடுஞ்சடையனின் நேரடி சமகாலத்தவராக நம்மாழ்வாரை முன்னிறுத்திய மேற்கூறிய ஓர் ஆய்வின் அடிப்படையில் அவரின் மகனான சிரீமாற சிரீவல்லபன்-(835 - 862) குருவித்துறையின் கோயிலை செங்கற் கட்டுமானமாக எழுப்பியிருக்கவேண்டும். என்றால், நம்மாழ்வார் முப்பத்தைந்து அகவையையும் தாண்டி சிறிதுகாலம் கூடுதலாக வாழ்ந்திருத்தற்வேண்டும் என்றும் நம்பலாம்.

நம்மாழ்வார் தாம் நேரிடையாகச் செல்லாத சில கோயில்களைத் தம் பாடல்களில் இடம்பெறச் செய்துள்ளார். அவ்வகையில், திருப்புளிங்குடி என்ற ஊரில் உள்ள பெருமாள் கோயிலுக்குச் சென்று வணங்கிய நிலையில் அந்த இறைவனின் மீது பதிகம் பாடியுள்ளார். அந்த பதிகத்தில் அவர் அருகில் உள்ள வரகுணமங்கை என்ற கோயிலின் இறைவனையும், அருகில் உள்ள மற்றுமொரு கோயிலான திருவைகுண்டம் கோயிலின் இறைவனையும் குறிப்பிட்டுள்ளார். ஆக, இந்த இரு கோயில்களையும் மங்களாசாசனம் பெற்ற கோயில்கள் என்பதைவிட பாடல்-வைப்பு பெற்றத் தலங்கள் எனக் கூறுதலே மிகப் பொருந்தும் என்பேன்.

நம்மாழ்வார், 'சித்திரத்தேர் வலவா' எனக் குருவித்துறை சிரீவல்லபப் பெருமாளைக் குறிப்பிடுவதாகக் கூறியிருந்தேன் அல்லவா? எனினும், குருவித்துறை என்ற அவ்வூரின் பெயரை அவர் குறிப்பிடவில்லை. அல்லது பிற ஏதோ அண்மையில் உள்ள ஒரு கோயிலில் நின்றுகொண்டு இக்கோயிலின் இறைவனைக் குறிப்பிட்டதாகவும் இல்லை. ஆனாலும், இதைப்பற்றி ஏதும் கவலைப்படாமல் இந்த கோயிலின் தலவரலாறு அல்லது இந்த கோயில் சார்ந்த (முந்தைய) புறத்தரவுகள் யாவும் இந்த கோயில் நம்மாழ்வாரால் மங்களாசாசனம் செயப்பட்டதாகக் கூறுகின்றன (கூறியிருந்தன). எதன் அடிப்படையில் அந்தத் தரவுகள் அவ்வாறு கூறுகின்றன என்றும் தெரியவில்லை.

இந்தக் கோயிலின் முதலாம் பிராகாரத்தில் பன்னிரண்டு ஆழ்வார்களின் சிலைகளும் நிறுவப்பட்டுள்ளன. கள ஆய்வின்போது இதுபற்றிக் கோயில் அர்ச்சகரிடம் விசாரித்தேன். அதாவது, "நம்மாழ்வாரின் சிலை, சிறப்புச் சிற்பமாக ஏதேனும் கருவறையில் வைப்பிடம் கண்டுள்ளதா?" என வினவினேன். "ஆம்! உற்சவ மூர்த்தியாக" என்றார். 'விழாவுரு' எனும் உற்சவமூர்த்திக்கான சிற்பம் உலோகத்தால் வார்க்கப்படுவதாகும். ஆக, அங்கு நம்மாழ்வாரின் சிற்பம் சிறப்புச் சிற்பமாக வைப்பிடம் கண்டுள்ளது. என்றால், இது மேலும் நம்மைக் குழப்புகிறது அல்லவா? உண்மையில், அந்த சிலை கோயில் எழுப்பிய காலத்திலேயே வழங்கப்பட்டிருந்தால், இக்கோயில் ஏதோ ஒரு வகையில் பாடல் வைப்புத்தலமாகவே அமைந்துவிடும். அல்லது, அவ்வாறின்றி பிந்தைய காலத்தில்தான் அச்சிலை வழங்கப்பட்டிருக்குமேயானால் கதை வேறாகிவிடும். எனவேதான், இச் சிக்கலை ஒரு கருதுகோளாகவாவது விட்டுச்செல்லலாம் எனும் நோக்கத்துடன் சற்றுக் கூடுதலாக இங்கு விளக்கியுள்ளேன்.

நம்மாழ்வார், மதுரைப் பகுதியில் உள்ள அழகர் கோயிலுக்கும் (திருமாலிருஞ்சோலை) மற்றும் திருமோகூருக்கும் நேரிடையாக வந்துள்ளார். அழகர்மலைத் திருமாலின் மீதும் திருமோகூரின் திருமாலின் மீதும் பதிகங்களைப் பாடியுள்ளார். அதாவது, ஒவ்வொரு கோயிலின் மீதும் பத்துப் பத்துப் பாடல்களைப் பாடியுள்ளார். அவர், இவ்விரு கோயில்களுக்கும் வருகை தந்த காலத்தில் குருவித்துறையின் பெருமாள் கோயில் கட்டப்பட்டுக்கொண்டு இருந்திருக்கலாம். எனவேதான், அதனைக் கேள்விப்பட்டவராய் அவ் இறைவனின் பெயரினைத் தம் பாடலில் பயன்படுத்தியிருக்கக் கூடும். எடுத்துக்காட்டாக, முன்பு கட்டப்பட்டுக்கொண்டிருந்த பராக்கிரமப் பாண்டியன் கல்லணையை எவ்வாறு ஓர் அடையாளமாகப் பாவித்து நில எல்லையைக் குறிப்பிட கல்வெட்டுகளில் பயன்படுத்தினார்களோ அவ்வாறே கட்டப்பட்டுக்கொண்டிருந்தாலும்கூட அக் கல்லணையின் பெயர் 'பராக்கிரமப் பாண்டியன் கல்லணை' என உறுதி செய்யப்பட்டிருந்துள்ளது இங்குக் குறிப்பிடத்தக்கது. ஆக, நம்மாழ்வாருக்கு 'சித்திரத்தேர் வலவன்' எனும் புதிய பெயருடனான புதியதொரு கோயில் கட்டப்பட்டுக்கொண்டு வருவதை ஒரு தகவலாக பிறர் சொல்ல அறிந்து வைத்துள்ளார் என்பதாகும். ஊகம்தான். ஆனால் பொருந்துகிறது.

ஆழ்வாருக்கே வெளிச்சம்

நம்மாழ்வார் பயன்படுத்தியுள்ள ‘சித்திரத்தேர் வலவா’ எனும் சொற்றொடரை ‘சித்திரரத வல்லப’ என்பதற்கான சிலேடைப் பயன்பாடாக ஒரு வகையில் புரிந்துகொள்ளலாம். எனினும், ஆழ்வார்கள் வடசொற்களைத் தவிர்ப்பர் என்பதனால் அவ்வாறு வல்லப என்பதை ‘வலவ’ எனப் பயன்படுத்தியிருக்கலாம் கூட. இங்குச் சிலேடை ஆளுமை எனக் குறிப்பிட்டிருப்பது ஆழ்வார் பயன்படுத்தியிருக்கும் வலவா / வலவ என்ற சொல்லை வைத்தே. வலவ என்றால், வல்லவனை வலவ என எட்டாம் வேற்றுமை உருபின் இலக்கணத்துக்கிணங்க ஈற்றெழுத்தான ‘ன்’ கெட்டு அவ்வாறு ‘வலவ’ என விளித்தல் என்பது ஒரு கருத்தாயினும் வலவன் என்பதற்கான பொருள் ‘செலுத்துபவன் (சாரதி)’ என்பதாகும். அதாவது, அர்ச்சுனனுக்குத் தேரோட்டியாய் கண்ணன் இருந்தமையால் அவ்வாறு மறைபொருள் உணர்த்தப்பட்டுள்ளது. இதில் ‘வலவன்’ மறைபொருளா அல்லது ‘வல்லவன்’ மறைபொருளா என்பது ஆழ்வாருக்கே வெளிச்சம்.

‘வல்லப’ எனும் பெயர்ச்சொல்லை வடமொழி எனக் குறிப்பிட்டிருப்பினும் கூட அது ‘வல்லவன்’ எனும் தமிழ்ச்சொல்லின் கன்னட ஒலிப்பியலின்படியான சொல்லாகும்.

மேற்கூறியதற்கிணங்க, பாண்டியன் சடையவர்மன் சிரீவல்லபனை சில கல்வெட்டுகள் ‘சிரீவல்லவன்’ எனவும் குறிப்பிடுவதைக் காணமுடிகிறது. காட்டாக, பெருங்குளம் ஊரின் திருவழுதீஸ்வரர் கோயிலில் இடம்பெற்றுள்ள சிரீவல்லபனின் நான்காம் ஆட்சியாண்டுக் கல்வெட்டு ‘ஸ்ரீவல்லவ தேவர்’ என்றே குறிப்பிடுகிறது.[20] சேரன்மாதேவி அம்மைநாதன் கோயில் கல்வெட்டிலும் ‘ஸ்ரீவல்லவன்’ என்றே பெயர் பொறிக்கப்பட்டுள்ளது.[21] மாறவர்மனாக அல்லாமல் சடையவர்மனாக இவர் அறியப்படினும் ஓர் எளிய புரிதலுக்காக இவரை இரண்டாம் சீவல்லபன் எனவும் இவ் ஆய்வினில் குறிப்பிடப்பட்டுள்ளது.

நம்மாழ்வார் மன்னனைத் திருமாலாகப் பார்க்கும் நோக்கு உள்ளவர் என்பதனால் முதலாம் சிரீவல்லபனை அவ்வாறு இறைவனாகவே மதிப்பளித்திருக்கலாம். எனவே, இவ் விளிப்பை அவ்வளவு எளிதாகக் கடந்திட முடியாது.

ஆக, நம்மாழ்வார் திடுமென 'சித்திரத்தேர் வலவா' என ஒரு புதிய பெயரைத் தம் பாடலில் பயன்படுத்தியிருப்பதனால், 'ஏன் அப்படி' என்றும் 'எதன் பேரில்' என்றும் கேள்வி எழுவது இயல்புதானே! ஏனெனில், இதற்கு முன்னர் எவ் ஆழ்வார்களும் இந்த பெயரைப் பயன்படுத்தியதாக அறியமுடியவில்லை. என்றால், இது ஏதும் சிந்திக்காமல் அல்லது தன்னையுமறியாமல் ஒருவேளை ஆழ்வார் அவ்வாறு அழைத்திருப்பாரா என்றும் எண்ணத்தோன்றுகிறது. எவ்வாறெனினும், இஃதோர் ஒப்புமைப்பிழையே என ஆய்வு நெறிமுறையின்படி கடந்து சென்றுவிட இயலும். அதாவது, தொடர்பில்லையெனினும் வேறு இரு விடயங்கள் ஒத்துக்காணப்படுகிற நிலையில் ஒரு குழப்பத்தை உண்டுபண்ணுவதைப் போன்றதே என. என்றாலும், அவ்வாறு கடந்துசெல்ல முடியாத அளவில் நம்மாழ்வார் பயன்படுத்திய சொற்றொடரும், அவரின் வாழ்ந்த காலமும், குருவித்துறையின் இறைவன் பெயரும் ஒரே புள்ளியில் தொடர்புகொண்டிருப்பதை இவ் ஆய்வு பொருட்படுத்துகிறது.

எவ்வாறெனினும், சித்திரரத வல்லபப் பெருமாள் என்ற பெயர் அக் கோவிலின் கல்வெட்டுகளில் ஏதும் குறிப்பிடப்படவில்லை. மாறாக, 'திருச்சக்கரத்தீர்த்தத்து நின்றருளிய பரமசுவாமிகள்' என்றே கல்வெட்டுகளில் குறிப்பிடப்படுகிறது. எனினும், 'திருச்சக்கரத்தாழ்வார் கோயில்' என அங்குள்ள கல்வெட்டில் முன்பு நேரில் படிக்கப்பட்டதாக முன்னாள் தொல்லியல் துறை அறிஞர் குறிப்பிடுகிறார்.[22] கல்வெட்டுகளில் 'திருச்சக்கரத்தாள்வார்' அல்லது 'திருச்சக்கரத்தாழ்வார்' என இருவகையிலேயே குறிப்பிடப் பட்டுள்ளதை அறியலாம். திருச்சக்கரத்தாழ்வார் என இறைவனை அழைக்கும் மரபென்பது ஒருவகையில் இக் கோயிலிலிருந்துதான் தொடங்கியிருக்குமோ(?) என எண்ணத்தோன்றுகிறது. எனினும், அது முதலாம் சிரீமாற சிரீவல்லபனுக்கும் முந்தைய பெயர் வழக்காக இருந்திருக்குமோ என்னவோ! இன்று, 'கோயில் குருவித்துறை' என அறியப்படுகிற அவ்வூரின் அந்தக் கோயில் பகுதி முன்பு 'சக்கரத்தீர்த்தம்' என வழங்கப்பட்டிருந்தது. என்றால், அந்தத் தீர்த்தம் சார்ந்த இடவாகுபெயராகவே 'திருச்சக்கரத்தீர்த்தத்து நின்றருளிய பரம சுவாமிகள்' எனப் பெயர் சூட்டப்பட்டிருந்ததை அறியலாம்.

மேலும், ழகர குழப்பம் இந்த கோயிலின் அனைத்துக் கல்வெட்டுகளிலும் இடம்பெற்றுள்ள நிலையில் எழுத்துப் பிழைகளும் உள்ளன. தற்போதைய கோயிலை எழுப்பிய (இரண்டாம்) சிரீவல்லபன் இறந்த நிலையில் அந்த கோயிலின் பழைய பெயரும் இவரது பெயரும் ஒன்றாகவே இருப்பதனால் மீண்டும் அப் பெயரிலேயே இந்த கோயில் வழங்கப்பட்டிருந்திருக்கலாம். வரலாற்றுப் பெயராகவே இப்பெயர் தன்மைகொண்டுள்ளதால் உண்மையில் இந்த கோயிலுக்கு இந்த பெயரும் உண்டு என்றே தெரிகிறது. ஆனால், எச் சான்றுகளின் மூலம் இந்தப் பெயரை அறிந்தனர் என்ற விவரம் அறிவதற்கில்லை.

பாண்டியன் சேந்தன் செழியன் காலத்திலேயே தென்கரை, குருவித்துறை, சோழவந்தான் எனும் ஊர்கள் அந்த வேந்தனின் கட்டுப்பாட்டிலும் கவனத்திலும் இருந்துள்ளதை அறியமுடிகிறது. என்றால், "165 ஆண்டுகாலத்துக்குப் பின் அரசாள வந்த சிரீமாற சிரீவல்லபனால் ஏன் குருவித்துறையில் பெருமாளுக்கான செங்கல் தளி ஒன்று எழுப்பட்டிருந்திருக்கக் கூடாது?" என இப்படி ஒரு கேள்வி எழுகிறது. அவ்வாறே, சிரீமாற சிரீவல்ல பனுக்குப் (பொ.ஆ. 815 - 862) பிறகு 229 ஆண்டுகள் கடந்த நிலையில் ஆட்சிக்கு வந்த சடையவர்மன் சிரீவல்லபனால் (பொ.ஆ. 1091 - 1121) ஏன் அந்த கோயில் மீண்டும் கற்றளியாக மாற்றப்பட்டிருக்கக்கூடாது? என இப்படி இன்னொரு கேள்வியும் எழுகிறது. ஏனெனில், மண்டளி எனும் செங்கல் தளியைப் பொருத்தவரை ஏறக்குறைய 263 ஆண்டுகள் என்பது அந்த கோயில் சிதிலமடைந்து நிற்கும் காலமாகத்தானே இருத்தல்வேண்டும். ஆக, மேற்குறிப்பிடப்பட்டுள்ள கேள்விகள் ஞாயந்தானே? இங்கு, 263 ஆண்டுகள் எனக் குறிப்பிடுவதென்பது ஒருக்கால் சிரீமாற சிரிவல்லபன் (முதலாம்) பொ.ஆ. 830-இல் அச் செங்கற் கற்றளியைக் கட்டியிருக்கலாம் எனும் உத்தேசத்தின் அடிப்படையில்தான். ஆக, அதனை சிரீமாற சிரிவல்லபன் (இரண்டாம்) பொ.ஆ. 1092-இல் கற்றளியாக மாற்றினார் எனக் கொள்வோமானால் அக்கோயில் செங்கற்கற்றளியாய் அறிமுகம் ஆனதும் பின் கற்றளியாய் மாற்றம் கண்டதும் எனும் இவற்றினிடையே அவ் 263 ஆண்டுகளை எடையிட இயலும். எனின், சிதிலமடைந்த கோயிலே பின்னர் கற்றளியாக்கப்பட்டது எனும் கருதுகோளும் வலுப்பெறுகிறது அல்லவா?

கோயில் எழுப்பிய அரசனின் பெயராலேயே இறைவனின் பெயர் வழங்கப்பெறுவதைச் சான்றுகளின் அடிப்படையில் பல்லவர் காலத்திலிருந்தே அறியவியலும். முதலாம் பரமேஸ்வரவர்மன் எனும் பல்லவப் பேரரசன் கூரம் எனும் ஊரில் எழுப்பிய சிவன் கோயிலைத் தம் பெயரால் 'வித்யா வினீத பல்லவ பரமேஸ்வர கிருஹம்' என வழங்கியுள்ளார். (ஏன் சங்க காலத்திலேயே இம் மரபு இருந்துள்ளது என்பதற்கான கூடுதல் தகவல் இந்நூலின் பிற்சேர்க்கைப் பகுதியில் தரப்பட்டுள்ளது.) இம் மரபின் தொடர்ச்சியாய் அவரது புதல்வனான இராஜசிம்மன் எனும் பல்லவப் பெருவேந்தன் தம் தலைநகரினில் எழுப்பிய ஒப்பற்ற அருங்கோயிலுக்குத் தன் பெயராலேயே 'இராஜசிம்மேஸ்வரம்' எனப் பெயர்வைத்திருந்தார். தஞ்சைப் பெரியகோயிலும் கங்கைகொண்ட சோழீஸ்வரமும் தாராசுரத்தின் கோயிலும் அவற்றினை எழுப்பிய சோழப் பெருவேந்தர்களின் பெயர்களைக்கொண்டே வழங்கப்படுவதை மேலும் உணர்தல் வேண்டும். ஆக, சிரீவல்லபன் எனும் பெயரின் முன் 'சித்திரரத' எனும் சொல் சிறப்பு முன்னொட்டாக ஒட்டி நிற்கிறது. இதன் பொருள், கண்ணையும் கருத்தையும் கவரக்கூடிய வெகு அரிய அழகியச் சித்திரங்களால் அலங்கரிக்கப்பட்ட ஒரு சிறப்புத்தேர் என்பதாகும்.

மகாபாரத கண்ணனைச் சாரதியாகக் குறிப்பதானால் தேருக்கு முன்பாக சித்திர எனும் ஓர் உரிச்சொல்லை இட்டுத்தான் சொல்ல வேண்டிய தேவை இல்லை. என்றால், 'சித்திர' எனும் முன்னொட்டுச் சொல் வெறும் புனைவின்படியானதல்லவே. ஆழ்வார் அதனை இருப்பின் குறிப்பிலிருந்தே எடுத்துக்கொள்கிறார். என்றால், அஃதோர்சிறப்புத் தேராக இருக்கலாம். சித்திரங்களால் ஆன அரசனின் சிறப்புத் தேர். அதனை ஒத்த சித்திரங்களுடனான மற்றுமொரு சிறப்புத் தேரைக் குறிப்பிட்ட அக் கோவிலுக்கு முதன்முதலாக அறிமுகப் படுத்தியிருக்கலாம். இடைக்காலத்தில் கோவில் சார்ந்த விழாக்கள் திருவிழாக்களாகக் கொண்டாடப்பட்டபோது ஆங்கே இறையுருக்களின் உலாவும் அறிமுகமாகியிருத்தல் வேண்டும். ஆம்! கோவுலா போன்றதான இறைவுலா! ஆக, அரசனின் தேருலா போன்றே ஆண்டவனின் தேருலாவானது புதிய மரபாகத் தோற்றம் கண்டிருந்திருக்கவேண்டும். அதாவது, பாண்டிய நாட்டைப் பொருத்தவரை!

ஏனெனில், இறைத்தேருலா மரபு என்பது சோழநாட்டில் நாவுக்கரசர், திருஞானசம்பந்தர் காலத்திலேயே இருந்துள்ளதை பெரியபுராணம் எடுத்துக்கூறுகிறது. எடுத்துக்காட்டாக, ஏழாம் நூற்றாண்டினரான திருநாவுக்கரசர் தாம் திருவாரூர் இறைவன் மீது பாடிய பாடல்களில் ஏழாம் பாடலில் 'ஆழித்தேர் வித்தகனை நான் கண்டது ஆரூரே' என்கிறார். வெறுமனே 'தேர்' எனக் கூறாமல் 'ஆழி' எனும் பெயர் உரிச்சொலை ஒரு சிறப்பு முன்னொட்டாக குறிப்பிடப்பட்டுள்ளமைக் காண்க. 'ஆழி' என்றால் உருளும் சக்கரம் எனப் பொருள். ஆக, நாவுக்கரசரைப் பொருத்தவரை இறையுலாவிற்கான தேரின் அறிமுகத்தை பல்லக்கின் அடுத்த பரிணாமமாகவே பார்க்கலாம். ஆட்களால் தூக்கிச் செல்லும் பல்லக்கினைச் சக்கரம் பொருத்தி உருட்டிச்சென்றால்? மனிதர்களால் இழுக்கப்பட்ட கைரிக்ஷா போன்றல்லாமல் மிதித்து உருட்டும் ரிக்ஷா போன்று எனப் புரிந்துகொள்ளலாம்.

ஆக, மேற்வினவப்பட்டுள்ள, ஆட்களால் தூக்கிச் செல்லும் பல்லக்கினைச் சக்கரம் பொருத்தி உருட்டிச்சென்றால்? எனும் அப்படியான ஒரு கேள்வி-எண்ணம்தான் உருளும் சக்கரத்துடனான தேர் எனும் ஊர்தியை அறிமுகப்படுத்தியிருக்கவேண்டும். இஃதன்றி, அவ்வூர்திக்குத் தேர் என எதனின் அடிப்படையில் பெயர் வைத்தனர் என்ற கேள்வியும் எழுகிறது. என்றால், தேர் எனும் பெயர்ச்சொல்லின் வேர்ச்சொல்லானது தேர் என்றே ஒரு வினைச்சொல்லாக இருப்பது காண்க. ஆக, தேர் எனும் வினைச்சொல்லுக்கான பொருள் 'நாடிச்செல்லுதல்' என்பதாகும். இப்போது புரிகிறதா? ஓரிடத்திலிருந்து பிறிதோர் இடத்திற்கு நாடிச் செல்கிற நிலையில் ஊர்ந்து செல்லுகிற அதனைத் தேர் என்றே அழைத்திருந்தனர். ஆக, சக்கரங்களால் ஊர்ந்து செல்ல இயலுவதால் அதனை ஆழித்தேர் என நாவுக்கரசர் அழைத்திருக்கிறார். உண்மையில், ஆழித்தேர் என அச் சொல்லை அவர் எழுதும் போது அவரின் சிந்தையில் பல்லக்கின் உருவம் நிழலாடியிருக்கக்கூடும். ஏனெனில், திருஞான சம்பந்தரைச் சுமந்து பல்லக்குத் தூக்கியவராக அவர் அறியப்படுபவர். மேலும், தேர் எனும் சொல்லுக்கு "நாடிச்செல்லுதல்" எனும் ஆதியப் பொருளை சங்க இலக்கியங்களில் காணவியலும். எடுத்துக்காட்டாக, பின்வரும்;

முன்பகல் தலைக்கூடி நன்பக லவள்நீத்துப்
பின்பகல் பிறர்தேரு நெஞ்சமு மேமுற்றாய்

எனும் கலித்தொகையின் 74ஆம் பாடலின் 10, 11 ஆம் அடிகளினிடயே பயின்று வரும் 'தேரும்' எனும் சொல்லை அங்கு 'நாடிச்செல்லும்' எனும் பொருளில் பயன்படுத்தியிருப்பது காண்க.[23] ஆக, இவ்விரு அடிகளின் பொருள் யாதெனில், முற்பகலின்போது ஒருத்தியைப் புணர்ந்துவிட்டு பிற்பகலில் இன்னொருத்தியை நாடிச்செல்லுவதால் உனது நெஞ்சம் பைத்தியம் பிடித்துள்ளது எனக் கடிந்துரைப்பதாக அமைந்துள்ளது. என்றால், சக்கரத்தை முன்னிறுத்தி குறிப்பிடப்பட்டுள்ள ஆழித்தேர் பின்னர் வளர்நிலைப் புதுமைகளுடன் சித்திரத்தேராக பொலிவுகண்ட நிலையில்தான் பாண்டியரின் தேர் சித்திரத்தேராக வடிவமுற்றிருந்தது போலும்.

ஆக, எம் மரபும் ஒரு பெரு மரபாக நிலைக்கும் முன்பாக அஃதோர் தொடக்கத்தினை முதலாவதாகக் கொண்டிருந்திருக்கவேண்டும் அல்லவா? என்றால், பாண்டிய நாட்டிலும் தேர்த்திரு விழா எனும் அம்மரபிற்கான தொடக்க முனைவுகளிடையேதான் இக்கோயிலும் தேரினைப் பெற்று அவ்வாறு உலா வழக்கினை ஏற்றிருந்தது எனக் கருத இடமுண்டு. இதனால்தான், 'இயல்தேர் வளவ' எனக் குறிப்பிடப்பட்டுள்ள கரிகால் வளவனைப்போன்றே சித்திரங்களால் ஆன தேரை வாகனமாகக் கொண்டிருக்கும் வலவன் என அப் பெயர் நிலைத்தது போலும். இதனால், சக்கரத்தாழ்வார் என்ற பெயர் நாளடைவில் மறைந்து போக சித்திரத்தேர் கொண்டே அப்பெயர் நிலைத்திருக்கக்கூடும்.

இன்னொரு எண்ணத்தின்படி (முதலாம்) சிரீவல்லபன் தமது சித்திரத்தேரை இறைவனின் திருவுலாவிற்காகக் கொடையளித்திருக்கக் கூடும். அல்லது புதியதாக செய்து கொடையளித்திருக்கலாம். என்றால், திருவாரூர் தேரைப் பாடிய நாவுக்கரசர் மற்றும் சம்பந்தருக்குப் பின் தேர் மரபு தமிழகத்தின் பிற கோயில்களிலும் பின்பற்றப்பட்டிருத்தல்வேண்டும். தேர் என்றாலே சைவ வழக்கு எனும் போக்கை மாற்றி அதனை வைணவத்திலும் கொணர்ந்தவராக சிரீமாற சிரீவல்லபனைக் குறிப்பிடலாம். என்றால், நம்மாழ்வாரின் 'சித்திரத்தேர் வலவா'

எனும் விளிப்பில் களிப்பின்பம் தெரிகிறது. அதாவது, அட பார்த்தீர்களா! சைவத்தேர் மரபு இப்போது வைணவத்திலும்! என்ற நிறைவின்படியான உளவியலாகவே அச்சொறொடரை இனி உணரலாம். மேலும், வைணவத்தேர் மரபை முதன்முதலாகக் கொடியசைத்துத் தொடங்கி வைத்த கோயிலாக அன்றைய குருவித்துறைக் கோயில் இருந்திருக்கவேண்டும். நம்மாழ்வார் கூடுதலாக (சித்திரத்தேர் வலவா) 'திருச்சக்கரத்தாய்' என விளித்திருக்கும் நிலையில் குருவித்துறையின் 'சக்கரதீர்த்தம்' எனும் முந்தைய பெயரின் தொடர்பும் இப்போது நற்தரவாக வலுப்பெறுவதைக் காணலாம். ஆக, திருச்சக்கரத்தாய் என அவர் இறைவனை விளித்துள்ள நிலையில் கோயிலின் இறைவன் பெயரும் திருச்சக்கரத்தாழ்வார் அல்லது திருச்சக்கரத்தாள்வார் என்றே கல்வெட்டுகளில் குறிப்பிடப்பட்டிருப்பது காண்க.

ஆக, இப் பகுமானங்களின்படி இக் கோயிலின் இறைவனை முன்னிட்டே நம்மாழ்வார் 'சித்திரத்தேர் வலவ திருச்சக்கரத்தாய்' என அழைத்து ஆவணம் செய்துள்ளார் என ஓர் ஊகமாகக் குறிப்பிட்டிருந்துள்ள நிலையில் இப்போது அது உறுதியாகி நிற்பதும் காண்க.

'சித்திரத்தேர் வலவ' எனக் குறிபிட்டுள்ளதன் பின்னணியில் வரலாற்று நிகழ்வுகள் பிணைந்துள்ள நிலையில் இவ்வாறு உய்த்துணர்ந்து அறிந்துகொள்வதே சிறப்பைத் தரும்.

தேர் மரபு

ஓர் அரசன் தாம் பெற்றிருக்கும் சிறப்புத் தேரின் அடிப்படையில் அவரது சிறப்புப்பெயர் வழங்கப்பெறுவது முன்பு மரபாக இருந்துள்ளது. எடுத்துக்காட்டாக, ஒற்றைத் தேரினைக் கொண்டிருந்த முதலாம் கரிகால் வளவன் 'இயல்தேர் வளவ' எனக் குறிப்பிடப்பட்டிருந்துள்ளார். இதனை முன்பு குறிப்பிட்டிருந்தேன். அடுத்து, இளஞ்சேட்சென்னி எனும் சோழ அரசன் தாம் பெற்றிருந்த சிறப்புத் தேர்களின் அடிப்படையில் உருவப்பஃறேர் இளஞ்சேட்சென்னி என அழைக்கப்பட்டிருந்துள்ளார். ஆக, அவரது சிறப்பைப் புலப்படுத்தும் 'உருவப்பஃறேர்' என்ற சொல், முன்னொட்டாக இருப்பதைக் காணலாம். உருவப்பஃறேர் என்பது

ஒரு கூட்டுப் பெயர்ச்சொல். ஏதோ ஒரு புரியாத சொல்லாக இன்று இருப்பினும் கூட அது தூயத் தமிழ்ச்சொல்லே. உருவம் + பல் + தேர் என்பதின் கூட்டுச்சொல். குறிப்பாக, பஃறேர் என்பதன் பொருள், ஒன்றுக்கும் மேற்பட்ட பல தேர்கள் என்பதாகும். என்றால், தோற்றப் பொலிவில் ஆகச்சிறந்த பேரெழிலுடனான பல தேர்களைப் பெற்றிருக்கும் இளஞ்சேட்சென்னி என்பதாகும். உருவப்பஃறேர் என்ற சொல்லை அல்லது சொற்றொடரை முதன்முதலாக பொருநராற்றுப்படையில் காணமுடிகிறது. கரிகாலனின் (இரண்டாம்) தந்தையாக அவரைக் கூறும்போது இச் சிறப்புப் பெயரால் குறிப்பிடப்படுகிறார் - இளஞ்சேட்சென்னி.

பல தேர்களை வைத்திருக்கும் வெகு சிறப்பிற்கு முன்; ஒரே ஒரு தேர் வைத்திருந்தாலே சிறப்பு என்கிற அதற்கும் முந்தைய ஒரு காலகட்டம் இருந்திருக்கவேண்டும். ஆக, இவற்றிலிருந்து ஒன்றை நாம் புரிந்து கொள்ளவியலும்; அதாவது, இச்சிறப்புப் பெயர்களின் பின்னணியில் போக்குவரத்தில் ஏற்பட்ட அன்றைய புரட்சியை உணரமுடிகிறது. என்னைப்பொருத்தவரை, தேர்களின் அறிமுகக் காலகட்டமாக அது இருந்திருக்கவேண்டும். குதிரைப் பயன்பாடு தேருக்கு வழி வகுத்திருக்கும். எனவேதான், தேர்சார்ந்த அடைமொழி வழக்கம் அன்று இருந்துள்ளது.

மூவேந்தர் மரபில் முதன்முதலாக தேரைப் பயன்படுத்தியவர்கள் சோழர்களாக இருத்தல்வேண்டும். ஊர்திப் புரட்சியை அவர்களே செய்திருந்தனர். எடுத்துக்காட்டாக, ஒப்பற்ற எகிப்திய பாரோக்களும் குறிப்பிட்ட வெகுகாலம் வரை நடந்தே சென்று காலாட்படையாகவே போர் செய்துகொண்டிருந்த வரலாற்றினை நாம் அறிந்தே உள்ளோம். பின்புதான் அவர்கள் குதிரைக்கும் தேருக்கும் மாறினர். என்றால், தேர்ப் பயன்பாட்டினை உலக வேந்தர்கள் யாவரும் ரெடி ஒன், டூ, த்ரீ எனக் கொடியசைத்துப் பயன்படுத்தியதாக இல்லை. அவ்வாறிருக்க, தேர்ப் பயன்பாட்டினை முதன்முதலில் தென்னகத்தில் அறிமுகப்படுத்தியோர்களாக சோழர்களை முன்னிறுத்துகிறேன். எனவேதான், இளஞ்சேட்சென்னிக்கு உருவப்பஃறேர் என்ற ஓர் அரிய பெயர் சிறப்புப் பெயராக வழங்கப்பட்டிருந்துள்ளது. கிடைத்திருக்கும் இலக்கியச்சான்றுகளின் அடிப்படையில் அவ்வாறு கூறுகிறேன்.

சோழர்களைப்போன்றே, தொல்குடியோர்களாக அறியப்படும் பாண்டியர்களும் தேர்சார்ந்த பெயர்களைப் பெற்றிருந்துள்ளனர். இவர்கள் மட்டுமல்லாது குறுநில மன்னர்களாக அறியப்படுகிற திதியன், நன்னன் போன்றோரும் தேர் வைத்திருந்துள்ளதை இலக்கியங்கள் குறிப்பிடுகின்றன. திதியனை 'பொலந்தேர்த் திதியன்'[24] எனவும் நன்னனைப் 'பொலந்தேர் நன்னன்' எனச் சிறப்புப் பெயருடன் அறியலாம்.

தலையாலங்கானத்துச்செருவென்றபாண்டியநெடுஞ்செழியனை அகநானூறு 'திண்தேர்ச்செழியன்' என்று குறிப்பிடுகிறது.[25] அவ்வாறே, மரபாக வழங்கப்படும் 'இயல்தேர்' எனும் சிறப்பு முன்னொட்டுடனான 'இயல்தேர்ச் செழியன்' எனவும் அவர் குறிப்பிடப்பட்டுள்ளார்.[26] புலவர்களே பெரும்பான்மையில் அன்று சிறப்புப் பெயர்களை ஆளும் வேந்தர் மற்றும் மன்னர்களுக்கு வழங்கிப் பாராட்டினர் என்பது குறிப்பிடத்தக்கது.

இயல்தேர்

தொடக்க காலத்தின் இயல்தேரினை, இன்றைய ராயல் என்ஃபீல்டு கம்பெனியின் தொடக்க வண்டியான புல்லட் ஸ்டேண்டர்டு (Bullet Standard 350 CC) போன்றது எனப் புரிந்துகொள்ளலாம். பின்னர், இயல் தேரினை அடுத்து வழக்கிற்கு வந்த திண்தேர், சித்திரத்தேர், விரைபரித்தேர் முதலிய தேர்களின் பெயர்களை அவற்றின் திறம் மற்றும் தரத்தின்படி வழங்கப்பட்டவையாக அறிதல்வேண்டும். என்றால், அவை ராயல் என்ஃபீல்டின் பிற வண்டிகளான கிளாசிக் 350 (Classic 350), மீட்டியர் 350 (Meteor 350), இன்ட்டர்செப்டர் 650 (Interceptor 650) போன்ற புதிய மாதிரி (New Models) வண்டிகளைப் போன்றே அன்றைய புதிய தேர் வகைகள் எனப் புரிதலுறலாம். கோயில்சார் ஆழித்தேர் அதன் தன்மையில் ஓர் அடிப்படைரகம் என்றால், சித்திரத்தேர், புதிய மாதிரியின்பாற்பட்டதெனப் புரிந்துகொள்ளலாம்.

கூடகாரத்துத் துஞ்சிய மாறன் வழுதியினை 'இயல்தேர் வழுதி' எனப் புறநானூறு குறிப்பிடுகிறது.[27] மருதன் இளநாகனார் பாண்டியனின் வீரத்தைப் புகழ்ந்து பாடும் பாடல் இது. வடபுலத்து வீர்களும் அஞ்சி நடுங்கும் இயல்புடையவராக வழுதி வலிமையுற்றவராக இருந்துள்ளார். என்றால், வடநாடுகளில்

இவர் போர் நிகழ்த்தியிருக்கவேண்டும். அத்தொலைதூரம் பயணித்துச்செல்ல அத்தகைய வலிமையான தேர்கள் அவரிடம் இருந்துள்ளன. எனவேதான் 'இயல்தேர்வழுதி' என்ற பெயர் அவருக்கு. கணியன் பாலனின் காலவரையறையின்படி கூடகாரத்துத் துஞ்சிய மாறன்வழுதி பொ.ஆ.மு. 105 - 70 ஆண்டிற்கு உரியவர்.[28]

இலவந்திகைப் பள்ளித் துஞ்சிய நன்மாறனை 'திண்தேர் அண்ணல்' என்கிறது புறநானூற்றின் 198-ஆம் பாடல்.[29] பாடியவர் வடம வண்ணக்கண் பேரிசாத்தனார். பாமுளூர் எறிந்த இளஞ்சேட்சென்னி 'இயல்தேர் அண்ணல்' என்று சிறப்பிக்கப் பட்டுள்ளார். பாடியவர் ஊன்பொதி பசுங்குடையார்.[30] கொற்கையிலிருந்து ஆட்சி செய்த ஒரு பாண்டியனை 'திண்தேர்செழியன்' என்கிறது அகநானூற்றின் 137ஆம் பாடல். பாடியவர் உறையூர் முதுகூத்தனார்.[31] இவர் வெற்றிவேல் செழியனாக இருத்தல்வேண்டும். தலையாலங்கானத்துச் செருவென்ற பாண்டியன் நெடுஞ்செழியனை இயல்தேர் செழியன் என்கிறது அகநானூற்றின் 209ஆம் பாடல். பாடியவர் கல்லாடனார்.[32] இயல்தேர் வளவ எனும் பழைய மரபின்படியான இயல்தேர் செழியன் எனும் சிறப்புப் பெயருடன் நெடுஞ்செழியன்!

சங்ககால சேர அரசர்களுக்கு 'இயல்தேர் ஆதன் அல்லது இயல்தேர் சேரன்' என்ற சிறப்புப் பெயர்கள் குறிக்கப்பெறவில்லை. எனினும், அவர்கள் தேர்களைப் பயன்படுத்தியமையைப் பதிற்றுப்பத்து எனும் இலக்கியத்தால் அறியலாம். நெடுந்தேர் எனவும் திண்தேர்[33] எனவும் சேரர்களின் தேர்கள் குறிப்பிடப்பட்டுள்ளன. சேர வேந்தர்களில் 'கொடித்தேர் அண்ணல்' எனக் களங்காய்க்கண்ணி நார்முடிச்சேரல் குறிப்பிடப்படுவது குறிப்பிடத்தக்கது.[34]

இயல்தேர் வளவ, இயல்தேர் வழுதி போன்றே பெருஞ்சேரல் இரும்பொறை எனும் சேர வேந்தன் மட்டுமே 'இயல்தேர்ப் பொறைய' என விளிக்கப்பட்டுள்ளார்.[35] இளஞ்சேரல் இரும்பொறையை பதிற்றுப்பத்து 'பொலந்தேர்ப் பொறைய' என்று குறிப்பிடுகிறது பதிற்றுப்பத்தின் - ஒன்பதாம் பத்து.[36]

பொலந்தேர் பொறையன் போன்றே பொலந்தேர் திதியன் (அகம் -25) பொலந்தேர் நன்னன்[37] போன்றோரும் தேர்சார்ந்த பெயருடன் அழைக்கப்பட்டோராய் அறியப்படுகின்றனர்.

பதிற்றுப்பத்தின் நான்காம் பத்தினைப் பாடியிருப்பவர் காப்பியாற்றுக் காப்பியனார் எனும் புலவர். இந்நான்காம் பத்து களங்காய்க்கண்ணி நார்முடிச்சேரலின் மீது பாடப்பட்டுள்ளது. அவ் வகையில் 40-ஆம் பாடலின் 14-ஆம் வரியில் பொலந்தேர் நன்னன் எனக் குறிப்பிடப்பட்டுள்ளது காண்க. பொலந்தேர் நன்னன் களங்காய்க்கண்ணி நார்முடிச்சேரலுக்கு நிகர்காலத்தியவர். காப்பியாற்றுக் கண்ணனார் இரண்டாம் கரிகாலனின் காலத்தில் வாழ்ந்த புலவர். இந் நன்னன் இரண்டாம் நன்னன் ஆவார். இவர் பொலந்தேர் நன்னன் என அழைக்கப்பட்டுள்ள நிலையில் பொன்னாலான தேரையுடைவர் என்பது தெளிவாகிறது. குறுநில மன்னனான நன்னனே பொன்னாலான தேரைப் பெற்றிருக்கின்றார் என்றால், இவருடைய காவல் மரமான வாகையை வெட்டிச்சாய்த்த களங்காய்க்கண்ணி நார்முடிச்சேரலுக்குத் தேர் சார்ந்த பெயர் இல்லையா? எனக் கேள்வி எழலாம். மேற்குறிப்பிட்டது போல கொடித்தேர் அண்ணல்[38] என, நார்முடிச்சேரல் புகழப்பட்டுள்ளதை மீண்டும் நினைவில் இருத்துக.

தேரின் உச்சியில் கொடி கட்டும் மரபின் தொடக்கத்தின்படியான சிறப்புப் பெயராகவே ‘கொடித்தேர் அண்ணல்’ தெரிகிறது.

வெண்டேர்ச்செழியன் எனும் பாண்டிய அரசன் இடைச்சங் கத்தினைத் தோற்றுவித்தவர் எனக் கூறப்படுகிறார்.[39] என்றால், இவர் மிகத் தொல்காலத்தவர் என்பது உறுதி. வெண்மையான தேரை உடையவர் என்பதால் வெண்டேர் எனும் சிறப்புப்பெயர். வெண்டேர் என ஒற்றைத்தேர் சிறப்பினால் அவ்வாறு அழைக் கப்பட்டவர். இவர் முதலாம் கரிகாலனின் சமகாலத்தவராக இருத்தல்வேண்டும். அல்லது சற்று முன் பின்னானவராகவும் இருக்கலாம். இருவருக்கும் தேர் சார்ந்த அதுவும் ஒற்றைத்தேர் சார்ந்த புகழ்ப்பெயர்கள் இருந்துள்ளன. பாண்டியருள் தேரின் பெயர்கொண்டு வெகுமுன்னோனாக அறியப்படுகின்றவர் இவரே. இவ் ஒரு-தேர் மரபிற்குப் பின்னர் வளர்ச்சியுற்றக் கால கட்டத்தில்தான் பல தேர்களை வைத்திருக்கும் காலகட்டம் உருவானது போலும். இக் காலகட்டத்தில்தான் உருவப்பஃறேர் இளஞ்சேட்சென்னி அவ்வாறு பல தேர்களைப் பெற்றுச் சிறந்திருந்தார் எனப் புரிதல் பெறலாம்.

இயல்தேரின் பெயர்க்காரணத்தின் மீது இப்போது புதிய புரிதல் ஏற்படுகிறது. அதாவது, மரத்தின் இயற்கையான நிறத்துடனேயே அமைந்த தொடக்க மரபின்படியான தேர் வகை என்பதாக. இப் புதிய மற்றுமொரு புரிதலைத் தூண்டுவது செழியனின் ‘வெண்டேர்’ எனும் வெள்ளைத்தேரே ஆகும். என்றால், வெள்ளை வண்ணமிடப்பட்டு அழகூட்டப்பட்ட வெண்டேர். ஆக, தேர்களில் வண்ணமிடுதல் என்பதனை ஓர் அடுத்த நிலை வளர்ச்சியாகக் கொள்ளவேண்டும். இதன்படி, பாண்டியன் வெண்டேர் செழியனை இயல்தேரினனான முதலாம் கரிகாலனுக்குச் சற்றே பிந்தையவனாவே புரிந்துகொள்ளலாம்.

பத்துத் தேர்களை உடையவர் எனும் சிறப்பின்பேரில் இராமாயணத்தின் தசரதனும் அவ்வாறு அழைக்கப்பட்டுள்ளார். சதவாகனர் (சத = நூறு, வாகனம் = தேர்) எனும் தென்னகத்தைச் சார்ந்த அரச வம்சம் நூறு தேர்களைக் கொண்டிருந்தோர் என்பதற்கான பெருமையைச் சிறப்பிக்கும் வகையில் ‘தேர் நூறோர்’ எனும் பொருளில் அப் பெயரினைத் தாங்கியிருந்துள்ளனர்.

மகாபாரதப் போர் பொ.ஆ.மு. 3100 - 3000த்திற்கும் இடைப்பட்ட ஆண்டுகளில் நிகழ்ந்திருக்கலாம் என ஆய்வுகள் கூறுகின்றன. இப்போரில் தேரின் பயன்பாடு பெரிதாக இருந்ததெனக் கூறப்படுகிறது. அர்ஜுனனின் தேருக்கு வலவனாக இருந்தவர் கண்ணன். வலவன் என்றால், வடமொழியில் சாரதி என்று பொருள். என்றால், அத் தொல்காலத்திலேயே தேரின் பயன்பாடு இருந்துள்ளதை அறிய முடிகிறது. ஆயினும், இது எந்த அளவிற்கு நம்பகத்தன்மையானதாக இருக்குமென்று தெரியவில்லை. மகாபாரதம் தொகுக்கப்படுகிற நிலையில் அது தொகுக்கப்பட்ட காலகட்டத்தில் பயன்பாட்டிலிருந்த ஆபரணங்கள், ஆயுதங்கள், ஊர்திகள் என இன்னபிறவற்றினையும் சார்ந்தே அப்போரின் வர்ணனைகள் கூறப்பட்டுள்ளன. என்றால், மகாபாரதப் போர் தொல்மரபின் படியான போராக இருந்திருக்கவேண்டும். அதாவது, தேர்மரபினுக்கும் முந்தைய காலகட்டத்தில் அது நிகழ்ந்திருத்தல்வேண்டும். எனின், தேரின் பயன்பாடு அல்லது குதிரையுடனான தேரின் பயன்பாடு பொ.மு. 1200 அல்லது 1000-த்திற்கும் பின்பாகவே இருந்திருத்தற்கூடும். எனினும், முதற்சங்க காலத்தின் நூல்கள் ஏதேனும் கிடைத்திருப்பின்

உண்மையில் போருக்குரிய தேரின் தொடக்கத்தினை அறியப் பெற்றிருப்போம் அல்லவா?

போருக்குப் பயன்படுத்தப்படக் கூடியவையாகவும் வெகு தொலைவு பயணிக்கத்தக்க வலிமையைக் கொண்டவையுமான தேர்கள் பொ.ஆ.மு 800-களிலிருந்தே பயன்பாட்டிற்கு வந்திருத்தல் வேண்டும். இதனால், இதனடிப்படையில் முதலாம் கரிகாலனையும் இன்னபிற முடியரசர்களையும் இன்னமும் பின்னிருத்தலாம். என்றால், பொ.ஆ.மு. 8-லிருந்து 6-ஆம் நூற்றாண்டுகளுக்கு இடையில் முதலாம் கரிகாலனை நிறுத்தவேண்டும். தேர்ப்புரட்சி ஏற்பட்ட காலகட்டத்தில் அவர் அரசராக இருந்துள்ளார். எனவேதான், தேர்சார்ந்த சிறப்புப்பெயர் அவருக்கு! தேரின் வரவு பெரும் புரட்சியைப் போர் மரபில் புகுத்தியிருக்கவேண்டும். எவ்வாறு பீரங்கி இடைக்கால வரலாற்றில் உள்புகுந்து காட்சியை முற்றிலும் வேறாக மாற்றியதோ அவ்வாறே, அன்றைய தேரின் வருகையும் அதனாலான விளைவுகளும்.

தேர் மட்டுமின்றி, அதனை மிகக் கச்சிதமாக இழுத்துச் செல்லப் பொருத்தமாகப் பழக்கப்பட்டிருந்த குதிரைகளும் பெரும் வரமாகத்தான் அன்று அமைந்திருந்தன. இதனின் விளைவுதான் தென்கோடித் தமிழகத்திலிருந்து வடகோடியில் வெகு உயரமாக விளிம்புற்றிருக்கும் இமயமலை வரைச் செல்ல இயன்றது. என்றால், குதிரையில் செல்லும் வேகமே அன்றைய கால கட்டத்தில் நினைத்துப் பார்க்கவியலாத அதிபெரும் வேகமாக மதிப்பிடப் பட்டிருக்கலாம். கலாம் என உத்தேசமாகவே மதிப்பிட்டிருக்கிறேன் என்பதல்ல. அஃதோர் உண்மையான மதிப்பீடே. தேர் மற்றும் குதிரைகளின் வரவிற்கு முன்பு, 'இமயம்' பெரும்பாலும் சொற்கேள்வியாகவே தென்புலத்தார்க்குப் பெரும் வியப்பினை ஏற்படுத்தியிருக்கவேண்டும். உலகிலேயே அஃதொன்றே வெகு உயர்ந்த மலை எனக் கேள்விப்பட்டிருக்கவும் கூடும். ஏற்றினால் கொடியை இமயத்தில்தான் ஏற்றவேண்டும் என்ற தீவிரவெறியையும், பொறித்தால் இமயத்தில்தான் இலச்சினையைப் பொறிக்கவேண்டும் என்றதான தீவிரவாதமும் அன்று மனிதப் பிறவிக்கான குறிக்கோளாகவே தலைமுறை தலை முறையாகக் கடத்தி வரப்பட்டுள்ளது போலும்.

ஆக, தேரின் வடிவமைப்பியலில் (Structural Engineering of Cars) விளைந்த பெருநுட்பமும் குதிரையின் பயன்பாடும் இவற்றினைச் சாத்தியமாக்கித் தந்துள்ளன. இன்னும் சொல்லப் போனால், தேரின் பரிணாம உச்சமாக அதிர்வுகளைத் தாங்கு வதற்கான உலோக நீள் தட்டுகளும் (shock absorbers) புதிதாக உட்படுத்தப்பட்டிருந்திருக்க வேண்டும். உட்படுத்தப்பட்ட அப் புதிய பாகத்தினால் தேரோட்டத்தின் போதான வழமையான கடும் அதிர்வுகளும் அப்படி இப்படி என ஆடும் ஆட்டங்களும் குலையை இடம்மாற்றிவைக்கக்கூடிய குலுங்கல்களும் மிகவும் குறைந்திருக்கவேண்டும். என்றால், தேர் வடிவமைப்பின் இயந்திரப் பொறியியற் நுட்பத்தில் என்றுமில்லாத பெரும் புதுமையைத் தேர்கள் அன்று எட்டியிருத்தல் வேண்டும். புதுமை என இங்குக் குறிப்பிடப்படுவது தேரின் கட்டுமான மற்றும் இயந்திர நுட்பத்தில் விளைந்த வளர்ச்சியுடனான நன் மாற்றங்களையே ஆகும். வடிவமைப்பில் ஆகச்சிறந்த கலை நுணுக்கங்கள் பின்பற்றப்பட்டிருந்தன. வலிமையாக அவை வடிவமைக்கப்பட்டிருப்பினும் கூட, குதிரைகள் இழுத்துச்செல்ல எளிமையாக இருக்கவேண்டியதும் குறிப்பிடத்தக்கது. அவ்வாறான தரத்துடன் அதி நுட்பத் தேர்கள் பெருமை பாராட்டும் சிறப்பு ஊர்திகளாகவே அன்று இருந்திருக்கவேண்டும். இன்னும் புரியும்படியாகச் சொல்லப்போனால், 2020-ஆம் ஆண்டின் கணிப்பின் படி உலகின் மிக உயர்ந்த மகிழுந்தாக (car) Bugatti La Voiturer Noire முன்னிறுத்தப்பட்டுள்ளது. இதன் சாலை விலை (on road price) 18.7 மில்லியன் டாலர்களாகும். என்றால், இத்தகைய மதிப்புடனான தேராகத்தான் அன்றைய மூவேந்தர்களின் தேர்கள் இருந்திருக்கவேண்டும். எனவேதான், தேர்சார்ந்த சிறப்புப்பெயர் அன்று கொண்டாடப்படுகிற மரபாக இருந்துள்ளது.

இத்தகைய பெருமிதமான தேர்கள் அன்றைய புலவர்கள் மற்றும் ஆன்மீகப் புலவர்களான ஆழ்வார்களின் சிந்தனைகளில் ஆழமாகப் பதிந்திருக்கவேண்டும். எனவேதான், நேரடிப் பெயர்களாகவும் மறையடிப் பெயர்களாகவும் அவை கையாளப்பட்டிருந்தன.

கிள்ளிவளவன் எனும் சோழப்பெருவேந்தன்

உருவப் பஃறேர் இளஞ்சேட்சென்னியை அடுத்து தேர் சார்ந்த பெயர் பெற்றவராக சோழ வேந்தர்களுள் கிள்ளிவளவன் எனும்

பெருவீரன் திண்தேர் வளவன் என அழைக்கப்பட்டவர்.[40] இவர் குதிரை பூட்டிய தேரைப் பயன்படுத்தியவராகவும்; தேரில்லாமல் தனித்த குதிரையின் மீதமர்ந்தே பயணம் அல்லது போர் செய்பவராதலால் கலிமான் வளவ எனவும்;[41] வெகு உயரமான யானையின் மீது நின்று போர் செய்பவராகவும் சிறப்பிக்கப்படுபவர்.[42] அதாவது நெடுமாவளவன் என.

கடைச்சங்க காலத்தின் இறுதியிலும் முற்கால மற்றும் இடைக்காலப் பாண்டியர்களிடையே தேர்சார்ந்த பெயர்கள் தொடர்ந்து வழங்கப்பட்டு வந்தமையை இவ் ஆய்வு கூர்ந்துள்ளது. இடைச்சங்க காலத்தின் பாண்டிய வேந்தனான வெண்டேர் செழியன் தொடங்கி கடைச்சங்க காலத்தின் தலையாலங்கானத்துச் செருவென்ற பாண்டியன் நெடுஞ்செழியன் 'இயல்தேர் செழியன்' எனவும், கூடகாரத்து துஞ்சிய மாறன் வழுதி 'இயல்தேர் வழுதி' எனவும் இலவந்திகைப் பள்ளித் துஞ்சிய நன்மாறன் 'திண்தேர் அண்ணல்' எனவும் தேர்சார்ந்த சிறப்புப் பெயர்களால் அறியப்படுபவர்களாக இருந்துள்ளனர்.

தேர்மாறன் - மாறன்றேர்

சங்ககாலத்தினை அடுத்ததாக இடைக்காலத்திய-முற்காலப் பாண்டியருள் முதலாம் ராஜசிம்மன் எனும் வேந்தன் மீண்டும் தேர்சார்ந்த பெயருடன் 'தேர்மாறன்' என வழங்கப்பட்டிருந்துள்ளார். இவர் 'கோச்சடையன்' என்கிற ரணதீரணின் புதல்வர்.[43] தேர்மாறன் என அவ்வாறு ஒரு சில ஆய்வாளர்களால் குறிப்பிடப் பட்டிருந்தாலும் 'மான்றேர் மாறன்' அதாவது 'மான்தேர் மாறன்' என்பதே சரியான பெயர். வேள்விக்குடி செப்பேட்டின் மூலம் இதனைத் தெரிந்துகொள்ளவியலும்.[44] 'இயல்தேர் வளவன்' போன்றே 'மான்தேர் மாறன்' என அறியலாம்.

இயல்தேர், பொலந்தேர், திண்தேர், வெண்டேர், நெடுந்தேர் எனப் பயன்படுத்தப்பட்டிருந்த சிறப்பு உரிச்சொற்களை முன்னொட்டுகளாகப் பெற்றுவந்த தேர்மரபின் தொடர்ச்சியாக, மான்தேர் என இடைக்காலத்திலும் சமஸ்கிருதக் கலப்பின்றி தமிழால் ஆளப்பட்டிருப்பது குறிப்பிடத்தக்கது. மான்றேர்; மான் எனும் சொல்லை முன்னொட்டாகப் பெற்றுள்ள

நிலையில் மான் போன்று வேகமாக ஓடக்கூடிய தேர் எனப் பொதுப் புத்தியின்படி நாம் பொருள்கொள்ள நேரும். ஆனால், மானின் ஓட்டம் தப்பித்தலுக்கான ஓட்டம்தானே அன்றி துரத்தலுக்கானதல்ல. ஆக, குதிரைகளைத்தானே பூட்டியாக வேண்டும். ஆம்! உண்மையில் மான் எனும் சொல்லுக்கு குதிரை என்ற மற்றொரு பொருளும் உண்டு. சரி! அவ்வாறே எனின், குதிரையால் இழுக்கப்படும் தேர் என்ற பொருளில் அப்படி என்ன சிறப்பு இருந்துவிடப்போகிறது? எனவே, மேலும் புரிதலைத் துருவிய நிலையில் மான் எனும் சொல்லுக்கு உருவம் என்ற இன்னொரு பொருளும் உண்டு என்பதை அறிய நேர்ந்தது. உருவம் என்ற பொருளின் படி பார்த்தோமேயானால். உருவப்பஃறேர் எனும் இளஞ்சேட்சென்னிக்கான முன்னொட்டுச் சொற்றொடரை இப்போது ஒப்பு நோக்க இயலும். ஆக, அழகிய வடிவத்துடனான பல தேர்கள் என்பதே உருவப்பஃறேர் என்பதன் பொருள். என்றால், உள்ளத்தைக் கொள்ளைகொள்ளும் அழகிய நிறத்துடனும் கலைவடிவத்துடனான பல தேர்களைப் பெற்றிருக்கும் இளஞ்சேட்சென்னி என்பதே அதன் மிகச்சரியான பொருள். அதைப்போன்றதேயான அழகிய தோற்றப் பொலிவைக் கொண்டிருக்கும் தேரைப் பெற்றிருக்கும் மாறன் என்பதே தேர்மாறன் என்பதாகும். மான் என்றால் மகரமீன் என்ற வேறொரு பொருளும் உண்டு என்பதும் கவனத்தில் கொள்ளவேண்டியுள்ளது.

பிறிதோர் எண்ணத்தின்படி முதலாம் இராஜசிம்மன் மகர ராசியில் பிறந்தவராக இருக்கலாமோ? அவ்வாறென்றால், மகரமீனின் உருவத்தை தேரின் முகப்பில் பொறித்திருக்கலாம் கூட! உருவம் என்ற பொருளின் படியான சிறு ஊகந்தான் இப் பிந்தையப் புரிதலும்.

எவ்வகையாயினும், உருவப்பஃறேர் எனும் பழைய பன்மைச் சொற்றொடருக்கு ஒருமையின்படி உருவம் எனும் பொருள் தரவே 'மான்றேர்' எனப் பயன்படுத்தப்பட்டுள்ளது என்பதே சரியான புரிதலாகலாம். என்றால், 'இயல்தேர் வளவ' போன்று 'மான்றேர் மாற' என்பதாகும்.

எனினும், பாண்டியர் செப்பேடுகளை ஆய்வுசெய்து கொண்டிருந்த போது மற்றுமொரு பாண்டிய பெருவேந்தனானவர்

தேர்சார்ந்த சிறப்புப்பெயரை ஏற்றிருந்துள்ளதை அறிய நேர்ந்தது. தளவாய்ப்புரச் செப்பேடு பராந்தக வீர நாராயனனை "விரைபரித்தேர் வீர நாராயணன்'' என்று புகழ்கிறது.[45] இப்பெயரில் குழப்பமில்லாமல் தேரும் குதிரையும் நேரிடையாகவே பொருள் தந்துவிடுகின்றன.

தேர்சார்ந்த பெயர்களை இடைக்காலத்தில் காணுவதற்கில்லை. ஓரிரண்டு பெயர்களைத்தவிர வேறேதும் இருப்பதாகவும் தெரியவில்லை. பல்லவர், சாளுக்கியர் என இன்னபிற இடைக்காலத்திய அரசர்களிடையே கூட தேர்சார்ந்த சிறப்புப் பெயர்கள் காணப்படவில்லை. என்றால், அவ் வழக்கு ஒழிந்ததென்றே சொல்லலாம். ஆக, தொல்காலத்தில் அரிதாகவும் பெருமைபோற்றும் அடையாளமாகவும் இருந்த தேர்; பின்னர், வெகு புழக்கத்திற்கு வந்தமையால் அவை சார்ந்த பெயர்கள் கைவிடப்பட்டன போலும்.

சிரீமாறன் சிரீவல்லபன் (815 - 862)

பாண்டியன் சிரீமாறன் சிரீவல்லபனின் (815 - 862) சமகாலத்தவர்களாகத் தந்திவர்ம பல்லவனும் (796 - 847), அவரது மகன் மூன்றாம் நந்திவர்மனும் (846-69) இருந்துள்ளனர். சிரீமாறன் சிரீவல்லபனைத் தெள்ளாற்றுப் போரில் மூன்றாம் நந்திவர்மன் தோற்கடித்துள்ளார். இவர் பெருவேந்தர். தம் ஒருகுடையின் கீழ் பல்லவர் நாடு நீங்கலாக தமிழகம் முழுவதையும் ஆண்டுள்ளார். மக்களின் அன்பைப் பெற்ற பேரரசன் என இவரைச் சின்னமனூர் பெரிய செப்பேடு புகழ்கிறது.[46] இவரின் கீழ் சோழநாட்டின் சில வடபகுதிகள் இருந்திருத்தல் வேண்டும். அதாவது, குறிப்பிட்ட சில ஆண்டுகள் வரை கும்பகோணம் உட்பட சில முதன்மையான சோழப்பகுதிகளை இவர் ஆக்கிரமித்திருந்துள்ளார். இக் காலகட்டத்தில்தான் புதுக்கோட்டை மாவட்டத்தில் உள்ள சித்தன்னவாசல் குடைவரைக் கோயிலில் ஓவியம் தீட்டி முன்மண்டபமும் இணைத்துள்ளார். கும்பகோணம் நாகேஸ்வரசாமி கோயிலிலும் இவரது கல்வெட்டு இடம் பெற்றுள்ளமை குறிப்பிடத்தக்கது. அவ்வாறு பல்லவர்களின் கலைஞர்களுக்கு நிகராக பாண்டியக் கலைஞர்கள் ஓவியக்

கலையில் சிறப்புற்றிருந்துள்ளனர் என்பதால்தான் வல்லபனின் தேர், சித்திரங்களால் பொலிவுற்றிருந்துள்ளது. செழுஞ் சித்திரங்களுடனான சிறப்புத்தேராக அது இருந்திருத்தல்வேண்டும்.

பல்லவப் பெருவேந்தன் தந்திவர்மனை இவரது தந்தையான முதலாம் வரகுணன் (792 - 835) வென்றதன் விளைவாய் இம் முதன்மைப் பகுதிகள் சிரீமாறனிடம் தக்கவைக்கப்பட்டிருந்தன. முதலாம் வரகுணபாண்டியன் (765 - 815) பல்லவப்பேரரசன் தந்திவர்மனின் (796 - 847) சமகாலத்தவர். இவ் வரகுணனே தந்திவர்மனைப் பேரரசன் எனும் தகுதியை இழக்கச்செய்து கப்பம் கட்டச்செய்தவர். இதனால்தான், சோழ நாட்டின் பெரும்பகுதி இவரது ஆட்சிக்கு உட்பட்டிருந்தது.⁴⁷

சமகால அட்டவணை

கீழ் தரப்பட்டுள்ள சமகால அட்டவணையானது பல்லவர், பாண்டியர்களுக்கு இடையேயான வரலாற்றைப் புரிந்துகொள்ள உதவும் ஒரு சிறப்பு அட்டவணையாகப் பயன்படலாம். இதற்கிணங்க, பல்லவ நாட்டில் எழுப்பப்பட்ட மூதளக் கோயில்கள் (மூன்று கருவறைகளை ஒன்றின்மீது ஒன்றாகப் பெற்றக் கோயில்கள்) மற்றும் அதனைத் தொடர்ந்து பாண்டிய நாட்டில் எழுப்பப்பட்ட மூதளக் கோயில்களின் காலங்கள் எவையென அறிந்துகொள்ள உதவுகிறது. மட்டுமின்றி, பல்லவ, பாண்டிய, சோழர்களிடையேயான போர்கள் பற்றிய வரலாற்றுச் செய்திகளையும் காலப் புரிதல்களிடையே அறிந்துகொள்ளவும் உதவுகிறது.

பல்லவர், பாண்டியர் இடையேயான சமகாலம்		
பல்லவர்	பாண்டியர்	சமகால ஆண்டுகள்
ராஜசிம்ம பல்லவன் (பொ.ஆ.பி. 700 - 728)	கோச்சடையன் ரணதீரன் (பொ.ஆ.பி. 700 - 730)	28 ஆண்டுகள்
இரண்டாம் நந்திவர்ம பல்லவன் (731 - 796)	மாறவர்மன் முதலாம் ராஜசிம்மன் (730 - 765)	35 ஆண்டுகள்

பல்லவர், பாண்டியர் இடையேயான சமகாலம்		
பல்லவர்	பாண்டியர்	சமகால ஆண்டுகள்
இரண்டாம் நந்திவர்ம பல்லவன் (731 - 796)	பராந்தக நெடுஞ்சடையன் எனும் முதலாம் வரகுண பாண்டியன் (765 - 815)	31 ஆண்டுகள்
தந்திவர்ம பல்லவன் (796 - 847)	பராந்தக நெடுஞ்சடையன் எனும் முதலாம் வரகுண பாண்டியன் (765 - 815) ஸ்ரீ மாற ஸ்ரீ வல்லபன் (815 - 862)	19 ஆண்டுகள் 32 ஆண்டுகள்
மூன்றாம் நந்தி வர்ம பல்லவன் (847 - 869)	ஸ்ரீ மாற ஸ்ரீ வல்லபன் (815 - 862)	15 ஆண்டுகள்
நிருபதுங்கவர்ம பல்லவன் (865 - 913)	இரண்டாம் வரகுணப் பாண்டியன் (862 - 885)	20 ஆண்டுகள்
அபராஜிதவர்ம பல்லவன் (885 - 910)	பராந்தக வீர நாராயணன் (860 - 905)	20 ஆண்டுகள்

பல்லவர், பாண்டியர், சோழர் இடையேயான சமகாலம்		
பல்லவர்	பாண்டியர்	சோழர்
மூன்றாம் நந்தி வர்ம பல்லவன் (846 - 869)	ஸ்ரீ மாற ஸ்ரீ வல்லபன் (815 - 862)	விஜயாலயச் சோழன் (850 -871)
நிருபதுங்கவர்ம பல்லவன் (869 - 913)	இரண்டாம் வரகுணப் பாண்டியன் (862 - 885)	விஜயாலயச் சோழன் (850 -871) முதலாம் ஆதித்தியன் (871-907)
அபராஜிதவர்ம பல்லவன் (885 - 910)	பராந்தக வீர நாராயணன் (860 - 905)	முதலாம் ஆதித்தியன் (871-907/910)
அபராஜிதவர்ம பல்லவன் (885 - 910)	மாறவர்மன் இரண்டாம் இராஜசிம்மன் (905 – 920)	முதலாம் பராந்தகன் (907 - 955)

இவ் அட்டவணையின் படி முதலாம் பராந்தகன் பாண்டிய நாட்டின் மீது போர்தொடுத்த நிலையில் அப்போது ஆட்சியில் இருந்த இரண்டாம் இராஜசிம்மன் போரில் தோற்றவராய் இலங்கை அரசனிடம் சென்று உதவி கோரியிருந்தார். எனினும், இலங்கையில் அப்போது நிகழ்ந்த உள் நாட்டுக் குழப்பத்தினால், தம் மணிமுடி மற்றும் அரச சின்னங்களையும் அங்கேயே ஒப்படைத்துவிட்டு தனது தாய் பிறந்த சேர நாட்டிற்குச் சென்றுவிட்டார். அவரால் மீண்டும் நாட்டை மீட்க இயலாதுபோனது. இதனால், அதோடு முடிந்திருந்தது இடைக்காலத்திய முற்காலப் பாண்டியரின் ஆட்சி என்பதாக மூத்த வரலாற்றாசிரியர்களின் கருத்து.

2. பராந்தக வீர நாராயணன் (பொ.ஆ. 860-905)

சிரீமாறன் சிரீவல்லபனுக்கு இரண்டு மகன்கள் இருந்துள்ளனர். முதலாம் மகனாக இரண்டாம் வரகுணவர்மனை (862-885) அறிகிறோம். இரண்டாம் மகனாகப் பராந்தக வீரநாராயணன் அறியப்படுகிறார். இவ்விரு புதல்வர்களுமே தம் தந்தை இறந்த நிலையில் ஆட்சிப் பொறுப்பையேற்று அரசாண்டுள்ளனர். இதில் நுட்பமாகக் கவனிக்க வேண்டியது என்னவென்றால், மூத்தவர் மதுரையைத் தலைநகராகக்கொண்டு அரசாண்டவர். இளையவர் தென்பாண்டி நாட்டை ஆண்டிருந்துள்ளார். திருநெல்வேலி மாவட்டத்தில் உள்ள உக்கிரன் கோட்டையைக் கைப்பற்றி அங்கிருந்து ஆட்சி செய்துள்ளார். உக்கிரன் கோட்டை எனும் பெரும் கோட்டையைத் தன் பாட்டனான சடையவர்மன் பராந்தக நெடுஞ்சடையன் முன்பு அமைத்திருந்தார் என்பது குறிப்பிடத்தக்கது.[48] மீண்டும் அதனைக் கைப்பற்றவேண்டி அதனை ஆக்கிரமித்திருந்த குறுநில மன்னனுடன் பெரும்போர் செய்யவேண்டியிருந்தது. ஆக, சிரீமாற சிரீவல்லபனின் புதல்வர்கள் இருவரும் தன் பாட்டனார் நெடுஞ்சடையன் பராந்தகனான (முதலாம்) வரகுணனின் பெயரையே பெற்றிருந்துள்ளனர். மூத்த புதல்வன் (இரண்டாம்) வரகுணன் என்றும் இளைய புதல்வன் பராந்தகன் வீர நாராயணன் என்றும் பெயரைப் பெற்றிருந்துள்ளனர். என்றால், நெடுஞ்சடையன் பராந்தகனே முதலாம் வரகுணன் என்பது இவ் ஆய்வின் மூலம் மற்றுமொருமுறை தெளிவாகிறது.

நெடுநாளாகத் தொடர்ந்த பல்லவ-பாண்டிய போர் இரண்டாம் வரகுணவர்மனின் காலத்தில் முற்றுபெற்றிருந்தது. இதனின் காரணம், வரகுணன், பல்லவ வேந்தன் நிருபதுங்கவர்மனின் தலைமையை ஏற்கவேண்டியிருந்ததால்தான். ஏனெனில்,

மூன்றாம் நந்திவர்மனின் பெரும் முயற்சியால் குறுநில நாடாகக் குறுகிக்கிடந்த பல்லவநாடு மீண்டும் பல்லவப் பேரரசாக ஓங்கி நின்றது. இதனால், அவரது மகனான நிருபதுங்கனின் காலத்திலும் பேரரசாகவே அது நீடித்திருந்தது. வலிமையான பல்லவனை எதிர்க்கவியலாமல் இரண்டாம் வரகுணன் பல்லவனின் தலைமையை ஏற்றார் போலும்.

முத்தரையரை வீழ்த்தித் தஞ்சையைக் கைப்பற்றிய விஜயாலயச் சோழன் பல்லவரின் மேலாண்மையை ஏற்றிருந்தார். எனினும், பல்லவப்பேரரசின் ஏகப் பெருவேந்தனாக வீற்றிருந்த நிருபதுங்கனுக்கு அபராஜிதனால் பிரச்சினை உண்டானது. அபராஜிதன் நிருபதுங்கனுக்கு உடன்பிறந்தவன்தானெனினும் தாய் வேறு. ஆட்சியில் பங்குகேட்டு அபராஜிதன் உரிமைப் புரட்சி செய்தவராய் படைபலம் பெருக்கி ஒரு பகுதியை ஆளவும் தொடங்கியிருந்தார். இதனால், தம் மேலாண்மையையே சோழர் ஏற்கவேண்டும் என்பதற்காக விஜயலாயனின் மகனான முதலாம் ஆதித்தனுக்கு அபராஜிதன் உதவ எண்ணினார். முதலாம் ஆதித்தன் எப்பக்கமும் சாயாமல் ஆனால், ஒப்புக்கு அபராஜிதனை மேலாண் வேந்தனாய் ஏற்றிருந்ததாகத் தெரிகிறது.

முதலாம் ஆதித்தனை வென்றொழிக்க வரகுணன் தன் மேலாண் வேந்தன் நிருபதுங்கனுடன் சேர்ந்து களம் காண்கிறார். முன்பு முதலாம் வரகுணவர்ம பாண்டியன் இடவை மீது படையெடுத்து அதனைத் தம் நாட்டுடன் இணைத்துக்கொண்டார். இது குறிப்பிடத்தக்கது. அவ்வாறு இணைத்துக்கொள்வதற்கு முன்பு அதனை விஜயாலயன் கைப்பற்றியிருந்தார் போலும்.

இடவையில், தம் பாட்டன் முதலாம் வரகுணவர்மன் கட்டிய அரண்மனை இருந்ததால் அந் நகரத்தினை இழக்க இரண்டாம் வரகுணனுக்கு மனமில்லை. இடவை என்பது இன்றைய திருவிடைமருதூராக இருக்கலாம். ஆக, இடவையைத் தக்கவைத்தல் மற்றும் சோழன் முதலாம் ஆதித்தனைக் கிள்ளியெறிதல் எனும் இரட்டைக் குறிக்கோளுடன் வரகுணன் போர்தொடுத்துச் செல்கிறார். போர், இடவையில் நிகழ்ந்தவாறே அருகில் இருக்கும் திருப்புறம்பியம் நோக்கிச்செல்கிறது. ஆங்கே, அபராஜிதன், அபராஜிதனின் நண்பரான பிருதிவிபதி எனும் கங்க அரசன்

மற்றும் முதலாம் ஆதித்தன் ஆகியோரடங்கிய மூவர் கூட்டணி, நிருபதுங்கன் மற்றும் இரண்டாம் வரகுணப்பாண்டியனின் படையை எதிர்கொள்கிறது. கடும்போர் நிகழ்கிறது. போரின் முடிவு, மூவர் கூட்டணிக்கு வெற்றியைத் தேடித்தந்திருப்பினும், கங்கமன்னன் போரிலேயே இறக்க நேரிடுகிறது. நிருபதுங்கனும் பாண்டியன் வரகுணனும் பெருந்தோல்வியைச் சந்திக்கின்றனர். முடங்க நேர்ந்தாலும், நிருபதுங்கன் தன்பங்கிற்கு ஒரு பகுதியை ஆட்சி செய்துகொண்டு வரலானார். பாண்டியன் வரகுணனோ தாம் அடைந்த பெருந்தோல்வியின் காரணமாக, தம் தம்பியிடம் ஆட்சியை ஒப்படைத்துவிட்டுத் துறவறத்தை நாடிச்சென்றார். சைவப்பெருந்துறவியான மாணிக்கவாசகருடன் ஆன்மீகம் மேற்கொள்ளலானார்.

இவ்வாறு இரண்டாம் வரகுணன் ஆட்சிப்பொறுப்பிலிருந்து ஒதுங்கிக் கொண்டதால் பராந்தக வீரநாராயணன் பாண்டிய நாட்டின் பேரரசனாக நிலை உயரப்பெற்றார். இவர் பாண்டிய நாட்டின் தென்பகுதியை ஆண்ட போது ஆங்கே ஏராள சமூகப்பணிகளைச் செய்துள்ளார்.

பராந்தக வீரநாராயணனின் தளவாய்ப்புரச்செப்பேடு

அண்மையில் தளவாய்ப்புரத்தில் கண்டெடுக்கப்பட்ட செப்பேட்டை வழங்கியவராகப் பாண்டியன் பராந்தக வீர நாராயணன் அறியப்படுகிறார். இச்செப்பேட்டில் பராந்தகன், தன் அண்ணனை செந்நிலம் என்ற ஊரில் நிகழ்த்திய போரில் வென்றார் எனக்கூறப்பட்டுள்ளது.[49] எனினும், இவ் அண்ணன் வரகுணனா அல்லது வேறொரு அண்ணனா என இன்னமும் தெளிவுபெறாமல் கடந்து செல்கிறது வரலாறு. ஆயினும், அவ் அண்ணன் வரகுணனாக இருக்க வாய்ப்பிலை என்றும், வேறொரு அண்ணனாக இருத்தல்வேண்டும் எனவும் இவ் ஆய்வு தெளிவுகொள்கிறது. ஏனெனில், இச்செப்பேட்டில் பராந்தகன் தன் அண்ணன் வரகுணனைக் குறிப்பிடும்போது "எங்கோ" என்கிறார். அதாவது 'எங்கள் அரசன்' எனப் பெருமிதத்துடன். மட்டுமின்றி, தன் தமையனான வரகுணன் சடாமகுடத்தில் பிறைச்சந்திரனை அணிந்த சிவபெருமானை எப்போதும் தியானித்து வருபவர் என்கிறார். தாம் இச்சாசனம் வழங்கும் போது தன் தமையனான வரகுணபாண்டியன் இவ் உலகத்தைக் காத்து வந்தார் என

உயர்மதிப்புடன் கூறுகிறார்.[50] எனவே, இவற்றின்படி வரகுணனை எதிர்த்துப் பராந்தகன் போர் செய்திருக்கமாட்டார் என்பது உறுதி. மட்டுமின்றி, தமையனான வரகுண பாண்டியன் தம் தம்பிக்கு முழுச்சுதந்திரம் அளித்து பாண்டிய நாட்டின் தென்பகுதியை ஆளச்செய்திருந்தார் என்பது குறிப்பிடத்தக்கது. எனவேதான், செப்பேடு வழங்கும் தகுதி இளையவருக்கு வாய்த்துள்ளதை இங்கு உணர்தல்வேண்டும்.

ஆறு பல தலைகண்டும்...

இவ் வேந்தனை ஏன் நாம் இங்கு பெரிதுகூறுகிறோம் என்றால் காரணம் இருக்கிறது. இவர் வெளியிட்ட தளவாய்ப்புரம் செப்பேடு இவர் ஆற்றிய தொண்டுகளைக் கூறும்போது "ஆறு பல தலைகண்டும் அமராலயம் பல செய்தும்" எனக் குறிப்பிடுகிறது. இதன் பொருள்; தம் நாட்டில் ஓடும் ஆறுகளினிடையே நீர்ப்பாசனத்திற்காக வாய்க்கால்களை வெட்டியமைத்தவர் என்றும், இறைவன் உறையும் திருக்கோயில்கள் பலவற்றையும் எழுப்பினார் என்றும் ஆகும்.

என்றால், இவ் வேந்தன் தாம், தென் பகுதி நாட்டை உக்கிரக் கோட்டையிலிருந்து ஆண்டுவந்த போது திருநெல்வேலி, நாகர்கோயில், கன்னியாகுமரி எனத் திருவனந்தபுரம் வரையிலுமான ஆறுகளிடையே பாசனத்திற்கான வாய்க்கால்களை அமைத்து வேளாண்மையைப் பெருக்கியிருந்துள்ளார் என அறியலாம். இச்செய்தி அச்செப்பேட்டின் நான்காம் ஏட்டின் பின்புறப் பகுதியில் காணப்படுகிறது.

இடைக்காலத்தில் விளைநிலம் பெருகியிருந்துள்ளது. உழவை வேளாண்குடி மட்டுமில்லாமல் பிறரும் செய்து வந்தனர். இதனால், காடுகளை அழித்துப் பாசனப் பரப்பு மேலும் விரிவாக்கம் செய்யப்பட்டிருந்தது. இதனால்தான், வதிகளும் வாய்க்கால்களும் கண்ணாறுகளும் கூடுதலாக அமைக்கவேண்டியிருந்தது. இதனை அப்போது செய்துவைத்தவர் பராந்தக வீர நாராயணன் என்பதே இங்கு முதன்மைப் படுத்தப்படும் செய்தி.

விரைபரித்தேர் வீரநாராயணன்

அரிகேசரி பராங்குச மாறவர்மனை (பொ.ஆ. 730 - 765) அடுத்தாற் போல் பராந்தக வீரநாராயணனுக்கு (பொ.ஆ. 860 - 905) தேர்ப் பெயர் மரபின்படியான தொடர்ச்சியைக் காணமுடிகிறது. கிட்டத்தட்ட ஒரு நூற்றாண்டு கழித்து மீண்டும் தேர்சார்ந்த ஒரு பெயர். கிடைத்துள்ளச் சான்றுகளின் படி இதுவே அப்பெயர் மரபில் கடைசி. ஆம்! விரைபரித்தேர் வீரநாராயணன் என்பதே அப்பெயர். ஆயினும், பெரும் முனைவுகளுடன் நெடிது நீண்டதோர் ஆட்சியின் நாயகனான சிரீமாறன் சிரீவல்லபன் சிறப்புறுபவர். இவர் பராந்தக வீரநாராயணனின் தந்தை. என்றால், இவருக்கும் அவ்வாறே தேர் சார்ந்த சிறப்புப்பெயர் இருந்திருத்தல்வேண்டும் அல்லவா? இதனை இவ் ஆய்வு இங்கு கருதுகோளாக முன்வைக்கிறது. உண்மையில், சிரிமாற சிரீவல்லபனுக்கான தேர்சார்ந்த பெயரானது ஏதோ ஒரு படிக்கப்படாத கல்வெட்டில் மறைந்து கிடக்கலாம். அல்லது சிதைந்து போன கல்வெட்டினிடையே அழிந்து போயிருக்கலாம். அல்லது இன்னமும் கிடைக்கப்பெறாத அவரால் வெளியிடப்பட்ட செப்பேட்டிலோ இடம்பெற்றிருக்கக்கூடும். நாற்பத்தேழு ஆண்டுகள் இடையே நெடியதோர் ஆட்சி புரிந்தவர். என்றால், செப்பேடுகள் ஏதும் வெளியிடாமல் ஆட்சி செய்திருப்பாரா என்ன? அவ்வாறு நெடிய ஆண்டுகள் ஆண்ட இவ்வேந்தனின் கல்வெட்டுகள் வெறும் நான்கு எண்ணிக்கையில் மட்டுமே கிடைத்துள்ளதாக வரலாறு கூறுகிறது. புதிதாக அவரின் பிற கல்வெட்டுகள் ஏதாவது கிடைத்துள்ளனவா எனும் விவரமும் அறியமுடியவில்லை. உண்மையில், இதுவரை கிடைக்கப்பெறாத அவரது செப்பேடுகளில் காணப்பட்டிருக்கும் மெய்க்கீர்த்தி அவரின் வரலாற்றினை நிரல்பட அடுக்கியிருந்திருக்கும். அவ்வாறே, ‘சித்திரத்தேர் வலவன்’ என அச்செப்பேட்டின் ஏதோ சில ஏடுகளில் அவர் புகழப்பட்டிருந்திருப்பார் என நம்பலாம். சிரீமாறன் சிரீவல்லபன் எனும் அப்பெருவேந்தன் தமது ஆட்சியினிடையே குறைந்த பட்சம் ஒரு செப்பேட்டினையாவது வழங்கியிருந்திருப்பார். இதனை மறுப்பதற்கில்லை. என்றால்,

கெடுபலனாக அது இன்னமும் கிடைக்கப்பெறவில்லை என்பதாகும். அல்லது அதனை வைத்திருந்தோர் அறியாமையினால் சிதைத்து அல்லது உருக்கி விட்டிருக்கலாம் கூட.

ஆக, 'சித்திரத்தேர் வல்லப' என சிரீமாறன் சிரீவல்லபன் புகழப்பட்டிருந்திருப்பார் என்பதை மறுப்பதற்கில்லை. பிற்காலத்திய சடையவர்மன் சிரீவல்லபனை (இரண்டாம்) விட தேர்சார்ந்த முதலாமவர்க்கே அது சாலப் பொருந்துகிறது. என்ன- அதுகுறித்த சான்றுகளை கல்வெட்டின் வாயிலாகவோ, செப்பேடுகளின் வாயிலாகவோ அறியமுடியவில்லையே தவிர ஆனால் அப்பெயரை அவர் பூண்டிருந்திருப்பார் என்பதில் நமக்கு ஐயமில்லை. இதற்கானதோர் குறிப்பிடத்தகுந்த ஆனால் தொலைவுத் தன்மையுடனான மறைமுகச் சான்றாக ஆழ்வாரின் கருத்தொன்றை இங்கு நாம் புரிந்துகொள்ளவேண்டும். அதாவது, நம்மாழ்வார் 'திருவுடை மன்னனைக் காணில் திருமாலைக் கண்டேனே' எனக் குறிப்பிட்டுப் பாடியதுண்டு.[51] அதாவது சீரிய ஒழுக்கத்தானாக மேன்மை பொருந்தியவனாய் திருவினைப் பெற்று விளங்கும் மன்னனைத் தாம் காணுகையில் இறைவன் திருமாலையே நேரில் பார்ப்பதாக உணரவியலுகிறது என்கிறார். என்றால், இவர் குறிப்பிடுவது உண்மையில் முதலாம் வரகுணப்பாண்டியனான நெடுஞ்சடையன் பராந்தகனையோ அல்லது அவரது மகனான ஸ்ரீமாற சிரீவல்லபனையோதான் என்பதில் எள்ளளவும் சந்தேகம் இல்லை. மேலும், சிரீமாறன் சிரீ வல்லபன் 'செங்கண்மால் சிரீவல்லபன்' எனவும் குறிப்பிடப்பட்டிருந்தவர்.[52] என்றால், சித்திரத்தேர் வலவன் எனும் கண்ணன் தொடர்பான பெயர் உண்மையில் சிரீமாற சிரீவல்லபனுக்கே பொருந்துகிறது என்பேன்.

பராந்தக வீர நாராயணனின் மகனான மாறவர்மன் இரண்டாம் ராஜசிம்மனால் வெளியிடப்பட்ட செப்பேடு கிடைத்துள்ளது. ஏன்- சோழனின் தலைகொண்ட வீரபாண்டியனின் செப்பேடும் கூட கிடைத்திருக்கிறது. என்றால், சிரீமாறன் சிரீ வல்லபனின் ஒரு செப்பேடு கூட கிடைக்காததைப் பெரும் பின்னடைவாகவே கருதுகிறேன். அவ்வாறு கிடைத்திருந்தாலுங் கூட அது நிலக்கொடையைத்தான் பேசும் என்றாலும், நாம் தேடுகிற வரலாற்றுக்குறிப்புகள் ஏதேனும் அதில் இடம்பெற்றிருக்கும் என்பதும் உண்மையே.

எவ்வாறெனினும், கிடைக்காத சில வரலாற்றுக் குறிப்புகள் பக்தி இலக்கியங்களின் மூலம் கிடைத்துவிடுவதுண்டு. இதற்கிணங்க, இவ் ஆய்வினால் எடுத்துக்கொள்ளப்பட்டிருக்கும் நம்மாழ்வாரின் ஏழாம் பத்தின் எட்டாம் திருவாய்மொழியின் மூன்றாம் பாடலானது, 'சித்திரத்தேர் வலவ திருச்சக்கரத்தாய் அருளாய்' என விளித்திருப்பது உண்மையில் குருவித்துறையின் இறைவனான சித்திரத்தேர் வல்லபப்பெருமாளையே என்பதில் எவ்வித மாறுபாடும் இல்லை. சக்கரத்தாழ்வாரை மூலவராகப் பெற்ற கோயில் மரபு என்பது அப்போதுதான் தொடங்கியிருத்தல்வேண்டும். அதற்கிணங்க, சக்கரத்தாழ்வாரின் பழைய சிற்பம் கோவிலின் எதிரில் வைத்து வழிபட்டு வருவது இங்குக் குறிப்பிடத்தக்கது. மட்டுமின்றி, சித்திரத்தேர், திருச்சக்கரம் எனும் இவையிரண்டும் ஒன்றுக்கொன்று தொடர்புடையவையாக இருப்பது காண்க.

நம்மாழ்வார் இரண்டாம் பத்தின் பத்தாம் திருவாய் மொழியில் திருமாலிருஞ்சோலை எனும் அழகர் கோயிலைப் பதிகம் எனும் பத்துப்பாடல்களால் பாடியுள்ளார். நம்மாழ்வார், வெளியில் எங்கும் செல்லாதவர் என வழங்கப்படும் கருத்து இதன் மூலம் மறுக்கப்படுகிறது. என்றால், மதுரையையும் தாண்டி தொலைவில் அமைந்திருக்கும் அழகர் கோயிலை வணங்கிப் பாடவந்தவர் குருவித்துறைக்கு நேரடியாக வராவிட்டாலும் கூட அவ் இறைவனான சித்திரரத வல்லபப் பெருமாளைக் குறிப்பிட்டுத் தம் திருவாய்மொழியில் பாடியுள்ளார் என்பதாகும். நம்மாழ்வார் மொத்தம் முப்பத்தேழு கோயில்களை மங்களாசாசனம் செய்துள்ளார். இவற்றுள் பாடல்-வைப்புத்தலங்களாகத் திருவரகுணமங்கை கோயிலும் குருவித்துறையின் சித்திரரத வல்லபப்பெருமாள் கோயிலும் அடங்கும். எவ்வாறெனினும், பாடல்-வைப்புத்தல வரையறையின்படி குருவித்துறைக் கோவிலை அவ்வாறு பாடல் வைப்புத் தலம் என உறுதியாகச் சொல்லிவிட முடியாதுதான். ஏனெனில், பிற ஏதோ ஒரு கோவிலில் நின்று கொண்டு இந்தக் கோயிலை அவர் குறிப்பிட்டதாகக் கூட இல்லை. என்றால், எங்கிருந்துகொண்டு அவ் இறைவனை விளித்துப் பாடினார் என்ற கேள்வி எழுகிறது. எனவே, அவர் பாடிய அப் பாடலையும் அதன் தன்மையையும் முதலில் ஆய்வு செய்தாகவேண்டும். பாடல் பின்வருமாறு:

சித்திரத் தேர் வலவா திருச் சக்கரத்தாய் அருளாய்
எத்தனை ஓர் உகமும் அவை ஆய் அவற்றுள் இயலும்
ஒத்த ஒண் பல் பொருள்கள் உலப்பு இல்லன ஆய்
வித்தகத்தாய் நிற்றி நீ இவை என்ன விடமங்களே

இப்பாடல் திருமாலின் திவ்யதேசக் கோயில்களுக்குச் சென்று வணங்கியநிலையில்பாடப்பட்ட பதிகப்பாடலாகஇல்லை.இதனை முதலில் அறிந்துகொள்ளவேண்டும். இது தெரியாததால்தான் இத்தனைக் குழப்பமும்.⁵³ இப்பாடல், நம்மாழ்வார் அருளிய திருவாய் மொழியின் பிரபந்தப் பாசுரங்களிடையேயான ஏழாம் பத்திற்குரிய மூன்றாம் பாடலாகும். அதாவது, 3532 ஆம் எண்கொண்ட பாடல். இப் பத்து பாடல்களும்-அதாவது, 3530 லிருந்து 3540 வரையிலான பத்துப்பாடல்களும் தாம் தனியே அமர்ந்து கொண்டு இறைவனின் அரும்பெருமைகளை எண்ணி வியப்படைந்தவராய்ப் பாடும் தன்மைகொண்டவை. ஆக, இப்பாடலின் பொருள், கண்ணையும் கருத்தையும் கவரும் அழகியச் சித்திரங்களால் அலங்கரிக்கப்பட்டிருக்கும் தேரின் ஓட்டியாக இருப்பவனே! ஆற்றல் மிகுந்த சக்கரத்தினை ஏந்தியவனே!அருளுக! யுகங்கள் அனைத்துமாக இருப்பவன் நீ! உயிருள்ள உயிரற்ற என உலகின் அனைத்துப் பொருள்களாக இருக்கிறாய். எவற்றின் இயக்கத்தையும் இயக்குபவனாக நீ! உலகின் அனைத்தையும் ஒத்தத் தன்மை கொண்டதாக ஆக்கி வைத்திருப்பவனும் நீ! எனினும் அவற்றிடையே வேறுபாடுகளையும் ஒற்றுமைகளையும் பகுத்திருப்பவனும் நீயே! என்பதாகும். என்றால், இறைவனை மனதளவில் எண்ணியவராய் அவ்வாறு அவனின் பெருந்திறங்களை விதந்து பாடுவதாக இப் பாடல் தன்மை கொண்டுள்ளது. ஆக, இப்பாடல், ஒரு கோவிலுக்கான மங்களாசாசனப் பாடலாகவோ அல்லது சேய்மை கோயில் ஒன்றின் இறைவனைக் குறிப்பிட்டுப் பாடும் பாடல் வைப்பாகவோ இல்லை என்பதும் உறுதி. எனினும், 'சித்திரத்தேர் வலவா' அதாவது சித்திரத்தேர் வலவன் எனும் சொல்லும் 'சித்திரரத வல்லபன்' எனும் சொல்லும் ஒத்த பொருள் கொண்டவையே. அவ்வாறே திருச்சக்கரத்தாய் எனும் சொல் சக்ராய்தம் ஏந்திய திருமாலையும் குறிப்பது போன்றே திசையெங்கும் தன் ஆணைச்சக்கரத்தினை உருட்டும் பாண்டியன்

ஸ்ரீ வல்லபனையும் குறிக்கும். என்றால், சிலேடை ஆளுமை இப்பாடலடியில் நிகழ்த்தப்பட்டிருக்கிறது. எனவேதான், ஆய்வுப் பொருண்மையை விட்டு சற்று விலகுவதாயினும் கூட, அக்கோயில் எழுப்பப்பட்டக் காலகட்டத்தினையும் சூழலையும் பகுத்தறிய அவ்வாறு ஆய்விட வேண்டியிருந்தது.

எனவே, நம்மாழ்வார், குருவித்துறைக் கோயிலின் இறைவனை எங்கோ ஒரு மூலையில் இருந்துகொண்டு மனத்தால் நினைத்துப் பாடியிருந்தாலும் கூட அக் கோவிலும் மானசீகமானதொரு பாடல் வைப்புத்தலமே என்பது இவ் ஆய்வின் திண்ணம். அக் கோவிலை புதிதாக அல்லது கற்றளியாக எழுப்பிய சிரீவல்லபன் (இரண்டாம்) 'சக்ரதீர்த்த சாரங்கின்' எனும் பெயரையும் பூண்டிருந்தார் என்பதும் இங்குக் குறிப்பிடத்தக்கது. என்றால், ஒரு கோயிலையே இரு சிரீவல்லபர்களுக்கான முப்பரிமாணச் சிலேடையாக்கி இருக்கும் அழகியலைப் புரிந்துகொள்வதில் பெருமிதம்கொள்ளலாம்.

சடையவர்மன் சிரீமாற சிரீவல்லபனின் (இரண்டாம்) தேரும் உண்மையில் மிகச்சிறந்ததான வடிவமைப்புடன் வியக்கத்தக்க வண்ணம் சித்திரங்களால் அலங்கரிக்கப்பட்டிருத்தல் வேண்டும். எனவேதான், ஆழ்வாரின் 'சித்திரத்தேர் வலவா' எனும் முந்தைய விளிப்பு இவருக்கும் பொருந்துகிறது.

முதலாம் குலோத்துங்கனைக் கண்ணனின் அவதாரமாகவே அவரது குடிமக்கள் எண்ணி வணங்கியதைக் கலிங்கத்துப் பரணி இயம்புகிறது. ஆக, சிரீமாற சிரீவல்லபனையும் சடையவர்மன் சீவல்லபனையும் மக்கள் வெகுவாகவே வணங்கியிருத்தல் வேண்டும். அப்படியானதொரு நல்லாட்சியை அவர்கள் வழங்கியிருந்துள்ளனர் என்பதாகும். சிரீமாற சிரீவல்லபனுக்கு (முதலாம்) 'செங்கண்மால்' என்ற சிறப்புப் பெயரும் வழங்கப்பட்டிருந்துள்ளதை முன்பு குறிப்பிட்டிருந்தோம். மேலும், கரிகால் வளவன் எனப் பெயர்கொண்ட மூன்று சோழ வேந்தர்களுமே ஆகச்சிறந்தவர்கள் என வரலாற்றால் அறிகிறோம்.[ஆ] அவ்வாறே இவ் இரு சிரீ வல்லபர்களுமே ஆகச்சிறந்தவர்களாக இருந்தனர் என அறியலாம்.

3. காடும் வெட்டி - காடுகொன்று நாடாக்கி

காட்டை அழித்து நாட்டுக்கான ஊரையும் நகரையும் அமைத்தல் என்பது தொன்றுதொட்டே தொடர்ந்து வரும் உலகளாவிய மரபு. 'காட்டை அழித்தல்' என இங்கு நான் பயன்படுத்தியிருக்கும் சொல் இயல்பாகப் பயன்படுத்திய ஒன்றே. மாறாக, அழித்தல், வெட்டுதல், கொல்லுதல் என இச் சொற்களுக்கிடையே எது சிறந்தது எனத் தெரிவு செய்து பயன்படுத்தவில்லை. என்றால், இன்றைய உளவியலுக்கிணங்க வந்து விழுந்த சொல்லாகத்தான் அதனை எண்ணுகிறேன். மேலும், அழித்தல் என்ற சொல்லை இன்றையச் சமகாலம் நமக்காக ஏற்பாடு செய்துவைத்திருக்கும் இரண்டுங்கெட்டான் உளவியலுக்கான சொல்லாகவே அதனைப் பார்க்கிறேன். அதாவது, காடுகளை அஃறிணையாகப் பார்க்கிற மேட்டிமை எண்ணம் ஒரு பக்கம். தவிர, காடுகளை அழித்து நிலம் அபகரித்தல் என்கிற ஆக்கிரமிப்பு எண்ணம் இன்னொரு பக்கம். மட்டுமின்றி, ஐயோ! இயற்கை வளங்கள் அழிக்கப்படுகின்றனவே, என்கிற ஈரம் கலந்த எண்ணமும் மற்றொரு பக்கம்; ஆனால் சொற்பமாக! ஆக, இத்தகைய மூன்று உளவியலின் கலவையாகவே வந்து விழுகிற சொல்லாகத்தான் 'அழித்தல்' எனும் சொல்லைப் பயன்படுத்தியிருக்கிறேன் போலும். இதனை எழுதி முடித்து வாசித்துப்பார்த்தபோது அதன் பின்னிற்கும் (எனது) உளவியலைப் பரிசீலனை செய்யமுடிந்தது. எனவே, காடுகளை அழித்தல் என்பது இன்றைய உளவியலுக்கான சொற்றொடர் எனப் புதிய பொருளை உணர நேர்ந்தது. என்றால், இதற்கான பழம் உளவியல்களின் படியான சொற்கள் என்னவாக இருந்திருக்கும் என்ற ஆவல் வினாவாக எழுந்தது.

தொன்மையில், காடுகளை உயர்திணையாகவே பாவித்திருந்துள்ளனர். எதிரி நாட்டின் போர்ப்படையாகவே அதனை எண்ணியிருந்துள்ளனர். ஆக, தனி ஒவ்வொரு மரங்களையும் ஒவ்வொரு போர் வீரர்களாகவே பார்த்த கண்ணோக்கு அன்று. இதனை திருக்குறள் வலுவாகக் குறிப்பிடுவதைக் காணலாம்.

மணிநீரும் மண்ணும் மலையும் அணிநிழல்
காடும் உடையது அரண். குறள்: 742.

அடர்ந்த காட்டினை ஒரு நாட்டிற்கான இயற்கை அரணாக வள்ளுவர் குறிப்பிடுகிற நிலையில், அதனுள் இருத்தப்பட்டிருக்கும் உவமை நலம் அழகியலாய் மிளிர்வதை உணரமுடிகிறது. பல்லாயிரக்கணக்கான மரங்கள் எனும் வீரர்கள் செறிந்து நிற்கும் கோட்டையாகவே வள்ளுவர் காட்டினைக் கருதியுள்ளார். என்றால், அது உயர்திணைக்கான மதிப்பீடுதானே! ஆக, நம் கோணத்திற்கு வலுசேர்க்கிறது இக் குறள். இதனை மேலும், தொல்குடிமக்கள் காடுகளை அழிக்கும் நிலையில் அவ்வாறு அழிப்பதைக் குறிப்பிடப் பயன்படுத்தியச் சொல்லைக்கொண்டு ஊகிக்கமுடியும். என்றால், தொல்குடிச்சமுதாயம் காட்டினை அழிக்கையில் அதனைக் கொல்வதாகவே எண்ணியுள்ளனர் என்பது தெளிவாகிறது. இதற்கு எடுத்துக்காட்டாக "காடுகொன்று நாடாக்கி'' என வரும் பட்டினப்பாலையின் செய்யுள் வரி; காடு அழித்தலை, கொல்வதாகவே குறிப்பிடுவதை அறியலாம். இவ் உளவியலின் பின்னணியில் அவர்களின் புறவொழுக்கத்தின் வீர உணர்வு பிணைந்திருப்பதைப் பிரித்துணர இயலுகிறது.

ஆக, தொல்காலத்தின் உளவியலின்படி காடு அழித்தலை 'கொல்லுதல்' என்றும் இன்றைய உளவியலின்படி காடு கொல்லுதலை 'அழித்தல்' என்றும் இனங்காண முடிகிறது. என்றால், இடைக்காலத்தில் காடு அழித்தலை எவ்வாறு குறிப்பிட்டிருப்பர்? இக்கேள்விக்கான விடையை நாம் இவ் ஆய்வில் கையாளப்படுகிற குருவித்துறைக் கோயிலின் கல்வெட்டின் மூலம் அறிய முடிந்தது. அவ்வகையில், அக்கல்வெட்டின் ஓரிடத்தில்; "கல்லுங்கல்லி காடும் வெட்டி" என்ற சொற்றொடர் பயன்படுத்தப்பட்டுள்ளது காண்க. எனின், இதில் காடு அழித்தலை; காடு வெட்டி அதாவது காட்டினை வெட்டுதல் என்ற சொல்லால் பயன்படுத்தப்பட்டிருப்பதைக்

காணலாம். இச்சொல்லில் கூட புற மரபின் ஒழுக்கம் தொக்கி நின்றாலும் ஏதோ மற்றுமொரு தீவிரம் நேர்மறையாகவோ அல்லது எதிர்மறையாகவோ பொருமிக் கொண்டிருப்பதை உணர முடிகிறது.

முன்பு, முற்காலப் பாண்டியர்களுள் 'தேர்மாறன்' என்ற பெயரை அரிகேசரி பாராங்குச மாறவர்மனான மாறவர்மன் முதலாம் இராசசிம்மனும் (பொ.ஆ.பி. 730 - 765) 'சித்திரத் தேர் வலவன்' என்ற பெயரை பாண்டியன் சிரீமாறன் சிரீவல்லபனும் (பொ.ஆ.பி. 815 - 862) 'விரைபரித்தேர் வீரநாராயணன்' எனும் பெயரைப் பாண்டியன் பராந்தக வீர நாராயணனும் - (பொ.ஆ.பி. 860 - 905) பெற்றிருந்துள்ளனர் எனக் குறிப்பிட்டிருந்தோம். இவற்றுள் சித்திரத்தேர் வலவன் என்ற பெயரை சிரீமாற சிரீவல்லபன் பெற்றிருந்தார் என்பது இவ் ஆய்வின் ஊகத்தின்படி முன்னிறுத்தப்பட்டிருக்கும் கருதுகோள். மூன்றாவதாகச் சொல்லப் பட்டுள்ள வீரநாராயணனை திருமாலாகக் கொள்ளாமல் அது அப் பராந்தகனின் மற்றொரு பெயர் என்பதாகவே அறிதல் வேண்டும். விரைந்து செல்லக்கூடிய குதிரையைப் பூட்டிய தேரைப் பெற்றவரான பராந்தக வீரநாராயணன் என்பதாக. இதேபோன்ற பொருளின்படியானதுதான் 'சித்திரத்தேர் வலவ' எனும் சிறப்புப் பெயர், மேலே இரண்டாவதாகச் சொல்லப்பட்டுள்ள சிரீமாற சிரீவல்லபனுக்கும் என்பதாகும்.

எனின், சித்திரரத வல்லபப் பெருமாள் கோயிலுக்கான பெயர் அக்கோயிலை எழுப்பிய பாண்டிய அரசனின் பெயரால் ஆனதே என்பது உறுதியாகிறது. அதாவது, முன்பு செங்கற் தளியாக- அதாவது, மண்டளியாக எழுப்பிய சிரீமாற சிரீவல்லபன் (பொ.ஆ.பி. 815 - 862) பெயரிலானதே எனப் புரிந்துகொள்ள வேண்டும்.

இக் கோயிலின் நுழைவு தவிர்த்து பிற மூன்று திசைகளிலும் கல்வெட்டுகள் காணப்படுகின்றன. கருவறை அடியத்தின் மேற்பட்டிகை, முப்பட்டைக் குமுதம், கடை அடியம் (ஜகதி) ஆகியனவற்றுள் கல்வெட்டுகள் இடம்பெற்றுள்ளன. இவை படியெடுக்கப்பட்டுப் படிக்கவும்பட்டுள்ளன. இருப்பினும், இக்கல்வெட்டுகளில் மிக முதன்மையானதான தென்திசைக் கருவறைப் புறச்சுவரின் கல்வெட்டுகள் மீண்டும் படிக்கப்பட்டு

இவ் ஆய்வின்மூலம் மறுபுரிதலுக்கு உள்ளாக்கப்பட்டுள்ளன. அவ்வாறு மறுபுரிதலுக்கு உள்ளாக்கப்பட்டுள்ள நிலையில் அக்கல்வெட்டுகள் கூறும் நிலக்கூறுகளையும் இயற்கை மற்றும் செயற்கை அடையாளங்களையும் கள ஆய்வு செய்து கூர்ந்துள்ள நிலையில் வெகு புரிதல்களை இவ் ஆய்வு பெற்றுள்ளது.

இத்தகைய வெகு புரிதல்களுக்குச் செல்லும் முன்பாக பாண்டியப் பெருவேந்தர்களைப் பற்றிய சிறு வரலாற்றுப் புரிதலும் தேவைப்படுகிறது. மட்டுமின்றி, அவர்களை அடுத்து பாண்டிய நாட்டில் மாறிய ஆட்சியின் காட்சிகளையும் பார்க்கவேண்டி உள்ளது. அவ்வாறு பார்த்தால் ஒழிய சித்திரரத வல்லபப் பெருமாள் கோவிலைக் கற்றளியாக எழுப்பிய சடையவர்மன் சிரீவல்லபனை நாம் அவரது ஆட்சிக்காலத்தினூடே புரிந்துகொள்ள இயலாது. இந்நூலில், அவர் வெட்டிய 'ஸ்ரீ வல்லபப் பேராறு' எனும் வாய்க்கால் ஆய்வு செய்யப்படுகிறது. 'பராக்கிரம பாண்டியப் பேராறு'ம் இனம் காணப்பட்டுத் தகவல்கள் அளிக்கப்பட்டுள்ளன.

சிரீவல்லபனின் சமகாலத்தில் எழுப்பப்பட்டுக்கொண்டிருந்த பராக்கிரமப் பாண்டியனின் கல்லணையை மிக நுட்பமாக ஆய்வு செய்கிறது இவ் ஆய்வு. இவை மட்டுமின்றி, இவற்றின் முன்னோடிகளாக இருக்கும் சங்ககாலத்திய அணைகளும் முதன்முதலாக இணங்காணப்பட்டு அவைபற்றிய செய்திகளை இலக்கியங்களின் குறிப்புகளோடு விளக்கி உதவுகிறது.

முதலாம் பாண்டியப் பெருவேந்தர்

கடைச்சங்க காலத்திற்குப்பின் தோன்றிய முதலாம் பாண்டியப் பெருவேந்தர் காலம் கடுங்கோன் (பொ.ஆ. 560 - 590) எனும் பாண்டியனால் தோற்றம் கொள்கிறது. இம் முதலாம் பாண்டியப் பெருவேந்தர்கள் பல்லவர்களின் நிகர்காலத்தவர் ஆவர். மாறவர்மன் அவனிசூளாமணி (பொ.ஆ. 590 - 620) எனும் பாண்டிய அரசன் கடுங்கோனை அடுத்து ஆட்சிக்கு வந்தவர். இவர் கடுங்கோனின் புதல்வர். இவரை அடுத்து மூன்றாவதாக ஆட்சிப் பொறுப்பேற்றவர் சேந்தன் செழியன் (பொ.ஆ.620 - 650) ஆவார். மாறவர்மன் அரிகேசரி (பொ.ஆ. 650 - 700) நான்காவதாக ஆட்சிக்கு வந்தவர். கோச்சடையன் ரணதீரன் (பொ.ஆ. 700 -

730) ஐந்தாவதாக! முதலாம் ராஜசிம்மன் (பொ.ஆ. 730 - 765) ஆறாவதாக ஆட்சிக்கு வந்தவர். ஏழாவது அரசனாக பாரந்தகன் நெடுஞ்சடையன் (பொ.ஆ. 765 - 815) எனும் முதலாம் வரகுணன் அறியப்படுகிறார்.[54] எட்டாம் அரசனாக சிரீமாற சிரீவல்லபன் (பொ.ஆ. 815 - 862). ஒன்பது, பத்து, பதினோராம் அரசர்களாக முறையே இரண்டாம் வரகுணன் (பொ.ஆ. 862 - 885) பராந்தக வீர நாராயணன் (பொ.ஆ. 860 - 905), இரண்டாம் ராஜசிம்மன் (பொ.ஆ. 905 - 920) என முதலாம் பெருவேந்தர் காலம் அறியக்கிடக்கிறது.

ஓர் அறிமுகத் தேவைக்காகத்தான் முதலாம் பாண்டியப் பெருவேந்தர்களின் காலவரிசையை இங்கு நிரலிட்டுள்ளோம். இரண்டாம் ராஜசிம்மனுடன் இறுதிபெறும் இம் முதலாம் பாண்டியப் பெருவேந்தர்காலம், தம் இரண்டாம் பெருவேந்தர்காலச் சுற்றினைத் தொடங்குவதற்கிடையில் தக்கவைத்த ஆட்சிபற்றியும் பின்னர் ஒடுக்கப்பட்டமை பற்றியும் அறியவேண்டியது மிகவும் தேவையாகிறது.

கடைசி அரசனாக அறியப்படும் இரண்டாம் ராஜசிம்மன் முதலாம் பராந்தகச் சோழனால் தோற்கடிப்பட்டவர். இதனை 'மதுரைகொண்ட கோப்பரகேசரி' எனும் பராந்தகனின் சிறப்புப்பெயர் புலப்படுத்திவிடும். ராஜசிம்மனுக்குப் பிறகு பொ.ஆ. 920-லிருந்து 946 வரையிலான இடைப்பட்ட ஆண்டுகளில் பெயர் குறிப்பிடும்படியான பாண்டிய அரசன் யார் ஆண்டது எனத்தெரியவில்லை. அதாவது, இதுவரை எழுதப்பட்டுள்ள வரலாற்றின்படி இப்படிச் சொல்லவேண்டியிருக்கிறது. ஆனால், அவ் 920 லிருந்து 946 வரை அதே இராஜசிம்மன் சுதாரித்தவராய் சில தென்பகுதிகளையும் மட்டுமின்றி, கடைசி ஆண்டின்போது தம் தலைநகர் மதுரையிலிருந்தும் அவர் அரசாண்டதை இவ் ஆய்வு பின்னர் தெளிவுறுத்த இருக்கிறது. இச்செய்தியை இவ் ஆய்வே முதன்முதலாக வெளிக்கொணர்கிறது. எனினும், முந்தைய வரலாற்றின்படி, வீரபாண்டியன் எனும் பாண்டிய மன்னன் 946-இலிருந்து 966 வரை பெரும்பாடுபட்டு ஆட்சியைத் தக்கவைத்து ஆண்டதாக அறியலாம். இவர் சில சோழ அரசர்களின் நிகர்காலத்தவராக இருந்துள்ளார். முதலாம் பராந்தகன், ராஜாதித்தியன், கண்டராதித்தியன், அரிஞ்சயன்,

மற்றும் இரண்டாம் பராந்தகன் ஆகிய சோழ அரசர்கள் இவரின் நிகர்காலத்தவர்களாக அறியப்படுகின்றனர்.

சோழர்களின் இறங்குமுகமாக 950 இலிருந்து 960 வரையிலான காலகட்டம் அறியப்படுகிறது. அதிலும் குறிப்பாக, 949 இலிருந்து 957வரையிலான எட்டு ஆண்டுகள் கெடுசூழல்களால் ஆனவை. இவ் எட்டு ஆண்டுகளுக்கிடையே மூன்று சோழ அரசர்கள் ஆளும் நிலை. முதலிரண்டு அரசர்களும் போரில் மடிய மூன்றாவதாக வந்த அரசன் ஆட்சியை விட்டுவிட்டுத் துறவறம் மேற்கொண்டவராகிறார். அவ்வாறு ஆட்சியைத் துறந்து துறவறம் ஏற்றவராகக் கண்டராதித்த சோழனை அறியலாம். இவர், மதுரையைத் தன் ஆட்சிக்குக் கீழ் உட்படுத்தவியலாமல் திணறியவர். சரியான இச்சூழலைப் பயன்படுத்திய வீரபாண்டியன் கண்டராதித்தனைத் தோற்கடித்து மதுரையை மீட்டுக்கொண்டார். இதனால், ‘சோழனின் தலைகொண்ட வீரபாண்டியன்’ என வரலாறு அவரை இனங்காட்டுகிறது. சோழருடனான போரில், கண்டராதித்தன் சார்பில் களம் கண்ட பெயர் அறியமுடியாத ஒரு சோழ இளவரசனின் தலையை வீரபாண்டியன் வெட்டி வீசியதால் அப்படியான பெயர் அவருக்கு!

வீரபாண்டியனுக்குப் பிறகு உத்தமசோழனின் ஆட்சிக்காலத்தில் மதுரையை யார் ஆண்டது என்று தெரியவில்லை. மட்டுமின்றி, முதலாம் இராஜராஜன் ஆட்சிக்கு வரும்வரையிலான இடைப்பட்ட 19 ஆண்டுகளில், மதுரையில் என்ன நிகழ்ந்தது என்றும், யார் ஆண்டனர் என்றும் செய்திகள் இன்னமும் அறியப்படாமல் கிடக்கின்றன.

பாண்டியர் வரலாற்றில் பெரும் இடைவெளி

பாண்டியர் வரலாற்றில் வீரபாண்டியனுக்குப் பிறகு பெரும் இடைவெளி காணக்கிடக்கிறது. மொத்தம் 154 ஆண்டுகளுடனான அப்பெரும் இடைவெளியில் பாண்டியருக்கான வரலாறாக ஒரு எழுத்தும் காணப்படவில்லை. இதன் பின்னணியில் பெரும் புயலாக முதலாம் இராஜராஜ சோழன் காணப்படுகிறார். தான் பொறுப்பேற்கும்போது ஒரு சிறு மண்டலமாக இருந்த சோழ நாட்டினை அதிபெரும் பேரரசாக மாற்றச்செய்தார். வீழ்த்த முடியாத வெற்றி வேந்தனாக இராஜராஜன் நெடிது நிலைத்து நின்றார். ஆக,

முற்றிலும் கைப்பற்றப்பட்டிருந்தது பாண்டிய நாடு. எனினும், 'அமரபுயங்கன்' எனும் பாண்டியன் இராஜராஜனை எதிர்த்ததாகச் சொல்கிறது திருவாலங்காடு செப்பேடு. இச் செப்பேட்டைப் பொருத்தவரை இப்போரே இராஜராஜனின் போர்த்திட்டப் பட்டியலின்படி முதலாவதாக நிகழ்ந்த போர்.[55] பாண்டிய நாடு 'ராஜராஜ மண்டலம்' எனவும் பெயர் மாற்றப்பட்டிருந்தது. ராஜராஜன், 'பாண்டியன் குலாசனி' எனவும் புகழப்பட்டார். மட்டுமின்றி, பாண்டியரை வென்ற இராஜராஜன் தம் தலைமையை ஏற்கும்படி செய்து மீண்டும் பாண்டியர்களிடம் அவர்களின் நாட்டை ஒப்படைக்கவில்லை. மாறாக, மேற்சொன்னது போல அதனைத் தம் நாட்டுடன் இணைத்து 'ராஜராஜ மண்டலம்' எனப் பெயர் மாற்றிவைத்தார். என்றால், தாமே நேரடியாக எவ்வொரு அரசப் பிரதிநிதியும் இன்றிச் சோழப் பெரும்பேரரசை ஆண்டார் என்பதாகும். எனினும், ஆனால், முதலாம் இராஜேந்திரன் ஆட்சிக்கு வந்த போது பாண்டிய மண்டலத்தை ஆளத் தம் மகன்களை நியமித்திருந்தார். இவர்களே 'சோழ பாண்டியர்' என அறியப்படுவோர்.

சோழ பாண்டியர்

சோழ பாண்டியர் அரசர் வரிசை நிரலை வரிசைப்படுத்திய ஆய்வுகளில் 1977-ஆம் ஆண்டில் வெளிவந்த கே.வி. ராமனின் 'பாண்டியர் வரலாறு' எனும் நூலின் தரவுகளும் அதே ஆண்டில் என். சேதுராமனின் ஆய்வு நூலான 'The Cholas' எனும் சிறப்பு நூலும் இவற்றை அடுத்து அண்மையில் (2000) வெளிவந்த தமிழ்நாட்டு வரலாறு, 'பாண்டியப் பெருவேந்தர் காலம்' எனும் நூலும் குறிப்பிடத்தக்கவை. இவற்றுள் என்.சேதுராமனின் The Cholas எனும் நூலே அந்நான்கு சோழபாண்டிய அரசர்களை இன்னார், இன்னார் என ஆட்சியாண்டுகளுடன் மிக நுணுகித் தெளிவாகக் குறிப்பிட்டுக் கூறியிருக்கிறது. இதனால், அதிலிருந்தே தரவுகளை எடுத்து இங்குக் கையாண்டுள்ளேன்.

சோழ-பாண்டிய அரச மரபின் நான்கு அரசர்களின் விவரம்:

1. ஜடாவர்மன் உடையார் சுந்தர சோழ பாண்டியன் (பொ.ஆ. 1021/22 - 1052)

2. மாறவர்மன் உடையார் பராக்கிரம சோழ பாண்டியன் (பொ. ஆ. 1052 - 58/59)

3. ஜடாவர்மன் உடையார் சோழ பாண்டியன் (பொ. ஆ. 1063 - 1068)

4. மாறவர்மன் உடையார் விக்கிரம சோழ பாண்டியன் (1050 - 1080)

ஜடாவர்மன் உடையார் சுந்தர சோழ பாண்டியனாக பாண்டிய நாட்டை பொ. ஆ. 1021-22 லிருந்து 1052 வரை ஆண்ட இச் சோழ அரசனே, பின்னர் இரண்டாம் இராஜேந்திரன் எனும் சோழவேந்தனாக 1052 -இல் பொறுப்பேற்றுக்கொண்டவர்.[56] இவர் மதுரையில் ஆட்சியுற்றிருந்த நிலையில் சாளுக்கியருடனான கொப்பத்துப் போரில் தன் தமையனான சோழப்பெருவேந்தன் முதலாம் இராஜாதிராஜன் வீரமரணம் எய்தவே அக்களத்திலேயே இவர் தன்னைச் சோழ வேந்தனாகப் பிரகடனம் செய்து அப்போரையும் வென்ற நிலையில் ஆட்சி செய்தவர். இவர் மதுரையில் சோழ பாண்டியனாக ஆண்டிருந்தபோது கன்னியாகுமரிப் பகுதிகளை ஆட்சி செய்தவராக 'உலகளந்தான்' எனும் சோழன் அறியப்படுகிறார். இவருக்கு வழங்கப்பட்டிருந்த விருதுபெயர் ராஜாதிராஜன்.[57] இவரே பின்னர் சோழ பாண்டிய வேந்தர் மரபின் கடைசி அரசராக மதுரையில் வீற்றிருந்து ஆண்டவர்.

மாறவர்மன் உடையார் பராக்கிரம சோழ பாண்டியனாக பாண்டிய நாட்டை ஆண்ட இச் சோழ அரசனே பின்னர் இராஜ மகேந்திரன் என அறியப்பட்டவர்.[58] இவர் பாண்டிய நாட்டை சோழபாண்டியனாக ஏறக்குறைய ஆறு ஆண்டுகள் (பொ. ஆ. 1052 – 58/59) ஆண்டிருந்த நிலையில் சோழப்பெருவேந்தனான தம் தந்தை இரண்டாம் இராஜேந்திரன் இறக்கவே தாம் தஞ்சைக்கு வந்து சோழவேந்தனாக அரசபொறுப்பை ஏற்றவர். எனினும், போரில் அவ் ஆண்டே அவர் இறந்த நிலையில் முதலாம் இராஜேந்திரனின் மற்றொரு மகனான வீரஇராஜேந்திரன் சோழ அரசராக முடிசூட்டிக்கொண்டார்.

வீர இராஜேந்திரன் சோழ-பாண்டியனாக மதுரையில் அரசப் பிரதிநிதியம் செய்யவில்லை. இது குறிப்பிடத்தக்கது. இவர்

ஆகச்சிறந்த மாபெரும் வீரர். போர் விரும்பி. போர்க்களமே இவரது விளையாட்டுத்திடல். போர்க்களத்தில் முதலாவதாக நின்று எதிர்கொள்ளும் படைப்பிரிவின் தலைவராகச் செயல்படுபவர். இதனால், வெகுதொடக்கமாக அமையும் இருதரப்பின் முதற்கலப்பின் அதிதீவிரப் போர் நேரத்தின்போது தாம் எவ்வாறு செயல்படவேண்டுமென்றும் தாம் தலைமைதாங்கும் முதன்மைப் படையைஎவ்வாறுஅசுரவலிமையுடன்செயல்படவைக்கவேண்டும் என்றும் ஆகச்சிறந்த நுட்பம் அறிந்தவர்.[59] எனவேதான், இவரை அவரது தந்தை மற்றும் தமையன்களும் தத்தம் பெரும் போர்களில் பங்குவகிக்கச்செய்தனர். என்றால், அவ்வோர் ஈட்டிய போர்வெற்றிகளில் வீரஇராஜேந்திரனின் மறவீரமும் தோள்வலியும் காரணமாகியிருந்தன. மேலைச் சாளுக்கியருடனான தொடர்ந்த போரினால் போரிடவேண்டி வீர இராஜேந்திரன் சோழப்பேரரசின் தலைமையிடத்திலேயே இருக்கவேண்டிய சூழல்.

ஜடாவர்மன் உடையார் சோழ பாண்டியனாக, பாண்டிய நாட்டை பொ.ஆ. 1063 லிருந்து 1068 வரை ஆண்ட இச் சோழ அரசனே பின்னர் ஆதி இராஜேந்திரனாக சோழ அரச பதவியை ஏற்றுக்கொண்டவர்.[60] இவர் வீரராஜேந்திரன் எனும் ஆகச்சிறந்த போர்த்திறமிக்க சோழப்பெருவேந்தனின் மகன் ஆவார். எனினும், இவர் 1070 வரை என இரண்டு ஆண்டுகாலம் மட்டுமே சோழ நாட்டை ஆண்டிருந்த நிலையில் நாள்பட்ட நோயின் தீவிரத்தால் கெடுபலனாக இறந்துள்ளார்.

மாறவர்மன் உடையார் விக்கிரம சோழ பாண்டியனாக பாண்டிய நாட்டை பொ.ஆ. 1050 லிருந்து 1080 வரை ஆண்ட இச் சோழ அரசனே சோழ-பாண்டிய அரச மரபில் மற்றுமொரு நெடிது ஆண்டவராக அறியப்படுபவர்.[61] இவர் முதலாம் இராஜேந்திரனின் தம்பியான கங்கைகொண்டானின் மகன். அதாவது, தம் சிற்றன்னையான பஞ்சவன் மாதேவி மற்றும் தம் தந்தையான முதலாம் இராஜராஜனின் பெயரன்.

நான்காமவரும் கடைசியுமான மாறவர்மன் பாரக்கிரம சோழபாண்டியனோடு சோழ-பாண்டியர் ஆட்சி முறை 1080-இல் முடிவுக்கு வருகிறது. ஏனெனில், தொடர்ந்தாற்போல் நான்கு சோழப் பேரரசர்கள் கெடுபலனாக இறக்கநேரிடுகிறது.

இதனால், பாண்டியர்களுக்கு மீண்டும் ஓர் அரிய வாய்ப்பு! எனவே, இவ் வாய்ப்பினைப் பயன்படுத்திய பாண்டியர் தம் நாட்டை ஓசையில்லாமல் எவ்வித சலனமுமின்றி ஆண்டுவரலாயினர். இவ் விடுதலை இயல்பு ஆனால் நெடுநாள் நீடிக்கவில்லை. இதற்கிணங்க பாண்டியர்களுக்கான கெடுபலனாய், முதலாம் குலோத்துங்கன் சோழ வேந்தனாக முடி சூட்டப்பெற, மீண்டும் பாண்டிய நாடு சோழப்பேரரசின் கீழ் வந்ததாயிற்று.

எவ்வாறெனினும், குலோத்துங்கனின் ஆட்சிக்காலத்தில் குறைந்த பட்சம் 23 ஆண்டுகளாவது சிரீமாற சிரீவல்லபன் (பொ.ஆ. 1091 - 1121) உண்மையான விடுதலையுடனும் முழு வலிமையுடனும் ஆண்டிருந்துள்ளார் என்கிறார் நீலகண்ட சாஸ்திரி.[62] மட்டுமின்றி, வீரபாண்டியனையும் மாறவர்மன் பராக்கிரமப் பாண்டியனையும் சடையன்மாறன் சிரீவல்லபனுக்கு மூத்தவர்களாகவும் உடன் ஆட்சி புரிந்த இணையரசர்களாகவும் குறிப்பிடுகிறார்.[63] வீரபாண்டியனை இணையரசனாக ஏற்றுக்கொள்ளவில்லை எனினும், பராக்கிரமப் பாண்டியனை இணையரசனாகவே கருதுகிறது இவ் ஆய்வு.

முந்தைய சிரீமாற சிரீவல்லபனின் கல்வெட்டுகள் பெருமளவில் கிடைக்கவில்லையாயினும், பிந்தையவரின் கல்வெட்டுகள் குருவித்துறை மட்டுமின்றி இன்னபிற இடங்களிலும் பரவலாகக் கிடைத்துள்ளன.

சித்திரரத வல்லபப் பெருமாள்

'சித்திரத்தேர் வலவ' எனும் விளிப்பில் உள்ள 'வலவன்' எனும் சொல், ஒருவேளை 'வளவன்' ஆகவும் இருக்கலாமோ என்கிற ஓர் ஐயம் ஒருபுறம். வலவனா அல்லது வளவனா என்ற திடீர்க் குழப்பம் இதனால்! ஆழ்வார் எதைப் பயன்படுத்தினார் என மூல பாடத்தினைப் படித்தவர்க்கே வெளிச்சம். வளவன் என்ற பெயர் சோழர்களுக்கே உரியது. ஆனால், இங்கு வலவன் எனும் பொருளில்தான் சுட்டப்பட்டுள்ளது என்பதை உறுதியாகக் கூறவியலும். வலவனுக்கும் வளவனுக்கும் வேறு வேறு பொருள் இருப்பதை அறியலாம். வலவன் என்றால் தேரை அல்லது விமானத்தை ஓட்டுபவன் என்பதாகும். வலவன் அண்மைச் சொல்லாக இல்லை. அது சங்ககாலத்திலேயே

பயன்பாட்டிலிருந்த சொல். எடுத்துக்காட்டாக, புறநானூற்றின் 27-ஆவது பாடலின் எட்டாவது அடியில் "வலவன் ஏவா வான ஊர்தி" எனக்குறிப்பிடப்பட்டுள்ளது. இதன் பொருள் விமானி இன்றி ஏவப்படும் வான ஊர்தி என்பதாகும். அதாவது தானியங்கி வானவூர்தி.

இஃது ஒருபுறமிருக்க; கரிகால் சோழனைப் பாடும் கருங்குள வாதனார் எனும் பெரும் புலவர் அவரை 'இயல்தேர் வளவ' என விளித்துச் சென்றுள்ளார். இவரே முதலாம் கரிகால் வளவன். காவிரியின் குறுக்கே கல்லணையைக் கட்டியவர் இவரே. இவர் வெகு முன்பே ஆண்டிருந்தவர். குறைந்த பட்சம் 2500 மற்றும் 3000 ஆண்டுகளுக்கு இடைப்பட்ட ஏதோ ஒரு நூற்றாண்டில் வாழ்ந்திருந்தவர். இவர் காலத்தில் ஆரிய நுழைவு என்பதெல்லாம் தமிழகத்தில் இல்லை. துணிந்து இவ்வாறு சொல்வதற்குக் காரணம் குறிப்பிடப்பட்டுள்ள இப்பாடலில் எவ்வொரு வடமொழிச்சொற்களும் அல்லது மணிப்பிரவாளம் என்னும் கலப்புச்சொற் பயன்பாடும் இல்லை என்பதனால் ஆகும்.

எனினும், கருங்குளவாதனாரின் புறம் 224ஆம் பாடலில் கரிகால் வளவன் யூபத்தூண் நட்டு வேத வேள்வி செய்தவராகக் கூறுகிறது. அப்பாடலின் அக்குறிப்பிட்ட அடிகளில் பயின்று வரும் முதற் சொற்கள் பருதி, எருவை, வேத, அறிந்தோன், இறந்தோன், அருவி, பெருவறம் என எதுகைகளாக ஒன்றிவருகிற நிலையில் 'வேத' எனும் சொல் மட்டும் அங்கு அந்நியப்படுகிறது. அவ்வாறு வேறுபடுவதும் உண்டுதானெனினும், ஒருவேளை திணிப்பாகவும் இருக்கலாமோ என்றும் எண்ணத்தூண்டுகிறது. ஆகப் பெருவேந்தனான கரிகால் வளவனே வேதநெறியைப் பின்பற்றியவன் என்றால் நீங்கள் எல்லாம் எம்மாத்திரம்? என்பதாகவும் எடுத்துக்கொள்ளவியலும். பல்யாக சாலை முதுகுடுமிப் பெருவழுதிக்கான பாடல்களிலும் அவ்வாறு வேதம் எனும் சொல்லைக் காணமுடிகிறது. 'பல்யாகசாலை' என்ற சொல்லும் திரிக்கப்பட்ட சொல்தான் என செய்திகள் உலவுகின்றன. ஆக, பாடங்கள் பேதமுறவும் வாய்ப்புண்டு என்பதும் ஏற்றுக்கொள்ளக்கூடியதாகவே உள்ளது.

'இயல்தேர் வளவ' என்னும் யாவருக்கும் அறிமுகமான அச் செய்யுளின் இச் சொற்றொடரானது ஆழ்வார்களின் குறிப்புகளாக இருப்பதில் ஆச்சரியமில்லை தான்.

ஆழ்வார்கள் சமயத்துறவியர் என்பது ஒருபுறம் இருந்தாலும் அவர்களே தமிழுக்கான இடைக்காலத்திற்குரிய புலவர்களாகவும் தொண்டாற்றினர் என்பது குறிப்பிடத்தக்கது. என்றால், 'சித்திரத்தேர் வலவ' என்பதனில் பயன்படுத்தப்பட்டிருக்கும் சொற்களும் தமிழ்ச்சொற்களாகவே இருப்பதைக்காண்க. சித்திரம் என்ற சொல் இங்கிருந்து அங்கு சென்று மீண்டும் வடமொழி என்ற முகவரியுடன் வந்திருந்தாலும் அது தமிழ்ச்சொல்லே. ஆக, 'சித்தரித்தல்' எனும் தமிழ்ச்சொல் சித்திரத்தின் பாற்பட்டதே. மேலும், விமானி என்ற சொல்லையோ தேரினை ரதம் என்றோ நம்மாழ்வார் பயன்படுத்தவில்லை. என்றால், புற நானூற்றுச் செய்யுளின் தாக்கம் அவரின் செய்யுளில் பிரதிபலிப்பது தெரிகிறது.

இஃதன்றி, கரிகால் எனும் தொல் வேந்தனுக்கு வளவன் என்ற பெயர் எதன் பேரில் முன்பு வழங்கப்பட்டிருந்தது? 'வலவன்' என்று கூட வழங்கப்பட்டிருந்திருக்கலாம் அல்லவா? ஏனெனில், அதன் மூலபாடம் எத்தனை முறைப் படியெடுக்கப்பட்டிருந்ததோ தெரியவில்லை. ஒருக்கால், மூலபாடத்தில் வலவன் என இருந்து கவனக்குறைவால் ஏதோ ஒரு படியெடுப்பின்போது வளவன் எனத் தவறாகவும் எழுதப்பட்டிருக்கலாம். தவறாக எழுதப்பட்டிருப்பினும் பொருள் சிதைந்து களேபரம் ஆகிவிடுகிற எவ்விதப் பிரச்சினைகளும் வளவன் எனும் பின்னொட்டால் வந்துவிடப்போவதில்லை. எனினும், வலவன் என்ற பெயருக்கானக் காரணம் சில தலைமுறைகள் வரை சமூகத்தில் தெரிந்த ஒன்றாகவே இருந்திருத்தல்வேண்டும். பின்னர், பெயருக்கானக் காரணம் எல்லாம் மறந்து வெறும் பெயர் மட்டுமே கடத்தப்பட்டுவந்த நிலையில் அவ்வாறு தவறு நிகழ்ந்திருக்கவும் வாய்ப்புண்டு. இதில் ஆச்சரியம் ஒன்றும் இல்லை. தொல் காலத்தியப் புலவரான கருங்குளவாதனார்; புறநானூற்றில் இடம்பெற்றுள்ள அவ் 27-ஆம் செய்யுளில்தான் நாம் இங்கு விவாதித்துக்கொண்டிருக்கிற 'வளவன்' என்ற சொல்லைப் பயன்படுத்தியிருக்கிறார். என்றால், வலவன் என்ற சொல்லை அவர் ஏன் பயன்படுத்தியிருக்கக் கூடாது என்ற கேள்வியைத் தூக்கிக்கொண்டுத் திரியவில்லை. உண்மையில் ஆதனார், வளவன் என்றே பயன்படுத்தியிருக்கலாம். ஏனெனில், கரிகாற் சோழன் காவிரியின் துணைகொண்டு பாசன மேலாண்மை செய்து வளம் பெருக்கியவர். எனவேதான் அவர் வளவன் என்ற பெயரினைப் பெற்றிருந்தார் என உய்த்துணரமுடிகிறது. இதற்கிணங்க,

அவரது அணைத்திட்டம் தோல்வியைத் தழுவியதாக இல்லை. அசைக்கமுடியாத மாபெரும் வெற்றித்திட்டம் அது. இன்றளவும் பயன்பாட்டில்! அவர், அவ் அணையைக் கட்ட, பிறவெங்கும் சென்று குறிப்பெடுத்ததாக அறியமுடியவில்லை. ஏனெனில், இதுவே நேற்றும் இன்றும் நாளையும் என பிற அணைகள் கட்டுவதற்கான மாதிரி-குறிப்பாகியிருக்கிறது. எகிப்தின் பண்டைய அரசும் தம் நைல் நதியில் அணை கட்டியிருந்தாலும் ஆனால், அது தாக்குப் பிடிக்காமல் அடித்துச் செல்லப்பட்டிருந்தமை இங்குக் குறிப்பிடத்தக்கது.

எனினும், பாண்டியர்களும் அணைகளைக் கட்டி வெற்றிபெற்றவர்களே. வைகையின் கொடையாக மதுரை வளம் கண்டிருந்த நிலையில் அதனை அவ்வாறு கட்டமைத்த அவர்களை ஏன் வளவன் என்று அவ்வாறு அழைக்கப்படவில்லை என்ற கேள்வி எழுகிறது. என்றால், கனவிலும் கூட எவராலும் நினைத்துப் பார்க்கவியலாத இலக்கை தமது இயக்கத் திறத்தினாலும் தம்நாட்டுப் பொறியியற்-பெருந்தச்சர்களின் நுண் நுட்பம் மற்றும் பெரும்பாடுகளாலும் அடைந்த வெற்றிக்காக வழங்கப்பட்டிருந்த சிறப்புப் பெயராகவே - வளவன் எனும் பெயர். என்றால், இன்னொரு வளவன் வாய்ப்பில்லை என்பதாகும். ஏனெனில், கரிகால் வளவன் அணைகட்டிவிட்டு வாய்க்கால்களை மட்டும் வெட்டியவனாக இல்லை. மாறாக, பகுப்புத் தடுப்பணையைக் கட்டி காவிரியை மூன்றாகப் பிரியச்செய்தவனாய் முக்கோண ஆயக்கட்டினை வடிவமைத்து வளம் கொழிக்கச் செய்த மாமேதை. இதனால், அவனே வளவன். உலகில் இத்தகைய அரிய எட்டலை (அருஞ்சாதனையை) எவரும் செய்திருக்க வாய்ப்பில்லை. எனவே வளவன் என்ற சொல் தமிழில் மட்டுமே. என்றால், வாய்க்கால்களை மட்டுமே வெட்டியமைத்தப் பாண்டியர்களுக்கு வளவன் என்ற பெயர் வாய்ப்பில்லை என்பதாகும். 'வாழ்வடிப்படை நாயகன்' எனும் சிறப்பில் வளவன் என்றும் நாட்டின் பாதுகாப்பு எனும் சிறப்பில் உரம்தோய்ந்தவனாய் வலவன் என்பதும் அவனுக்குப் பொருந்துகிற பெயர்களே. ஆக, வளவன், வலவன் இவ்விரண்டு பெயர்களும் கரிகால் எனும் பெயருக்கான சரியான பின்னொட்டுகளாகவே இருத்தல்வேண்டும். வெல்லவியலாத களிற்றின் மீதமர்ந்து போர் செய்பவன். எனவே, 'கரிகால் வலவன்' என்பதும் மிக மிகப் பொருந்துகிறது.

4. கோயிலில் பொறிக்கப்பட்டுள்ளக் கல்வெட்டுகள்

சித்திரரத வல்லபப் பெருமாள் கோவிலில் கல்வெட்டுகள் கருவறையின் புறச் சுவர்களில் பொறிக்கப்பட்டுள்ளன. வடக்கு, தெற்கு, மேற்கு என மூன்று திசைகளிலும் கல்வெட்டுகள் அடியப் பகுதிகளில் காணப்படுகின்றன. இவை தவிர, மகா மண்டபத்திற்கான தென்புறத் தூண்களில் கல்வெட்டுகள் அதன் பட்டகப் பகுதிகளில் பொறிக்கப்பட்டுள்ளன. கருவறைப் புறச் சுவர் கல்வெட்டுகளின் செய்திகளை அறிவதற்கு முன்பாக முதலில் அவை எவ்வெவ் ஆண்டுகளில் பொறிக்கப்பட்டுள்ளன என்பதைத் தெரிந்துகொள்வோம்.

கல்வெட்டுகள் பொறிக்கப்பட்டுள்ள ஆண்டுகளின் விவரம்:

★ சிரீ வல்லபனின் இரண்டாம் ஆட்சியாண்டு கல்வெட்டே சித்திரரத வல்லபப் பெருமாள் கோயிலின் முதன் முதலாகப் பொறிக்கப்பட்ட கல்வெட்டு ஆகும். இது கருவறையின் மேற்கு திசைப் புறச்சுவரில் இடம்பெற்றுள்ளது.[64]

★ சிரீவல்லபனின் ஏழாம் ஆட்சியாண்டுக் கல்வெட்டு கருவறையின் வடதிசைப் புறச்சுவரில் இடம்பெற்றுள்ளது.[65]

★ சிரீவல்லபனின் ஒன்பதாம் ஆட்சியாண்டுக் கல்வெட்டு கருவறையின் தென்திசைப் புறச்சுவரில் இடம்பெற்றுள்ளது.[66]

★ அதே தென்திசைச்சுவரில் மற்றுமொரு கல்வெட்டு இடம்பெற்றுள்ளது. அதே ஏழாம் ஆட்சியாண்டில் இக்கல்வெட்டு பின்னர் பொறித்திருக்கப்பட வேண்டும்.[67]

★ சிரீவல்லபனின் பதினோராம் ஆட்சியாண்டுக் கல்வெட்டு கருவறையின் வடதிசைப் புறச்சுவரில் இடம்பெற்றுள்ளது.[68]

* சிரீவல்லபனின் பதினாறாம் ஆட்சியாண்டுக் கல்வெட்டு கருவறையின் மேற்குத்திசைப் புறச்சுவரில் இடம்பெற்றுள்ளது.[69]

* சிரீவல்லபனின் இருபத்திரண்டாம் ஆட்சியாண்டுக் கல்வெட்டு கருவறையின் வடதிசைப் புறச்சுவரில் இடம்பெற்றுள்ளது.[70]

* சிரீவல்லபனின் மற்றுமொரு இருபத்திரண்டாம் ஆட்சி யாண்டுக் கல்வெட்டு கருவறையின் வடதிசைப் புறச்சுவரில் இடம்பெற்றுள்ளது.[71]

மேற்தரப்பட்டுள்ள கல்வெட்டுகளில் சிரீவல்லபனின் ஒன்பதாம் ஆட்சி ஆண்டுக் கல்வெட்டே 'பராக்கிரம பாண்டியன் கல்லணை' கட்டப்பட்டுக் கொண்டிருப்பதைக் கூறுகிறது; பராக்கிரமப் பாண்டியன் பேராற்றினைக் கூறுகிறது. மேலும், புதிதாக வெட்டப்பட்ட ஸ்ரீ வல்லபப் பேராற்றினைக் குறிப்பிடுகிறது. மற்ற பிற கல்வெட்டுகள் வேறு தகவல்களைப் பேசுகின்றன.

கல்வெட்டுகளின் செய்திகள்

1. இக்கோவில் கல்வெட்டுகளில் மிகப்பழமையானதாக சிரீவல்லபனின் இரண்டாம் ஆட்சி ஆண்டுக் கல்வெட்டுக் காணப்படுகிறது. இவர் ஆட்சிக்கு வந்த முதலாம் ஆண்டில் இக்கோயில் தொடங்கப்பெற்றுள்ளது. அவரது இரண்டாம் ஆட்சியாண்டில் இக்கோயில் நிறைவடைந்த நிலையில் அதனின் முதற்கட்டத் தேவையாக நொந்தா விளக்கேற்றுதல் தொடர்பான கொடை வழங்கிய ஆவணம் பொறிக்கப்படுகிறது. எக்கோயிலிலும் அதன் முதலாம் கல்வெட்டு இதனைத்தான் கூறும் என்பதை அறியவும். இதனைவைத்தே அக்கோயில் யாரால் எழுப்பப்பட்டது என அறியவியலும். ஆக, அக்கல்வெட்டு அக் கோயில் கருவறைப் புறச்சுவரின் மேற்குத் திசையில் வெட்டப்பட்டுள்ளது. அது, சோழாந்தக சதுர்வேதி மங்கலத்தில் (இன்றைய சோழவந்தான்) வசிக்கும் அக்காள் தங்கையாகிய இரு கைம்பெண்களும் தங்களின் தமையன் சுந்தரத் தோளுடையானின் வழியாக அக்கோயிலுக்கு

நொந்தா விளக்கெரிக்கத் தேவையான கொடை அளித்ததைக் குறிப்பிடுகிறது.[72]

2. இரண்டாவது கல்வெட்டு சீவல்லபனின் ஏழாம் ஆட்சியாண்டில் வெட்டப்பட்டுள்ளது. இக்கல்வெட்டு, கோயில் கருவறைப் புறச்சுவரின் வடதிசையில் காணப்படுகிறது. அது, நெற்குப்பை நாட்டு கேரளாந்தகபுரம் எனும் ஊரின் வியாபாரி அப்பன் ஈஸ்வரனின் மனைவியான 'திருவரங்கன் பெற்றதிரு' என்பவள் பொன் கொடையளித்ததைக் கூறுகிறது. திருவரங்கன் பெற்றதிரு என்பதன் பொருள் திருவரங்கப் பெருமாளின் திருமார்பில் உறையும் இலக்குமி என்பதாகும். அப்பெண்மணி சீவல்லபனின் ஏழாம் ஆட்சியாண்டில் இக் கொடையை அளித்துள்ளார். கோயில் எழுப்பி ஏழு ஆண்டுகள் ஆகிவிட்டிருந்த நிலையில் அவர் உய்யக்கொண்டாள்வார் எனும் கடவுளுக்கான செம்பொன்னிலான உலோகச் சிலையை பரமசுவாமி கோயிலில் நிர்மாணித்தளித்த நிலையில் அக்கடவுளுக்கு அமுதளிக்க அவ்வாறு பன்னிரு கழஞ்சு பொன் கொடுத்ததைக் கூறுகிறது.[73] அதாவது, திருச்சக்கரத்து நின்றருளின பரமஸ்வாமிகள் கோயிலுக்கு அவியமுது எனும் ஸ்ரீபலி படைக்கவேண்டி அதற்கான சிலையை அப்பெண்மணி கொடையாகத் தருகிறார். அச்சிற்பம் பெருமளவில் இடம்பெயருவதற்கேற்ப ஐம்பொன் சிற்பமாகும். ஆக, திருவரங்கன் பெற்றதிரு கொடையாய்த் தந்த சிற்பம் கோவிலுக்குள்ளாகவே இடம்பெயருகிற குறிப்பாக அவியுணவு மேடை எனும் பலிபீடம் (altar) வரை எடுத்துச்செல்லக்கூடிய சிற்பம் எனப் புரிந்துகொள்ளலாம். இதனால், இது உலா சிற்பங்களை விட அளவில் சற்றுச் சிறியதாக இருத்தற்கூடும். இப்பெண்மணியின் கணவன் பெரும் வணிகராக இருத்தல்வேண்டும். எனவேதான், அப்பெண்மணியால் அவ் உலோகச்சிற்பத்தைக் கொடையாகத் தருகிற இயலுமம் இருந்துள்ளது. மேலும், அவ்வாறு அளிக்கப்படுகிற 'அவியுரு' எனும் பலிபேரமானது மூலவர் சிற்பத்தின்

பிரதியாகவே செய்யப்பட்டிருக்கும். என்றால், மூலவரே பலிபீடம் வரை வந்து அவியுணவை ஏற்றுக்கொள்கிறார் என்பதாகும்.

மேற்கூறியதிற்கிணங்க மிக முறையான வழிபாடுகளுடன் இருக்கும் பழங்கோயில்களில் மூவகையான சிலைகள் இருக்கும் என இனிப் புரிந்துகொள்ளலாம். அவ்வகையில், முதலாவதாக, இடம்பெயராத மூலவர் சிற்பம் என்றும்; இரண்டாவதாக, கோவிலுக்குள்ளேயே இடம்பெயருகிற உலோகச் சிற்பம் என்றும்; மூன்றாவதாக திருவிழாக்களின் போது ஊருக்குள் உலா வரும் மற்றுமொரு உலோகச் சிற்பம் என்றும் சற்றுக் கூடுதலாக விளங்கிக்கொள்ளவேண்டும். இம்மூவகைச் சிற்பங்களையும் முறையே 1. கருவுரு 2. அவியுரு 3. விழவுரு எனத் தமிழ்ப்பெயர்களால் இனி வழங்கத் தொடங்கலாம்.[74] இவற்றைச் சமஸ்கிருதம் 1. துருவ பேரம், 2. பலிபேரம், 3. உற்சவ பேரம் என வழங்கும்.

அவ்வாறு உலோகச் சிற்பத்தைக் கொடுத்ததோடல்லாமல் அது அவியுணவும் பெறுவதற்காக, சனிக்கிழமைதோறும் அரிசிச் சோறு, கறியமுது, நெய்யமுது, தயிரமுது, அடைக்காய் அமுது, இலையமுது என இவற்றினைப் படைத்துப் பூசை செய்திடத் தடைபடாதத் தொகை வேண்டும். இதற்காக வாரம் ஒன்றிற்கு நான்கு நாழி நெல் என மொத்தம் நான்கு வாரத்திற்கு-அதாவது, ஒரு திங்களுக்குப் பதினாறு நாழி அளிக்கப்படவேண்டும். இதேபோன்று ஒவ்வொரு திங்களும் தொடரவேண்டும் என்பதற்காக அப்பெண் பதினாறு கழஞ்சு பொன்னைக் கொடையாகக் கொடுக்கிறார். ஒரு கழஞ்சு, இன்றைய பொது அளவின்படி 5.1 கிராம் என இணையத் தரவுகளால் அறியமுடிகிறது. என்றால் அவர், 61.2 கிராம் அதாவது கிட்டத்தட்ட ஏழே முக்கால் பவுன் தங்கத்தைக் கொடையாகக் கோவிலுக்கு அளித்துள்ளார் என்பதாகும். இத் தங்கத்தினை விற்றுக் காசாக்கி அதன் மூலம் வரும் வட்டித் தொகையின் (?) மூலம் அவ்வாறு அவியுணவு படைத்திட ஒவ்வொரு வார சனிக்கிழமையும் செலவு செய்யப்படுகிறது. எனவே, இக்கல்வெட்டின் மூலம் சமூக இயங்கியல் சார்ந்த பல செய்திகள் வரலாற்றுத் தரவுகளாகக் கிடைத்திருப்பது குறிப்பிடத்தக்கது.

3. மூன்றாவது கல்வெட்டு ஸ்ரீ வல்லபனின் ஒன்பதாம் ஆட்சியாண்டில் வெட்டப்பட்டதாகும். இவர், மதுரை அரண்மனையின் அழகிய பாண்டியன் கூடத்தில் உள்ள பாண்டியராஜன் எனும் அரியணையில் அமர்ந்தவராய் இவ் ஆணையைப் பிறப்பிக்கின்றார். அவ் ஆணையின்படி, தமது அமைச்சரான காலிங்கராயனின் பரிந்துரையின்பேரில் திருச்சக்கரத்தாள்வாருக்காக விடப்பட்ட தேவதான நிலத்தைப் பரம்பரை பரம்பரையாக வேளாண்மை செய்திட சோழாந்தகச் சதுர்வேதிமங்கலத்தின் ஆறாஞ் சேரியான கீரனூரில் வசிக்கும் ஸ்ரீ ஹருஷன்-நாராயண-பட்டன்-வாஜபேயயாஜின் என்பவருக்கும், அவர் தம் வம்சத்தினருக்கும் குடியுரிமையாக அளிக்கின்றார். அவ்வாறு கொடுக்கும் நிலத்தின் இட அமைவுக்கான அடையாளங்கள் அக்கல்வெட்டின் இடையே சொல்லப்படுகின்றன. மட்டுமின்றி, தரப்பட்ட நிலத்தை விளை நிலமாக்கி அவ் விளை நிலத்திற்கான பாசன வசதிக்காக 'ஸ்ரீ வல்லபப் பேராறு' எனும் வாய்க்காலை வெட்டிப் பின் அதனின் பயனாய் விளைந்த விளைச்சலின் படியான நெல்லை, வீரபாண்டியன்-கல் அளவின்படி ஐங்கல நெல்லாக அளித்தும் அந் நெல் விளைந்த நிலத்தை அளக்க அப்பகுதியில் பயன்படுத்தப்பட்டிருந்த மலைக்குடியோரின் மலைக்கோல் அளவுகோலின்படி அளந்து ஒரு 'மா' நிலத்திற்குக் கால்காசு என இறையாகத் (வரியாக) தரவேண்டும் எனும் உடனடி ஆணையும் தொடர்ந்து பிறப்பிக்கப்பட்டதையே இக்கல்வெட்டு கூறுகிறது. ஆக, இக்கல்வெட்டின் மூலம்தான் அப்போது அங்குப் பராக்கிரமனால் கட்டப்படுகிற அணை நமக்குத் தெரியவருகிறது. அவ் அணையைக் கட்டுவதற்காக கற்கள் வெட்டி எடுக்கப்படும் இடமும் தெரியவருகிறது. மேலும், ஏற்கெனவே பயன்பாட்டில் இருக்கும் பராக்கிரமப்பேராறு எனும் பாசன வாய்க்காலையும் தெரியவகிறது. மட்டுமின்றி, ஸ்ரீ வல்லபப் பேராறு எனும் புதிதாக வெட்டப்பட்ட அப் பாசன வாய்க்கால் எங்குத் தொடங்கி எங்கு வரை செல்கிறது எனும் அறிதலை மீள் கண்டுபிடிப்பாக இவ் ஆய்வைத் தூண்டித் தேடிப் பெறச் செய்தது.

சி. அ. வ. இளஞ்செழியன்

இவ் ஆய்வுக்கான கருதுகோளே இக் கல்வெட்டுதான். இதனால், அது குறித்தான மேலுமான தகவல்களை இங்குப் பார்ப்போம்.

திருசக்கரத்தாள்வார் தேவதானத்திற்காக பராக்கிரம பாண்டியன் அறக்கட்டளையின்படி ஸ்ரீ ஹருஷன் நாராயண பட்ட வாஜபேயயாஜினுக்கு, முன்பு இறையிலியாக வழங்கப்பட்டிருந்த நிலப்பகுதியில் குறிப்பிட்ட நிலப்பகுதியின் நீட்சியை, விளைநிலமாக மாற்றியும் நெல் விளைச்சலைப் பெருக்கியும் உணவு ஆதாரத்திற்குக் கூடுதல் வழிவகை செய்ய, குடிநீங்காக் காராண்மையாக அளிக்கப்படுகிறது. எனவே, இறையிலியாக அளிக்கப்பட்டிருந்த நிலம் இப்போது வரி விதிப்பின் கீழ் வந்துவிடுகிறது. அவ்வாறு ஒதுக்கப்பட்ட அந் நிலம் எது என்றும், எவற்றிற்கிடையே அவற்றுக்கான அடையாள எல்லைகள் என்றும் வேளாண் நிலமாக அறிவிக்கப்பட்ட பின் அப் பெரு நிலத்திற்கான பாசன வசதியை முன்னிட்டு புதிய வாய்க்கால் ஒன்று 'ஸ்ரீ வல்லபப் பேராறு' எனும் பெயருடன் தோண்டித் தந்ததும் எனச் செப்பனிடப்பட்ட அப் புதிய விளைநிலத்திற்கும் அந் நிலம் விளைவிக்கும் விளைச்சல்களுக்கும் எவ் வகையில் வரி விதிக்கப்படுகிறது என்பதனை ஆணையாகக் கூறுகிறது அக்கல்வெட்டு.

மேற்கூறியவையின்றி, வைகை ஆற்றின் குறுக்கே பராக்கிரமன் கல்லணை ஒன்று கட்டப்பட்டுக் கொண்டிருப்பதும் அது எவ்விடத்தில் கட்டப்படுகிறது என்பதனையும் தரப்பட்டுள்ள நிலத்திற்கான எல்லை அடையாளங்களின் மூலம் உணர்ந்த நிலையில் நேரிடையாகச் சென்று காணவும் ஆய்வு செய்யவும் இயன்றது. முன்னமேயே ஆங்கே பராக்கிரமப் பேராறு எனும் பாசன வாய்க்காலுக்கான வாய்த்தலையானது மதகுகளுடன் அமைக்கப்பட்டிருப்பினும் கூட மேலும் முறைப்படுத்தவேண்டி அவ்வாறு கல்லணை எழுப்பிக்கொண்டிருந்தார் பராக்கிரமன். அவ்விடத்தில், மிகத்தொன்மையான ஒரு தடுப்பணைக்குரிய கல்லடுக்குகளுடனான கட்டுமானத்தினைக் களப்பணியின் போது காணநேர்ந்தது. தற்போதுள்ள கல்லணையின் எதிராக அதே போன்ற வளைவுடன்தான் அப் பழையக் கல்லணையும் அமைக்கப்பட்டிருத்தல் வேண்டும். இதனை

மிச்சமிருக்கும் அதனின் சிதைந்த சிறு பகுதியைக் கொண்டே உணர்ந்துகொண்டேன். (இதற்கான கூடுதல் தகவல் பிற்சேர்க்கைப் பகுதியில் தரப்பட்டுள்ளது) என்றால், அங்குத் தடுப்பணை அமையவேண்டும் என்பது பிற்கால அல்லது இடைக்காலத்திய-முற்காலப் பாண்டியர்களின் எண்ணம்தான் என்பதல்ல. அல்லது, எல்லா வளமும் நிறைந்த பாண்டிய நாட்டில் இனி ஒன்றுமே இல்லை என்று உணர்ந்த நாயக்க அரசர்கள் முன்னமேயே இருந்த தடுப்பணையை அப்புறப்படுத்திவிட்டு புதிய அணையைக் கட்டியதாகவும் அப் பாண்டியர் கல்லணை இல்லை. என்றால், அப் பழையத் தடுப்பணை சங்ககாலப் பாண்டிய அரசர்களால் கட்டப்பட்டிருந்தல் வேண்டும். அது தன் கடமையை முடித்துக்கொண்ட நிலையில் அதனின் பின்புறத்தில் சற்றுத் தள்ளிக் கட்டப்பட்டுள்ளதாகவே இன்றளவிலும் கடமையாற்றிக்கொண்டிருக்கும் பராக்கிரமப் பாண்டியனின் கல்லணையைப் புரிந்துகொள்ளலாம். அவ் அணை, பராக்கிரமப் பாண்டியனின் கல்லணைதான் என முன்னமேயே உறுதியும் செய்யப்பட்டுள்ளது. என்றால், அக்கல்லணையின் பெயர் அக்கல்லணையிலேயே பொறித்துவைத்துள்ள நிலையில் அதனை எளிதாக உறுதிபடுத்தினர் அல்லது அறிந்துகொண்டனர் என்பதல்ல. உண்மையில், அப்படியேதும் பெயர் தாங்கியக் கல்வெட்டுகள் அக்கல்லணையில் இடம்பெறவில்லை. ஆனால், அருகில் உள்ள குருவித்துறைக் கோயிலின் கல்வெட்டினைக் கொண்டு ஒப்பு நோக்கி அல்லது உய்த்துணர்ந்து அதனை உறுதிபடுத்தினர் என்பதாகும். ஏனெனில், பராக்கிரமப் பாண்டியனின் கல்லணையை அக்கல்வெட்டு ஒன்றுதான் குறிப்பிடுகிறது. ஆக, அக் கல்வெட்டு குறிப்பிடுகிறது என்றால், அதாவது "இதனால் சகலமானவர்களுக்கும் தெரிவிப்பது என்னவென்றால் நாங்கள் இப்போது பராக்கிரம பாண்டியனின் கல்லணையைக் கட்டிக்கொண்டிருக்கிறோம் டும்... டும்... டும்... என டமாரம் அடிப்பதாக அல்ல. உண்மையில், கட்டப்பட்டுக்கொண்டிருக்கும் கல்லணையைப் பிறிதொன்றிற்கான எல்லையைக் கூறுகிற நிலையில் ஓர் அடையாளமாகவே அதனைப் பயன்படுத்தியிருந்தனர். இதையெல்லாம் ஏன் இப்படியான ஒரு விளக்கத்துடன் சொல்கிறேன் என்றால், இன்றைய உளவியல் திரிபுகள் அப்படி! அதாவது, எதிர்காலத்தில் வளையவரவிருக்கும் ஆய்வாளர்களில் ஒரு பிரிவினர், மேற்கின் அடிமைப்புத்தியில்,

சான்று கேட்கும் சந்தேகப் பேர்வழிகளாகவே இரண்டகம் செய்யக்கூடும் என்றெல்லாம், அக்காலத்தின் அரசியல் மரபினர் நினைத்துப்பார்க்கவில்லை. இப்படியெல்லாம் நடக்கும் என முன்கூட்டியே தெரிந்தோராய் எவ்வொன்றிற்குமான சான்றுகளை நீக்கமற நிரப்பிவைத்துச்சென்றனர் என்றால், அவர்கள் வாழவில்லை என்பதாகிவிடும். மாறாக, நாடகத்தனத்துடன் போலி வாழ்வையே வாழ்ந்து சென்றனர் என்பதாகப் புரிந்துகொள்ள நேரும்.

முன் கூறியவாறு தென்கரை என அழைக்கப்படுகிற இன்றைய ஊர், முன்பு, ‘பராக்கிரம பாண்டியபுரம்’ என்றும் அவ்வாறே ‘தென்கரைக் கால்வாய்’ என அழைக்கப்படுகிற இன்றைய வாய்க்கால் ‘பராக்கிரம பாண்டியன் பேராறு’ எனவும் முன்பு பெயர்களைப் பெற்றிருந்தன என நினைவில் கொள்க.

மேலும், முன்பு தேவதான நிலமாக இருந்ததை மாற்றி குடி நீங்காக் காராண்மையாக அளிக்கப்பட்ட விதத்தில் அப் பெருநிலப்பரப்பிற்கான பாசனத் தேவையைப் பூர்த்தி செய்ய ஆங்கே ஸ்ரீ வல்லபன் தம் தமையனைப் போன்றே ஒரு புதிய வாய்க்காலை சித்தாதிபுரத்திற்கு அடுத்த அணைப்பட்டியில் அமைத்தார். ஆங்கே வைகையின் தென்புறக்கரையில் அவ் வாய்க்காலின் தலைவாய் அமைய விக்கிரமங்கலம் வரை ஓடுமாறு வெட்டியமைத்தார். இவ் ஆய்வு கண்டுணர்த்தும் வரலாற்று உண்மை இது. சரி! அணைப்பட்டியில்தான் அவ்வாறு ‘ஸ்ரீ வல்லபப் பேராறு’ எனும் பாசன வாய்க்காலுக்குத் தலைவாய் மற்றும் தலைமதகு அமைந்தது என எதன் அடிப்படையில் உறுதியாகக் கூறுகிறீர் எனக் கேள்வி எழலாம். ஆனால், பராக்கிரமன் மற்றும் ஸ்ரீ வல்லபன் போன்றோரின் காலத்திற்கும் முன்பாகவே, முற்காலப் பாண்டிய வேந்தனான சேந்தன் செழியனால் தென்கரையின் அருகில் முள்ளிப்பள்ளம் எனும் ஊரில் வைகையின் குறுக்கே தடுப்பணை அமைக்கப்பட்டிருந்தது. தடுப்பணை அமைத்ததோடன்றி, ஆங்கே தென்புறக் கரைதனில் சிற்றணையுடனான தலைவாய் ஒன்றை அமைத்து காலைப் (நீர்வழி) பிரித்த நிலையில் அதனை ‘சேந்தன் செழியன் ஆறு’ அல்லது ‘சேந்தன் செழியன் வாய்க்கால்’ எனப் பெயரிடப்பட்டதாய் அறியலாம். அவ் வாய்க்கால், திருப்பரங்குன்றம் கண்மாய்,

ஹார்விப் பட்டிக் கண்மாய் நிலையூர் கண்மாய் அல்லது கூத்தியார் குண்டு கண்மாய் என இன்னும் பிற கண்மாய்களுக்கும் இன்றளவும் நீரை எடுத்துச்செல்வதைக் காணமுடிகிறது. ஆக, அவ் வாய்க்கால் இன்று 'நிலையூர் கால்வாய்' என்ற புதுப்பெயருடன் வழங்கப்படுகிறது. அவ்வாறு வழங்கப்படினும் கூட அதனை அதனின் உண்மைப் பெயரால் 'சேந்தன் செழியன் வாய்க்கால்' என்றே இனி அழைப்போமாக. ஏனெனில், இன்று தென்கரைக் கண்மாயாக அறியப்படும் அப் பெரும் ஏரி முன்பு சேந்தன் செழியனால் வெட்டப்பட்டதே. இதனால், அது 'சேந்தன் ஏரி' என்ற பெயரை பெற்றிருந்துள்ளது.[75] பாண்டியரின் பெயர்களைப் பின்னால் வந்த நாயக்க ஆட்சியாளர்கள் நீக்கி, அவ்வாறு பொதுப் பெயருடன் அழைத்தனர் போலும். தென்கரைக் கண்மாயானது மிகச்சரியாக நாகமலையின் இரு நீள் மலைகளுக்கு இடையே இயற்கையாய் அமைந்த கணவாய்க்கு எதிரே, சற்றுப் பள்ளமான நிலப்பரப்பில் விரிந்துகிடக்கிறது. இது இயற்கையாகவே நீர் தேங்கும் விசாலமான இடம் என்பதால் சேந்தன், அதைச் சுற்றித் தேவையான இடங்களில் கரைகளை வரையறுத்து ஏரியாக மாற்றினார் என இனிப் புரிந்துகொள்ளலாம். இன்று அதன் பரப்பு சுருங்கிக் கிடப்பதாகக் காணமுடிகிறது. (பார்க்க: படம் எண்: 4, 4அ)

4. நான்காவது கல்வெட்டில் அரசனின் பெயரோ அல்லது மெய்க்கீர்த்தியோ காணப்படவில்லை. ஆயினும், அது அவருடையதுதான் என்பது தெளிவு. 'சக்ரதீர்த்த சாரங்கி' என அவர் குறிப்பிடப்பட்டுள்ளார். இக் கல்வெட்டும் அதே நிலம் அளித்த செய்தியையே கூறுகிற நிலையில் பாசன வாய்க்கால் வெட்டி விளைச்சலை செய்யவும் அவ்வாறு செய்த பின் அதற்கான இறையாக எதனை மற்றும் எவ்வளவு அளிக்கவேண்டும் என்பதையும் குறிப்பிடுகிறது. எனின், அதே செய்தியை ஏன் திரும்பவும் கல்வெட்டாக்கியுள்ளனர் என்ற கேள்வி எழுகிறது அல்லவா? ஆயினும், விதிக்கப்பட்ட வரியை சிறிது உயர்த்தி வசூலிப்பதற்கான ஆணையைக் கூடுதல் தகவலாக்கியுள்ளது இக்கல்வெட்டு.[76] மேலும், தரப்பட்ட நிலத்தின் அடையாளம் கூறப்படுகிற நிலையில் முன் சொன்ன மூன்றாம் கல்வெட்டின் அதே அடையாளங்கள் குறிப்பிடப்படுவதாயினும் ஆனால்,

இங்குப் பராக்கிரம பாண்டியன் பேராற்றிற்கு வடக்கு திசைச் சொல்லப்பட்டுள்ளது.

திசைகளில் குழப்பம்

மூன்றாம் கல்வெட்டில் சொல்லப்பட்டுள்ள அடையாளங்களில் பராக்கிரம பாண்டியன் பேராறு சார்ந்த அடையாளம் இரு முறை சொல்லப்படுகிறது. முதலாம் முறை சொல்லப்படுகிற போது பராக்கிரம பாண்டியன் பேராற்றுக்கு மேற்கு என சொல்லப்பட்டுள்ளது. இதனால், வடக்கின் அடையாளத்திற்காக, கானாற்றுக்கு வடக்கு என சொல்லப்பட்டுள்ளது. இரண்டாவது முறை சொல்லப்படுகிற போது பராக்கிரம பாண்டியன் பேராற்றுக்கு வடக்கு என்று சொல்லப்படுகிற நிலையில் மேற்கிற்காக இப்போது குருவிக் கல்லுடைப்பு சொல்லப்படுகிறது. ஆக, சிக்கல் இங்குதான். கல்லுடைப்புகள் மேலைக் கல்லுடைப்பு குருவிக் கல்லுடைப்பு என இரண்டாகச் சொல்லப்பட்டுள்ளன. விக்கிரமங்கலம் வரை வாய்க்கால் செல்கிறது என்றால், இது நாகமலைப் புதுக்கோட்டையை ஒட்டிய பகுதி என்பதில் ஐயம் இல்லை. வைகை ஆற்றுக்குத் தெற்கு என உறுதிபட பலமுறை கூறி இருப்பதால் அது உண்மையில் வைகை ஆற்றுக்கும் நாகமலை புதுக்கோட்டைக்கும் இடையில் வெட்டப்பட்டுள்ளதாக அறியலாம். பராக்கிரமப் பாண்டியன் பேராற்றுக்கு மேற்கு எனக் குறிப்பிடுகிற நிலையில் அப் பேராறு இன்றைய தென்கரைக் கால்வாய் எனத் தெளிவாகிறது. (பார்க்க: படம் எண்: 5, 5அ, 5ஆ) அவ்வாறிருக்க, இக் கால்வாயின் வடக்கு பக்கத்திலும் ஸ்ரீ வல்லபப் பேராறு செல்வதாகச் சொல்லப்படுவதால் திடுமென எவ்வாறு அப் புதியகால்வாய் பராக்கிரமப் பாண்டியன் கால்வாயை ஊடறுத்துச் சென்று பின் மீண்டும் கணவாய் அருகே எப்படி வருகிறது எனும் குழப்பம் மேலிடுகிறது. வைகை ஆற்றிற்குத் தெற்கு எனச் சொல்லிவிட்டு வைகை ஆற்றின் மிக அருகாமையில் செல்லும் பராக்கிரமப் பாண்டியன் கால்வாயின் வடக்கில் ஸ்ரீ வல்லபப் பேராறு குறிப்பிடப்படுவது உண்மையில் தவறாகவே தெரிகிறது. அல்லது பேரணையில் பிரிவுறும் இராணி மங்கம்மாள் வெட்டிய அல்லது புதுக்கிய கால்வாய்தான் முந்தைய 'ஸ்ரீ வல்லபப்பேராறு' என்றால், இப்போது அது பராக்கிரமப் பாண்டியன் கால்வாய்க்கு

வடக்கில் இருப்பதாகச் சொல்லப்பட்டிருப்பது சரியாகப் படுகிறது. எனினும், பின்னர் அது விக்கிரமங்கலத்தின் தலை வயலுக்கு வைகை ஆற்றை ஊடறுத்துத் திரும்புமா என்ற கேள்வி எழுகிறது.

மலைச்சரிவில் ஓடி வரும் கானாறு எனும் காட்டாறு நாக மலையில் உற்பத்தி ஆனதாக இருத்தல்வேண்டும். கானாறு மழைக்காலங்களில் மட்டுமே உற்பத்தியாகி குறுகிய நீளத் தினிடையே ஓடுவதாகலாம். என்றால், இது ஒரு சிற்றோடை அளவினதாகவே இருந்திருத்தல் வேண்டும். இன்று அது இருப்பதற்கு வாய்ப்பில்லை. இக் கானாற்றுக்கு வட பகுதியில் ஓடுவதாகவும் 'ஸ்ரீவல்லபப் பேராறு' சொல்லப்படுகிறது. ஆக, பராக்கிரம பாண்டியன் பேராற்றுக்கு அதன் ஏதோ ஓரிடத்தின் வட பகுதியில் ஸ்ரீ வல்லபப் பேராறு வெட்டப்பட்டதாக கூறப்பட்டிருப்பது இடருகிறது. உண்மையில், மதுரையிலிருந்து அணைப்பட்டி வரையிலான வைகை ஆற்றின் நீட்சியில் அன்றிலிருந்து இன்றுவரை மொத்தம் மூன்று கால்வாய்களே வெட்டப்பட்டிருந்துள்ளன.

அவை

1. நிலையூர் கால்வாய் (சேந்தன் செழியன் பேராறு)
2. பராக்கிரமப் பாண்டியன் பேராறு
3. ஸ்ரீ வல்லபப் பேராறு ஆகியன.

என்றால், இவை வைகையின் தென்புற விளை மண்டலத்தின் பாசனத் தேவையைப் பூர்த்தி செய்வதாய் இருந்துள்ளன. மட்டுமின்றி, வீரபாண்டியன் வாய்க்கால் ஒன்று இருந்ததாக ஒரு கல்வெட்டு குறிப்பிடுவதாகச் சொல்லப்படுகிறது. [77]

வைகையின் வடபுற வேளாண் மண்டலத்தின் பாசனத் தேவையைப் பூர்த்தி செய்ய, அணைக்கரையில் வெட்டப்பட்டிருந்த வடதிசைக் கால்வாய் அதாவது இன்று இராணி மங்கம்மாவால் புதுக்கியதாகக் காணப்படும் மதகுடனான கால்வாயே அன்று அதனைச் செய்திருந்தது. இன்றையப் பெரியார் கால்வாயுடன் அது இணைக்கப்பட்டிருப்பது குறிப்பிடத்தக்கது. உண்மையில், இஃதொன்றே வைகையின் வடகரையைப் பொருத்தவரை முதன்மையான கால்வாயாகும். இக்கால்வாயை முற்காலப்

பாண்டியர்களில் யாரோ ஒருவர் வெட்டி இருக்கலாம். எனினும், அது சங்ககாலத்திலேயே அமையப்பெற்றிருந்தது என்பதையே பொருத்தமான புரிதல் என்பேன். அவ்வாறு, அது சங்ககாலத்தில் அமையவில்லை என்றால், வைகையின் தென்பகுதி மட்டுமே விளைநிலங்களைப் பெற்றிருந்துள்ளது என்பதாகிவிடும். உண்மையில், இராணி மங்கம்மாள் அதனைப் புதுப்பிக்காமல் இருந்திருந்தால் சங்ககால பாண்டியர்களின் கல்லணை-பொறியியலின் நுட்பத்தை இன்று கண்டுணர்ந்திருக்க முடியும். இதற்கிணங்க, ஆங்கே பழைய அணையின் எஞ்சிய கற்களை இன்றளவும் காணமுடிகிறது. ஆக, பாண்டியர் ஆட்சியைப் பொருத்தவரை சங்ககாலம், முற்காலம், பிற்காலம் என முறையே வடதிசையில் ஒரு கால்வாயும் தென் திசையில் இரண்டும் என மூன்று கால்வாய்கள் மட்டுமே முதன்மையுற்றிருந்துள்ளன எனக் கருதலாம். அதாவது, கிட்டதட்ட அறுபது கி.மீட்டர் நீளப்பரப்புடைய மதுரையின் மேற்குப் பாசன ஆயக்கட்டைப் பற்றிக் கூறுகிறேன்.

நான்காவதாக, காடுகளை அழித்து அவற்றின் நிலத்தை விளைநிலமாகச் சமப்படுத்தி விரிவாக்கம் செய்யப்பட்ட நிலையில்தான் அப்பெரும் நீட்சியுடனான நிலப்பரப்பிற்கு மற்றுமொரு கால்வாய் தேவையாக இருந்துள்ளது. மேலும், பராக்கிரமப் பாண்டியன் பேராறு எனும் வாய்க்காலிலிருந்து மலையை ஒட்டிய அப் புதிய நிலப்பகுதிகளுக்குத் துணைக் கால்வாய்கள் மூலம் நீர் செலுத்துவது என்பது சற்றுக் கடினமாகவே இருத்தல்வேண்டும். ஏனெனில், பராக்கிரமப் பாண்டியன் வாய்க்கால் இப்புதிய நிலத்தைவிட தாழ்ந்த நிலத்திடையே ஓடுவது குறிப்பிடத்தக்கது. இதற்கு இஃதொரு காரணம் என்றாலும் கூட, நீரின் தேவை அங்குக் கூடுதலாகவே வேண்டும் என்பதனால்தான் அவ்வாறு மற்றுமொரு வாய்க்காலை அணைப்பட்டியிலிருந்து பிரிவுறச்செய்து பயன்படுத்தினர் என்பதே இவ் ஆய்வின் புரிதல். இது சரியான புரிதலுங்கூட. தடுப்பணை என ஒன்று இருந்தாலே ஆங்கே வாய்க்கால் ஒன்று ஏதேனும் ஒருபுறத்தில் அமைக்கப்பட்டிருக்கும் என்பதாகும். அவ்வகையில், சேந்தன்செழியனால் அமைக்கப்பட்ட தடுப்பணையிலிருந்து ஏறக்குறைய ஒரு கி.மீட்டர் தொலைவில் வாய்த்தலையுடனான தலைமதகு ஒன்று அமைந்துள்ளது.

அதாவது, வைகையின் வடகரையில். ஆக, அத் தலைமதகு தமக்கான வாய்க்கால் ஒன்றினை அங்கு பிரித்துச் செலுத்துகிறது என்பதாகும். இவ்வாய்க்கால் வைகையின் வடகிழக்குப் பகுதியான சோழவந்தான் மற்றும் தேனூர் விளைநிலங்களுக்கான பாசனத் தேவையைப் பூர்த்திசெய்கிறது. இவ்வாய்க்காலின் பெயரை அறியமுடியவில்லை. எனினும், 'தேனூர்க் கால்வாய்' எனவும் வழங்கப்படலாம். இவ் வாய்க்காலினை எனது கள ஆய்வின் மூலம் கண்டறிந்தேன். மதகு ஒன்று இரு கதவுகளுடன் அமைந்துள்ள நிலையில் இவ் வாய்க்காலின் அகலம் சற்றேறக்குறைய பதினைந்து அடியாகலாம். (பார்க்க: படம் எண்: 6, 6அ, 6ஆ, 6இ)

விளைநிலங்களின் பரப்பும் அமைவும் அவ்வப்போது மாறிக்கொண்டே வந்துள்ளன. இதனால், முன்பு எத்தனை வாய்க்கால்கள், முதன்மைக் கால்வாய்கள், பிலாறுகள் எனும் துணைக் கால்வாய்கள் பயன்பாட்டிலிருந்துள்ளன என அறிய இயலவில்லை. பல கண்மாய்களுக்குப் பால் வார்த்துத் தாயாய் விளங்கிய கிருதுமால் ஆறு இப்போது முற்றிலும் சாக்கடையாய் ஓரிரு இடங்களில் முடங்கப்பட்டவாறு ஓடுகிறது.

இவ் ஆய்வு நெடுகிலும் கால்வாயை, வாய்க்கால் என்றே ஏதோ புரியாமல் நான் குறிப்பிடுவதாக நினைக்கலாம். உண்மையில் புரிந்ததனால்தான் அவ்வாறு சரியாகக் குறிப்பிட்டுள்ளேன்.

கால்வாய் - வாய்க்கால் குழப்பம்

'தலை கால் புரியாமல் ஆடுகிறாய்' எனும் சொலவடையின் பின்னே அப்போது நிலவியிருந்த வேளாண்மைக்கான பாசனக் குழப்பத்தினை உணரமுடிகிறது. நாம், கால்வாயை முதன்மையாக எண்ணியதும் வாய்க்காலை இரண்டாந்தரமாக எண்ணியதும்தான் இதற்குக் காரணம். உண்மையில், வாய்க்கால் எனும் சொல்தான் ஆற்றிலிருந்து பிரிவுறும் நீர்வழிக்கு உரியது. எடுத்துக்காட்டாக, திருச்சிக்கும் கரூருக்கும் இடையே உள்ள 'பெட்டை வாய்த்தலை' எனும் ஊர் அதன் வாய்த்தலையால் அப் பெயரை பெற்றுக்கொண்டதாகும். அதாவது, அங்கு ஆற்றில் வாய் அமைய அதன் கால் (வழி) நிலம் நோக்கித் தொடங்குகிறது என்பதனால்தான் அவ்வாறு தொடங்கும் இடம் வாயாகக் கருதப்படுகிறது. இவ்வூருக்கு அருகில் உள்ள குளித்தலையும்

இதே காரணத்திற்கான பெயர்கொண்டதே. எனவே, கால்வாய் என்பது ஆற்றிலிருந்து நேரடியாகப் பிரிவுகொள்ளும் வாய்க்காலின் கிளை நீர்வழி என இனிப் புரிந்துகொள்ளலாம். ஆக, இக் கால்வாய்களுக்கான வாய்கள் அத்தகைய பெரும் வாய்க்காலில் அமையப்பெறுவனவாகும். கல்வெட்டுகளில், ‘கால்’ எனவும் வாய்க்கால்களை ஒற்றைச் சொல்லால் குறிப்பிட்டுள்ளமை இங்குக் குறிப்பிடத்தக்கது. ஆற்றில் வாய் அமைந்து கால் புறப்படுவதும் காலில் வாய் அமைந்து (கிளைக்) கால் புறப்படுவதுமான ஒழுங்கு. இதனால்தான் தமிழில் வாய்க்கால், கால்வாய் எனும் தெளிவான பெயர் சொற்கள்.

மேலும், வாய்க்காலே முதன்மையானது என்பதைத் திரிகடுகத்தின் 84 ஆம் பாடலின் மூலம் உறுதிபெறலாம். “வாய் நன்கு அமையாக் குளனும்” எனும் அப் பாடலின் தொடக்க அடியின் மூலம் ஒரு குளத்திற்கான தலைவாய் மிகச்சரியாக அமைந்தால் தான் அதிலிருந்து தொடரும் அதனின் கால்-அதாவது, அவ் வாயின் கால் நீரைத் தடங்கல் ஏதுமின்றி எடுத்துச்செல்லும் என்பதை அறிவுறுத்தும் வகையில் அமைந்துள்ளது காண்க.[78]

மட்டுமின்றி, ஆறு என்றால் வழி என்ற ஒரு பொருளும் உண்டு.[79] ஆற்றுப்படுத்துதலும் இதன்படியான வினையடிச்சொல்லே. அதாவது, இவரிடம் செல் அல்லது அவரிடம் செல் உரிய வழி கிடைக்கும் என, வழியேதுமில்லாமல் இடர்ப்படுவோருக்காக பிறரால் வழி சொல்லப்படுதலே ஆற்றுப்படுத்துதல் ஆகும். ஆயினும், இன்று ஆறு எனும் சொல் மலையிலிருந்து தோன்றி கடல் நோக்கி பயணிக்கும் நீள நீர் வழிக்கான (*River*) பெயர்ச்சொல்லாகவே வழங்கப்பட்டுவருகிறது. இக்கருத்தினை உறுதிபடுத்துகிறது புறநானூற்றின் 185ஆம் பாடல். [80]

கால்பார் கோத்து, ஞாலத்து இயக்கும்
காவற் சாக்காடு உகைப்போன் மாணின்
ஊறு இன்றாகி ஆறு இனிது படுமே

எனும் அப்பாடலின் தொடக்க மூன்று அடிகளின் பொருள்: சக்கரத்துடனான வண்டி இயங்குதலைப் போன்றது இவ்வுலகம். ஆக, வண்டியைச் செலுத்துபவன் திறமையாளனாக இருப்பானே யானால், அவ் வண்டி உரிய வழியில் எவ்விதச் சிக்கலுமின்றி மிக

சரியாகப் பயணிக்கும் என்பதாகும். ஆறு இனிதுபடுமே என்றால், வழி இனிமையாக அமையும் என்று பொருள்படும். எனவே, இப்பாடலின் மூலம் ஆறு என்றால் வழி எனும் பொருளை அறியமுடிகிறது. எனவே ஆறு, கால், வாய்க்கால், கால்வாய் எனும் பெயர்ச்சொற்கள் வெகு தொன்மையிலேயே தமிழில் இருந்துள்ளமை தெரியவருகிறது. ஆக, பற்றாக்குறைக்காக பிற எம் மொழிகளிடமும் கையேந்தியதில்லை என அறிக.

மேலும், கரிகாலன்-கல்லணையிலிருந்து பிரியும் வாய்க்காலை 'கிராண்ட் அணைக்கட்டுக் கால்வாய்' (Grand Anaicut Channel) என்றே தவறாகக் குறிப்பிட்டுவருகின்றனர். 'கிராண்ட் அணைக்கட்டு வாய்க்கால்' என்பதே சரியான பெயர். உண்மையில், தமிழ் மொழியைப் போன்றே தொல் எகிப்திய மொழியில் வாய்க்கால், கால்வாய் என மிகச்சரியாக அவற்றின் தன்மைகொண்டு குறிப்பிட்டிருந்திருப்பர் என நம்பலாம். ஆங்கிலத்திலும் Canal, Channel என்ற குழப்பம் உண்டு. Canal என்றால், வெட்டப்பட்ட நீர் வழி என்றும், குறிப்பாக நீர் வழி போக்குவரத்துக்கானது என்றும் நீரைக்கொண்டுபோகும் கால்வாய் என்பனவாகும்.[81] இதற்கு எடுத்துக்காட்டாக மாபெரும் சூயஸ் கால்வாயைக் கூறலாம். சென்னையின் பக்கிங்காம் கால்வாயும் இதே வகையைச் சேர்ந்ததே. அவ்வாறே *Channel* என்றாலும் அதே பொருளையே தருகிறது.[82] ஆனால் இங்கு வதி, வாய்க்கால், கால்வாய் என அவற்றின் தன்மைகளைக்கொண்டு பிரித்து அழைத்துள்ளமை குறிப்பிடத்தக்கது. என்றால், வாய்க்கால், கால்வாய் என்ற குழப்பம் இடைக்காலத்தின் பிற்காலத்தில் ஏற்பட்டிருக்கலாம்.

தமிழில் முதன்மை நீர்க்காலை வாய்க்கால் என்றும் துணை நீர்க்காலை கால்வாய் என்றும் குறிப்பிடுவது போல், சமஸ்கிருதத்திலும் முறையே 'சுசிர' (susira) என்றும் 'கனித்ரிம' (khanitrima) என்றும் வழங்கப்பட்டிருந்துள்ளது குறிப்பிடத்தக்கது.

5. பதினோறாம் ஆட்சியாண்டு கல்வெட்டு

அதே ஊரின் திருச்சக்கரத்தாழ்வாருக்கு தேவதானமாக அல்லது பிரம்மதேயக் குடியிருப்பு ஒன்றை அமைத்தல் தொடர்பாக அதற்கான நிலத்தை, தொண்டைமண்டலத்துப் புலியூர்க்கோட்டத்தில் உள்ள மாங்காடு எனும் ஊரைச் சேர்ந்த சித்தக்குட்டி மாதவனான சோழ முத்தரையன், சோழாந்தக சதுர்வேதி மங்கலத்து சபையாரிடம் விலைக்கு வாங்கி நிலக்கொடை அளிக்கின்றான். அது விளக்க மங்கலத்தின் தலைவயலுக்கும் பராக்கிரமப் பாண்டியப் பேராற்றுக்கு மேற்கிலும் மூவாயிர நல்லூர் கல்குடிகளுக்கு விடப்பட்டிருந்த புஞ்சை நிலத்திற்கு வடக்கிலும் மற்றும் பராக்கிரமப் பாண்டியன் கல்லணையைக் கட்ட கல் தோண்டி எடுக்கப்படும் கற்களத்திற்குக் கிழக்கிலும் இவையன்றி வைகையாற்றுக்குத் தெற்கிலும் என இவ் எல்லைகளுக்கிடையேயான நிலத்தைப் பழைய அளவான பாடக அளவு முறையின்படி முன்பு தேவதான இறையிலியாக விடப்பட்ட அப் பன்னிரண்டு வேலி நிலமும் இதுதவிர, ஸ்ரீ கோயில், திருமுற்றம் மடவிளாகம் என இவற்றிற்காக விடப்பட்ட நிலம் ஐந்து வேலியும் இவைதவிர, வைகையின் வடகரையில் விலைகொடுத்து வாங்கி இறையிலியாக விடப்பட்ட நிலம் ஐந்தே ஒரு மாவரையே அரைக்காணி நிலமும் என ஆக மொத்தம் இருபத்திரண்டே ஒரு மாவரையே அரைக்காணியுமான இந் நிலத்தில் ஸ்ரீ குலசேகரமங்கலம் எனும் திருப்பெயருடன் ஸ்ரீ வல்லபனின் இரண்டாம் ஆட்சி ஆண்டு முதல் அது ஒரு குடியிருப்பாக நடைமுறைக்கு வந்திருந்தது. எனினும், வடகரையில் இறையிலியாக விடப்பட நிலம் அஞ்சே ஒரு மாவரையே அரைக்காணியின் மூலம் எவ்விதப் பலனும் இல்லை போலும். இவ் விதயம் அரசனின் கவனத்திற்கு வரவே அந்நிலத்தை

சிரீவல்லபன் தமது பதினோறாவது ஆட்சி ஆண்டு முதல் வரி விதிப்பிலிருந்து விடுவித்துவிடுகிறார். ஆயினும், அந்நிலத்துக்கு மாற்றாக தென்கரையில் திருச்சக்கரத்தாழ்வாருக்கு தேவதானமாக விடுத்து அவ்வாறு தேவதானமாக இருந்துவருகிற அந் நிலத்திலே அஞ்சே ஒரு மாவரை அரைக்காணியும் முன்பு இறையிலி இட்ட நிலத்துக்கு சேர்வாக இடப்பெறவேண்டுமென்றும் திருக்கோயிலும் திருமுற்றமும் மடவிளாகமும் என இவற்றிற்காகத் தந்த நிலம் ஐவேலியில் மூன்று வேலி இத் தேவர்க்கு சேரவேண்டும் என்பதால் அதனை இறையிலியிலிருந்து விடுவித்து அவ்வாறு நீக்கப்பட்ட நிலத்தைத் தவிர்த்து மீதமுள்ள நிலமான இரண்டு வேலியும் திருக்கோயிலும் திருமுற்றமும் திருநந்தவனமும் மடவிளாகமுமாக, அதாவது மடப்பள்ளியுமாக அளிக்கவேண்டுமென்று அமைச்சர் காலிங்கராஜன் நமக்குச் (ஸ்ரீ வல்லபனான எனக்கு) சொன்னமையால் திருச்சக்கரத்தாழ்வாருக்குத் திருப்படி மாற்று (அமுது) உள்ளிட்ட தேவைகளுக்குக் கொடையளிப்பதாக விளக்கமங்கலத்துத் தலைவயலுக்கும் பராக்கிரமப் பாண்டியப் பேராற்றுக்கு மேற்கும் மூவாயிரநல்லூர் கல்குடிகளுக்கு அளித்த புஞ்செய் நிலத்துக்கு வடக்கும் பராக்கிரம பாண்டியன் கல்லணைக்குக் கல்லிறக்கும் கற்களத்திற்குக் கிழக்கும் பராக்கிரம பாண்டியப் பேராற்றுக்குத் தெற்கும் என இவற்றிற்கிடையே அமைந்துள்ள நிலத்தின் மேல்பக்க மடை பழம் பாடக அளவீட்டின்படி பன்னிரண்டு வேலி நிலத்தையும் இந்நிலத்தோடு சேர்ந்தவாறு இறையிலி நீக்கப்பட்ட வடகரை நிலத்துக்கு மாற்றாக செல்காலாக? வருகிற நிலத்தில் தரிசு நிலம் மூன்றரையை சீர்படுத்திப் பயிர்செய்ய இயலுமான நிலத்தின் ஒன்றரையே ஒருமாவரையே அரைக்காணியுமாக பதினேழே ஒருமாவரையே அரைக்காணியும் திருக்கோயிலும் திருமுற்றமும் திருநந்தவனமும் திருமடவிளாகமும் நிலம் இருவேலியும் ஆக பத்தொன்பதே ஒருமாவரையே அரைக்காணியும் இவ்வூரில் வரையறுத்து ‘குலசேகரமங்கலம்’ என்னும் பெயரால் ஆண்டு பதினொன்றாவது முதல் தேவதான இறையிலியாக அறிவித்துள்ளோம் என்று திருவாய்மொழிந்தருளினார். இவை அண்ட நாட்டு பெருமணலூர் மந்திரி திருமலை உடையானான உத்தரமந்திரி எழுத்து. இவை மிழலைக்கூற்றத்துக் கிழக்கூற்று அல்லது கீழக்கூற்றுக் கொளுவனூருடையானான கணபுரவன் குவலய சந்திரனான குமணராஜன் எழுத்து.

6. பதினாறாம் ஆட்சியாண்டின் கல்வெட்டு

இக்கல்வெட்டு முந்தையப் பதினோராம் ஆட்சியாண்டில் ஆணையிடப்பட்ட ஆணையை மறுதிருத்தத்திற்கு உட்படுத்தி மீண்டும் பிறப்பிக்கப்பட்டுள்ளது. அவ்வகையில், முன்பு மாங்காட்டு கிழவனான மாதவன் அளித்த நிலக்கொடைக்கான நிலங்கள் வைகையின் வடகரை மற்றும் தென்கரையில் அமைந்திருந்தன. தென்கரையில் அளிக்கப்பட்ட நிலம் பாசனத்திற்கான வாய்க்கால் வசதி கொண்டது. எனவே கிளைக் கால்வாய்களை அவ் வாய்க்காலிலிருந்து வெட்டிக்கொள்ளவியலும். எனினும், வடகரையில் அதே மாதவனால் நிலக்கொடையாக அளிக்கப்பட்ட நிலம் குலசேகரமங்கலம் எனும் குடியிருப்பாக மாற்றப்படும் விதயம் சொல்லப்பட்டுள்ளது. தென்கரைப் பகுதியில் கொடையளிக்கப்பட்ட விளை நிலத்தில் அவ்வாறு அதில் பயிர்செய்யப் பயனாளிகளாக நியமிக்கப்பட்டோர் அவ் விளைநிலங்களுக்குத் தேவையான பாசன நீர் வேண்டி ஓடிக்கொண்டிருக்கும் பராக்கிரம பாண்டியன் பேராறு எனும் பாசன வாய்க்காலுக்கு குறுக்காக அதாவது மேற்புறமாக கடந்து செல்வதாக ஒரு வாய்க்கால் அமைக்கப்பட்ட நிலையில் பயிர் விளைவிக்கப்பட்டிருந்தது. எனவே, இது குறித்து புகார் அளிக்கப்பட்ட நிலையில் அவ்வாறு 'காலுக்குமேல் கால் கல்லல்' ஆகாதென்று' அதாவது ஒரு வாய்க்காலுக்கு மேல் இன்னொரு வாய்க்கால் அமைக்கக் கூடாதென்று சோழாந்தக சதுர்வேதி மங்கலத்தின் சபையார் முறையிட்டதனாலே நாம் (ஸ்ரீ வல்லபன்) அக் கால்வாயை தூர்க்கச் சொன்னோம்.

ஆயினும், காலுக்கு மேல் கால் கல்லல் என்பதனைப் பிற ஆய்வாளர்களும் வரலாற்று ஆர்வலர்களும் ஏனோ

ஒரு கால்வாயின் மேற்பகுதியில் அதாவது கிழக்கு நோக்கி ஓடும் ஆற்றில் ஒரு வாய்க்கால் அமைந்திருக்குமானால் அவ்வாய்க்காலின் மேற்குத்திசையில் மற்றுமொரு வாய்க்காலைத் தோண்டியதால் மூடப்பட்டது எனப் பொருள்கொண்டுள்ளனர். ஏன் ஒரு வாய்க்காலுக்கு மேற்திசையிலும் கீழ்த்திசையிலும் வேறொரு வாய்க்காலை அமைக்கக்கூடாதா என்ன? ஆக, அவர்கள் தவறாகவே பொருள் கொண்டமைத் தெரிகிறது.

எனினும், மேற்கூறப்பட்ட வாய்க்காலை குறுக்காக ஊடறுத்துச்செல்லும் புதிய வாய்க்காலைத் தூர்த்துவிட்டால் குத்தகைக்கு விடப்பட்ட சாகுபடி நிலங்களுக்கான பாசன நீர் இல்லாது போகும் என அரசனிடம் மேல் முறையீடு செய்யப்பட்டிருந்தது. இதனால், அந்நிலத்தை பொது நிலமாக குத்தகைக்கு விடப்பட்டிருந்ததைத் தவிர்த்து தேவதான இறையிலியாகவும் தென்கரையில் அளித்த நிலத்தில் அவ்வாறு மாற்றப்பட்ட நிலம் நீக்கி மீதமுள்ள பன்னிரண்டே ஒருமாவரையுடனான பன்னிரண்டு வேலி நிலத்தையும் (74.04 ஏக்கர்) ஸ்ரீ கோயிலும் திருமுற்றமும் திருநந்தவனமும் மடவிளாகமும் உட்பட நிலம் இருவேலியும் ஆகப் பழைய பாடகப் படி நிலம் பத்தொன்பதே ஒரு மாவரை அரைக்காணியும் இவ்வூரில் பழையபடி வரையறுத்து குலசேகரமங்கலம் எனும் பெயரால் இவ் ஆழ்வார்க்கே காராண்மை மீதாட்சி மிகுதிகுறை உள்ளடங்க தேவதான இறையிலியாகவும் இந் நிலத்துக்கும் பதினாறாவது ஆட்சியாண்டு முதல் நாலாட்டை அதாவது நான்கு ஆண்டுகளுக்கு அந்தராயம் அதாவது குறிப்பிட்டதோர் வரி தவிர்ப்பதாகவும் என ஆணை பிறப்பித்து ஓலை, கல்வெட்டு மற்றும் செப்பேட்டிலும் ஆவணமாக்கிக் கொள்க எனத் திருவாய் மொழிந்தருளினார். இவ் ஆணையை அரசனின் சார்பில் கையெழுத்திட்டு நிறைவேற்றுபவர் பராக்கிரம பாண்டியனின் உத்தர மந்திரியாவார் என்பது குறிப்பிடத்தக்கது.

7. இருபத்தியிரண்டாம் ஆட்சியாண்டு கல்வெட்டு
(பொ.ஆ.பி. 1113 ஆம் ஆண்டு)

திருச்சக்கரத்தாழ்வார் கோயிலுக்கான பூசைகள் செய்ய முன்பு தேவதான இறையிலியாக கொடுக்கப்பட்ட தென்கரை நிலத்தில் ஒருபகுதியான திறந்த நிலம் நீக்கி அதாவது முன்பு அந்நிலம் ஏதோவொரு காரணத்தின் கீழ் இறையிலியாக இருந்ததை நீக்கிய நிலையில் அவ் ஐந்து வேலி நிலமும் (35 காணி) பழையபடியே மீண்டும் இறையிலியாகவும் அதாவது வரியில்லா நிலமாகவும் இவ்வூரில், முன்பு தேவதான இறையிலியாய் வருகிற நிலம் இவ் ஆழ்வார்க்கு திருப்படி மாற்றுக்கும் திருப்பணிக்கும் அடிப்படையாக இருபத்தியிரண்டாம் ஆட்சியாண்டு முதல் அந்தராயம் எனும் குறிப்பிட்டதொரு வரியும் நீக்கி தேவதான இறையிலியாகப் பெறவேண்டும் என்று பெரியான் நம்மிடம் சொன்னதால் இவ் ஆழ்வார்க்கு முன்பு இவ்வூரில் தேவதான இறையிலியாய் வருகிற நிலத்தில் ஐந்து வேலியும் அந்தராயத்துடன் ஆழ்வார்க்கான திருப்பணிக்கும் திருப்படி மாற்றுக்கும் ஆதாரமாக இருபத்தியிரண்டாம் ஆட்சியாண்டு முதல் அந்தராயம் உட்பட தேவதான இறையிலியாக இட்டு உள்வரியும் காலிங்கராயன் ஓலையும் தரச்சொன்னோம். மட்டுமின்றி, இவ் ஆணையைக் கல்வெட்டாகவும் செப்பேட்டிலும் பொறித்துக்கொள்ள உத்தரவிட்டதாக இக்கல்வெட்டு செய்தியளிக்கிறது. அந்தராயம் என்றொரு சொல் இங்குக் கையாளப்பட்டுள்ள நிலையில் அதன் உரிய பொருள் தெரியவில்லை. எனினும், அந்தராயம் என்பது தேவதான இறையிலி நிலமாக அளிக்கப்பட்டாலும் கூட ஏதோவொரு சிறப்பு வரி என அது தவிர்க்கமுடியாத ஒன்று போலும். ஆக, அதையும்கூடத் தவிர்த்து முழு இறையிலி நிலமாகக் கொடை அளிக்கப்பட்டதாகப் புரிந்துகொள்ளலாம்.

உதிரிக் கல்வெட்டுகள்

இருபத்தியிரண்டாம் ஆம் ஆட்சியாண்டின் இரு உதிரிக் கல்வெட்டுகள் அரசனின் பெயர் குறிப்பிடப்படவில்லை என்றாலும் அவை மேல் தரப்பட்டுள்ள கல்வெட்டின் தொடர்ச்சியானவையாகவே காணப்படுகின்றன.

கல்வெட்டு - மீள் வாசிப்பு - மீள் புரிதல்

இவ் ஆய்விற்கான கருதுகோளாகி நிற்கும் சித்திரரத வல்லபப் பெருமாள் கோவிலின் தென்புறச் சுவரின் ஒன்பதாம் ஆட்சியாண்டின் கல்வெட்டை மறு புரிதலுக்கு உட்படுத்துகிறது இவ் ஆய்வு.

திருமடந்தையும் ஜயமடந்தையும் திருப்புயங்கழி லிநிதிருப்ப இரு நிலமும் பெருமை எய்த எண்டிசையுங் குடை நிளற்ற மன்நவர் எல்லாம் வந்திறைஞ்ச மரபிலெ வருமணிமுடிசூடி தென்குமரி முதல்லாகிய திரைகடலெ எல்லை[யா]கப் பார்முளுதுங் கயலாணை பரந்து செங்கொலுடந் வழர மந்நிய விரஸிம்மாஸநத்து உலகமுழுதுமுடைய்யார்ரொடும் விற்றிருந்தருழிய மாமுதல் மதிக்குல[ம்★] விளக்கிய கொமுதற் கொச்சடைய [83]

பந்மராந திரிபுவநச் சக்கரவர்த்திகள் ஸ்ரீவல்லவதெவர் மதுரைக் கொயிலில் உள்ளாலை அளகி[ய★] பாண்டியன் கூடத்து பள்ளிக்கட்டில் பாண்டியராஜநில் எளுந்தருழி இருந்து செய்யத் திருவாய் மொளிந்தருளிநபடி பாகனூர்[க்] கூற்றத்து பிரம்மதெயம் சொழாந்தக சதுர்வேதிமங்கலத்து ஆறாஞ்செரி கிரனூர் ஸ்ரீஹரிஷன் நாராயணபட்ட வாஜபேயயாஜின் வம்சத்தார்களுக்கு இவ்வூர் திருச்ச[க்]கரத்தாள்வார் தேவதானம் பராக்கிரம பாண்டியன் கட்டளையில் இத்தெவர் இவநுக்கு[ம்] இவன் வம்சத்தாற்கும் குடி நிங்காக் காராண்மையாக ஸ்ரீமுகங் குடுத்து ஸ்ரீமுகப்படி நான்கெல்லைக் குள்ப்பட்ட நிலம் யாண்டு ஒன்பதாவது முதல் குடி நிங்காக் காராண்மையாகப் பெறவெண்டுமென்று காலிங்கராஜன் நமக்குச்சொன்நமையில் பாகனூர்[க்] கூற்றத்துச் சொழாந்தகச்சதுர்வேதிமங்கலத்து ஆறாஞ்செரிக் கிரனூர் ஸ்ரீ ஹரிஷன் நாராயணபட்ட வாஜபேயயாஜின் வம்சத்தார்களுக்கு இவ்வூர் திருச்ச[க்]கரத்தாள்வார் தெவதா

நம் பராக்கிரமபாண்டியந் கட்டளை இத்தெவர் இவனுக்கும் இவந் வம்சத்தார்க்கும் குடி நிங்காக் காராண்மையாக குடுத்த ஸ்ரீமுகப்படி பராக்கிரம பாண்டியன்பெராற்றுக்கு மெற்கும் கருமாணிக்க வசக்க லெறவந்த கானாற்றுக்கு வடக்கும் பராக்கரம பாண்டிய[ன்] கல்லணைக்கு கல்லிறக்கும் கற்களத்துக்கு கிழக்கும் வைய்கைப் பெராற்றுக்குத் தெற்க்கு விளக்கமங்கலத்துத் தலைவயலுக்கு மெற்க்கும் இன்நான்கெல்லையின் நடுவுபட்ட

நிலத்தில் குருவிக்கல்லுடைப்புக்கு மெற்கும் பராக்கரம பாண்டியப்பெராற்றுக்கு வடக்கும் மெலை உடைப்புக்குக் கிழக்கும் வைய்கைப் பெராற்றுக்குத் தெற்கும் நடுவுபட்ட நிலம் நிக்கி, நிக்கி நின்ற நிலம் தநக்கும் தந் வம்சத்தாற்கும் குடிநீங்காக் காராண்மையாக இன்நிலத்துக்கு ஸ்ரீ வல்லவபெராலாற்றுக்காலும் கல்லி காடும் வெட்டி நிலமும் வசக்கி பயிரெற்றி விளைஞ்ச நிலத்துக்கு மலைக்குடி மலைமெல் கொலால் [84] நிலம் ஒரு மாவுக்கு காற்காசும்

முதலழக்கும் விரபாண்டியந் காலால் நெல் ஐங்கலமும் இறுப்பாநாகவும் குறுவை விளைஞ்ச நிலத்துக்கு இக்கொலாலும் இக்காலாலும் இவ்வரிசையில் ஒந்று முக்காலந காசும் ஒந்று முக்காலந நெல்லும் இறுப்பாநாகவும் யாண்டு ஒந்பதாவது முதல் இவநுக்கும் இவன் வம்சத்தார்க்கும் குடிநிங்காக் காராண்மையாக குடுத்தொமென்று திருவாய்மொழிந்தருளிநார். இவை முத்தூற்றுக் கூற்றத்து செழுவநூர் மதிசூதந் அம்பலக்கூத்தநெ[ந்] தெந்ந-வன் முதலிநாட்டு முவெந்தவெழாந் எழுத்து. இவை கொழுவனூர் உடையாந் கணபுரதெவந் குவலையசந்திரனாதந் குமணராஜன் எழுத்து.

மேலே தரப்பட்டுள்ளக் கல்வெட்டுச் செய்தி தென்னிந்தியக் கல்வெட்டுத்தொகுதியில் வெளியிடப்பட்ட அதே இயல்பின்படி இங்கே இடம்பெறச் செய்யப்பட்டுள்ளது. ஆயினும், இவற்றில் பயின்றுவந்த கிரந்த எழுத்துக்களையோ சொற்களையோ பின்பற்ற முடியவில்லை என்பதனால் அவற்றினைத் தமிழிலேயே தந்துள்ளேன்.

எனினும், இதனைத் தெளிவாகப் புரிந்துகொள்ள கீழே எளிமையாகத் தரப்பட்டுள்ளது.

திருமடந்தையும் செயமடந்தையும் திருப்புயங்களில் இனிது இருப்ப இரு நிலமும் பெருமை எய்த எண்திசைகளும் நிழல் தர மன்னவர் எல்லாம் வந்திறைஞ்ச மரபிலே வரும் மணிமுடிசூடி தென்குமரி முதலாகிய திரைகடலே எல்லையாக பார்முழுதுங் கயலின் ஆணை பரந்து செங்கோலுடன் வளர மன்னிய வீரசிம்மாசனத்து உலகமுழுதுமுடையாரொடும் வீற்றிருந்தருளிய மாமுதல் மதிக்குலம் விளக்கிய கோமுதற் கோச்சடையபன்மரான திரிபுவனச் சக்கரவர்த்திகள் ஸ்ரீவல்லவதேவர் மதுரை அரண்மனையின் உள்ளாலை அழகிய பாண்டியன் கூடத்து பள்ளிக்கட்டில் பாண்டியராஜனில் வந்தமர்ந்து திருவாய் மொழிந்தருளினபடி பாகனூர்க் கூற்றத்து பிரம்மதேயம் சோழாந்தக சதுர்வேதி மங்கலத்து ஆறாஞ்சேரி கீரனூர் ஸ்ரீஹரிஷன் நாராயணபட்ட வாஜபேயயாஜின் வம்சத்தார்களுக்கு இவ்வூரின் இறைவன் சக்கரத்தாள்வாருக்கான தேவதானமாக விடப்பட்டிருந்த நிலத்தை பராக்கிரம பாண்டியன் தேவதான கட்டளையின் படி இத்தேவர் (பாண்டியன் ஸ்ரீ வல்லபன்) இவனுக்கும் இவன் வம்சத்தவர்க்கும் குடி நீங்காத காராண்மையாக திருஓலை எழுதிக்கொடுத்து அத் திருஓலைப்படி நான்கு எல்லைகளுக்கு உட்பட்ட நிலம் தம் ஆட்சி ஆண்டு ஒன்பதாவது முதல் இனி குடி நீங்காக் காராண்மையாக அளிக்க வேண்டுமென்று காலிங்கராஜன் (சிரீவல்லபனின் அமைச்சர்) நமக்குச் சொன்னமையால் பாகனூர்க் கூற்றத்து சோழாந்தக சதுர்வேதி மங்கலத்தின் ஆறாஞ்சேரி கீரனூர் ஸ்ரீ ஹரிஷன் நாராயணபட்ட வாஜபேயயாஜின் வம்சத்தார்களுக்கு இவ்வூர் திருச்சக்கரத்தாள்வார் தேவதானமான நிலத்தை பராக்கிரமபாண்டியன் கட்டளையின்படி இத்தேவர் (சிரீவல்லபன் / ஸ்ரீ வல்லபன்) இவனுக்கும் இவன் வம்சத்தார்க்கும் குடி நீங்காக் காராண்மையாக கொடுத்த திரு ஓலையின்படி பராக்கிரமப் பாண்டியன் பேராற்றிற்கு மேற்கும் கருமாணிக்கத்தினை வசக்க லேறவந்த (படியவைத்து விளை நிலமாக மாற்ற வந்த) கானாற்றுக்கு வடக்கும் பராக்கிரம பாண்டியன் கல்லணைக்கு கல்லிறக்கும் கற்களத்துக்கு (*quarry*) கிழக்கும் வைகைப் பேராற்றுக்குத் தெற்கும் விளக்கமங்கலத்துத் (விக்கிரமங்கலத்துத்) தலைவயலுக்கு மேற்கும் இந் நான்கு எல்லையின் நடுவில் அமைந்த நிலத்தில் குருவிக் கல்லுடைப்புக்கு (குருவித்துறை ஊருக்கருகே உள்ள நாகமலையில்

கல்லுடைக்கும் இடத்திற்கு) மேற்கும் பராக்கிரம பாண்டியப் பேராற்றுக்கு வடக்கும் மேலை உடைப்புக்குக் (நாகமலையில் மேற்குப் புறத்தில் கல்லுடைக்கப்படும் மற்றொரு இடத்திற்கு கிழக்கும் வைகைப் பேராற்றுக்குத் தெற்கும் நடுவில் அமைந்துள்ள நிலத்தை விட்டுவிட்டு மீதமுள்ள அந் நிலத்தை தனக்கும் தன் வம்சத்தாற்கும் குடி நீங்காக் காராண்மையாக (நிலத்தைப் பயிருடும் இடையறாத குடியுரிமையாக) அளித்துள்ள நிலையில் அந் நிலத்துக்கு ஸ்ரீ வல்லவன் பெயரால் ஆற்றுக்காலும் (ஸ்ரீ வல்லபப் பேராறு எனும் பாசன வாய்க்கால்) கல்லி (தோண்டி) தோண்டியதோடு மட்டுமல்லாமல் காடும் வெட்டி, வெட்டிக் கிடைத்த நிலத்தை வசக்கி (சமப்படுத்தி) சமப்படுத்தியதோடு அல்லாமல் பயிரேற்றி (பயிர் விளைவித்து) விளைந்த நிலத்துக்கு மலைக்குடிகள் பயன்படுத்துகிற மலைமேல் கோலால் (மலை நிலம் அளக்கும் அளவுகோலால்) நிலம் ஒரு மாவுக்கு காற்காசும் முதலளக்கும் வீரபாண்டியன் கல்லால் நெல் ஐங்கலமும் இறுப்பாநாகவும் (இறையாகவும்) குறுவை விளைந்த நிலத்துக்கு இக்கோலாலும் இக்கல்லாலும் இவ்வரிசையில் ஒன்று முக்காலணா காசும் ஒன்று முக்காலணா நெல்லும் இறுப்பாநாகவும் அரசுக்குத் தரவேண்டுமென்று தமது ஒன்பதாம் ஆட்சி ஆண்டு முதல் இவனுக்கும் இவன் வம்சத்தார்க்கும் குடிநீங்காக் காராண்மையாக (நிலத்தைப் பயிரிடும் இடையறாத உழவுரிமையாக) கொடுத்தோமென்று (சிரீவல்லபன் / ஸ்ரீ வல்லபன்) திருவாய் மொழிந்தருளினார். இவை முத்தூற்றுக் கூற்றத்து செழுவனூர் மதுசூதன் அம்பலக்கூத்தனன் தென்னவன் முதலிநாட்டு மூவேந்தவேளாளன் எழுத்து. இவை கொழு(ளு/லு) வனூர் உடையான் கணபுரதேவன் குவலைய சந்திரநாதன் குமணராஜன் எழுத்து.

பராக்கிரம பாண்டியன் கல்லணை - (1088 - 1105)

கல்வெட்டில் குறிக்கப்பெறுகிற பராக்கிரம பாண்டியன்கல்லணை பராக்கிரமனின் இரண்டாம் ஆட்சி ஆண்டு காலத்தில் (பொ.ஆ.பி. 1088) தொடங்கப்பட்டது என வைத்துக்கொண்டாலுங்கூட அது பொ.ஆ.பி. 1102ஆம் ஆண்டிலும் கூட கட்டப்பட்டுக் கொண்டுதான் இருந்துள்ளது என்பதாகும். மேலும், இதனை

ஸ்ரீ வல்லபனின் பதினோறாம் ஆட்சியாண்டு கல்வெட்டின் மூலம் அறியமுடிகிறது. அவ் வகையில், சித்திரரத வல்லபப் பெருமாள் கோயிலின் வடக்குச் சுவரின் கல்வெட்டானது, மாங்காட்டு சித்தகுட்டி மாதவனான சோழ முத்தரையன் இறைக்கொடை அளித்த நிலத்தின் அடையாள எல்லை கூறும் போது, ஆங்கே கட்டப்பட்டுக்கொண்டிருக்கும் பாண்டியன் கல்லணைக்காக கல்லுடைக்கப்படும் கற்களத்தின் கிழக்குப் பகுதி சொல்லப்படுகிறது. என்றால், அக் கல்லணையைக் கட்டி முடிக்க இன்னமும் ஒரு மூன்று ஆண்டுகள் கூட ஆகலம் என்பதனால்தான் அந்தக் கல்லுடைக்கும் களம் அடையாளத்திற்கான எல்லையாகக் கூறப்பட்டுள்ளது. இதனடிப்படையில்தான் 1102 உடன் மூன்று ஆண்டுகளைக் கூட்டி 1105 ஆம் ஆண்டை கல்லணை நிறைவுபெற்ற ஆண்டாகக் கூறுகிறது இவ் ஆய்வு. அவ்வாறு, மேலும் மூன்று ஆண்டுகளில் முடியவிருக்கிற ஒரு திட்டத்திற்கான கல்லுடைக்கும் களத்தை அடையாளமாக எடுத்துக்கொள்ளலாமா என்றால், எடுத்துக்கொள்ளலாம் என்றே சொல்லவியலும். ஏனெனில், ஒரு அரசாணை நான்காண்டுகளுக்கு ஒருமுறை மறு திருத்தம் பெறலாம் என்பதைக் கல்வெட்டுகளின் மூலம் அறியவியலுகிறது. ஆக, நாலாண்டுக் கணக்கின்படியான மூன்றாண்டுகள் என்பது ஒரு பெரிய கால அளவுதான். எனவே, அவ்வாறு அவ் இடைவெளிகளில் இருப்புறும் அல்லது நிகழும் இயற்கைசார்ந்த அடையாளங்களை அல்லது செயற்கை சார்ந்த அடையாளங்களை ஓர் இடத்திற்கான எல்லைகளாகக் குறிப்பிட கண்டிப்பாகக் கையாளலாம் என்பதே சொல்லவரும் கருத்து.

கோயிலைப் புதிதாகக் கட்டி அல்லது முழுவதும் கற்றளியாக மாற்றி முதலாம் கல்வெட்டினை பொறித்தவராகப் பாண்டியன் சிரீவல்லபனை (ஸ்ரீ வல்லபனை) அறிகிறோம். பின்னர், தம் ஆட்சியாண்டுகளுக்கு இடையேயான வெவ்வேறு காலகட்டங்களின் நிகழ்வுகளுக்குரிய கல்வெட்டுகளையும் அதே கோயிலில் அவர் பொறித்துவைத்தார். என்றால், இக்கோயிலே இவரது ஆட்சிக் காலத்தில் இவரது மேற்பார்வையில் கட்டப்பட்ட கோயிலாகும். இனி அவரைப்பற்றிய ஓர் அறிமுகத்தினைக் காண்போம்.

சடையவர்மன் சிரீவல்லபன் (பொ.ஆ 1091 - 1121)

சோழபாண்டியர் ஆட்சி முறை செயலிழந்த நிலையில் பாண்டியர் நாடு சோழர் பிடியிலிருந்து விலகி இருந்தது. தற்காலிக மாகத்தான்! எனினும், முதலாம் குலோத்துங்கன் சோழ வேந்தனாகப் பதவி ஏற்றபின் பாண்டிய நாடு பாண்டியரிடம் ஒப்படைக் கப்பட்டிருந்ததாக ஒரு பொது வரலாறு நடப்பில்! ஏனோ? சோழ இளவரசர்களால் ஆளப்பட்டிருந்த சோழ பாண்டிய மன்னர் மரபை குலோத்துங்கன் பின்பற்றவில்லை. அம்மரபின் கடைசி அரசப்பிரதிநிதி அல்லது சிற்றரசனான உலகளந்தான் என்பவர் குலோத்துங்கன் ஆட்சிக்கு வந்தபின்பும் மேலும் பத்து ஆண்டுகள் ஆண்டிருந்துள்ளார். அதாவது பொ.ஆ. 1080 வரை சோழபாண்டிய சிற்றரசனாக அதே கன்னியாகுமரியில் தொடர்ந்து ஆட்சி செய்ததாக முன்னர் குறிப்பிட்டிருந்தேன். எனினும், ஜடாவர்மன் உடையார் சோழபாண்டியன் எனும் ஆதிராஜேந்திரன் சோழ அரசனாகப் பொறுப்பேற்றதால் குமரியின் அரசப் பிரதிநிதியான அவ் உலகளந்தான் மதுரையின் தலைமைக்கு மாற்றப்பட்டிருத்தல் வேண்டும். ஏனெனில், ஆதி இராஜேந்திரனுக்குப் பிறகு நேரடி ஆண்வாரிசுகள் யாரும் சோழர்குலத்தில் இல்லாததால் தஞ்சையில் சோழ அரசனாகவும் மதுரையில் சோழ பாண்டிய அரசனாகவும் ஆட்சி செய்ய இயலாமற் போயிற்று. எனவேதான், சோழ பாண்டிய அரசப் பிரதிநிதியாக இருந்த ஆதி இராஜேந்திரன் சோழ வேந்தனாக முடி சூட்டிக்கொண்டதால் மதுரைக்கு உலகளந்தான் மாற்றப்பட்டிருக்கலாம். ஆம், அப்படித்தான் நிகழ்ந்திருக்கும். எனினும், இதைப் பட்டும்படாமல் சொல்லிச்சென்றுள்ளதாகவே தெரிகிறது. உண்மையில், 1068-க்கும் 1070-க்கும் இடைப்பட்ட காலங்களில் ஆவணம் பெறவியலாத பல நிகழ்வுகள் நிகழ்ந்திருத்தல்வேண்டும். இவ் இடைவெளியின் வரலாறு மிக வலிமையானதாகவே இருத்தல்வேண்டும். எனினும், ஊகிக்க முடிகிறது. எவ்வாறெனின், இரண்டாம் இராஜேந்திரனின் மகனான இராஜமகேந்திரன் என்பவர் மாறவர்மன் உடையார் பராக்கிரமப் பாண்டியனாகப் பொறுப்பேற்றபின் அவர்தம் தந்தை இறக்க நேர்ந்ததால் அவர் தஞ்சைக்குச் சென்று சோழ வேந்தனாகப் பதவியேற்றுக்கொள்கிறார். இதனால், தாம் எப்போதும்

போல மதுரையின் சோழபாண்டிய பதவியை ஏற்காமல் தலைமை அரசின் முன்னணிப் போர்த்தளபதியாகவே வீர இராஜேந்திரன் தொடர்ந்தமையை உணரவியலுகிறது. ஏனெனில், ராஜமகேந்திரனுக்குப் பின்னும் கூட தாம் மதுரைக்குச் செல்லாமல் தம் புதல்வரான ஆதி இராஜேந்திரனையே ஜடாவர்மன் உடையார் சோழ பாண்டியனாக அவர் பணியில் அமர்த்தியதால்தான் அவ்வாறு துணிந்து கூறவியலுகிறது. எனினும், இவ் ஆய்வின் நோக்கின்படி ஏதோ ஓர் உடன்படிக்கை உலகளந்தானிடம் பாண்டியர்களால் ஏற்படுத்தப்பட்டிருந்த நிலையில் அவர் மீண்டும் குமரிக்கே சென்று ஆட்சி செய்திருந்தார் என உணரலாம். ஏனெனில், முதலாம் குலோத்துங்கன் சோழ வேந்தனாக முடிசூட்டியபின் உலகளந்தானை அரசப் பிரதிநிதியாக அல்லாமல் ஒரு சிற்றரசனாகவே அங்கீகரித்து விடுதலையளித்திருந்துள்ளார். இதனை, உலகளந்தானின் 1070 ஆம் ஆண்டிற்குப் பிறகான குமரிப் பகுதியில் கிடைத்துள்ள கல்வெட்டுகள் உறுதிசெய்கின்றன. என்றால், இதே முறையின்படியே முன்பு உலகளந்தானுடன் நட்பு ஒப்பந்தம் செய்து மதுரையைத் தமதாக்கிய நிலையில் குலசேகரனும் குலோத்துங்கனுக்கான சிற்றரசனாகவே தொடர்ந்தார் எனப் புரிதலுறலாம்.

ஆயினும் பின்னர், சொந்த நாட்டை அடிமைத்தனத்துடன் சிற்றரசனாகவே காலம் முழுதும் ஆளவேண்டுமா? எனும் குலசேகரனின் உளவியல் கிளர்ச்சியின் விளைவே குலோத் துங்கனின் படையெடுப்பும் குலசேகரனின் தலை அறுப்பும் என மேலும் புரிதல் பெறலாம். இதனை அடுத்துதான் குலசேகரனின் புதல்வனான மாறவர்மன் பராக்கிரமப் பாண்டியன் "தாம் ஒருபோதும் இனி வேந்தனாக உயர்வுபெற்றுத் தம் நாட்டை மீட்கபோவதில்லை என்றும் பாண்டியர் இனி சோழர்களின் சிற்றரசர்களே'' என வாக்குறுதி அளித்தவராய் உடன்பட்ட நிலையில் மதுரை இப்போது பாண்டியர்களிடமே தொடர்ந்தது.

இதனால், எவ்வித எதிர்ப்பும் இல்லாமல் குலோத்துங்கனின் மேலாண்மையை ஏற்றுக் கப்பம் கட்டுகிற நிலை. இந்தக் காலகட்டத்தில்தான் சிரீவல்லபனின் ஆட்சியும் பாண்டிய நாட்டில் நிலவியது. சிரீவல்லபனின் தமையனான பராக்கிரமப் பாண்டியன் அவரை இணை அரசனாக பட்டம் சூட்டி உடன் ஆளச்செய்திருந்தார். என்றால், சடையவர்மன் சீவல்லபன் எனும் இப் பாண்டிய அரசனும் குலோத்துங்க சோழனுக்கு உடன்

காலத்தியவராகிறார். இதுகுறித்த விளக்கம் பின்னர் இவ் ஆய்வில் விளக்கப்பட்டுள்ளது.

வரலாறு இனங்காண மறந்த குலசேகரப் பாண்டியனின் இளைய மகனாக சடையவர்மன் சிரீவல்லபனை முன்னமேயே குறிப்பிட்டிருந்தேன். அவர் பராக்கிரமப் பாண்டியனின் தம்பியும் ஆவார். ஆக, அண்ணனும் தம்பியுமாக குலோத்துங்கனின் அனுமதியைப் பெற்று மதுரையைத் தலைமையாகக் கொண்டு பாண்டிய நாட்டை முழுமையாக ஆண்டிருந்துள்ளனர். இதனைத் திருநெல்வேலி மற்றும் இன்ன பிற தென்பகுதிகளில் கிடைத்துள்ள சிரீவல்லபனின் பல கல்வெட்டுகள் உறுதிபடுத்துகின்றன. ஏனெனில், தம் தந்தை குலசேகரன் காலத்திலேயே உலகளந்தான் எனும் சோழபாண்டியன் இறந்துவிட்ட நிலையில் பாண்டிய நாடு முழுவதும் மற்றுமொருமுறை இவர்களிடம். என்றால், தளையிலிகளாகவும் தலையீடுகளும் இல்லாத அரசர்களாகவே இவ்விருவரும் இருந்துள்ளனர். இதனை அவர்களின் மெய்க்கீர்த்திகள் சான்றளிக்கின்றன. திருபுவனச் சக்கரவர்த்திகள் என்று தம்மை அழைத்துக்கொண்டதையும் காணலாம்.

சிரீவல்லபனின் மெய்க்கீர்த்தி

ஸ்வஸ்தி ஸ்ரீ
திருமடந்தையும் ஜயமடந்தையும் திருப்புயங்களில் இனிதிருப்ப
இருநிலமும் பெருமை எய்த எண்டிசயும் குடைநிழற்ற
மன்னவர்கள் வந்திறைஞ்ச
வருமரபில் மணிமுடிசூடி
தென்குமரியும் வடகங்கையும்
திரைகடலே எல்லையாக
பார் முழுதுங் கயலாணை
பரந்து செங்கோலுடன் வளர
மன்னிய வீர சிம்மா சனத்து
உலகமுழு துடையாளொடும் வீற்றிருந்தருளிய
மாமுதல் மதிக்குலம் விளக்கிய கோமுதல்
கோச்சடையபன்மரான திரிபுவனச் சக்கரவர்த்திகள்
சீ வல்லப தேவர்க்கு யாண்டு...[85]

இம் மெய்க்கீர்த்தி சிரீவல்லபனின் ஆறாம் ஆட்சி ஆண்டின் போது வெட்டப்பட்ட அவரது கல்வெட்டு ஒன்றிலிருந்து எடுத்தாண்டதாகும். இதில் மாறுபாடுகள் ஏதும் இன்றி மிகச்சரியாக அனைத்துச் சொற்களும் எழுதப்பட்டுள்ளன. பிழையில்லாத முழுமையான மெய்க்கீர்த்தியாக இருப்பதானால்தான் இங்கு அது பயன்படுத்தப்படுகிறது.

சிரீவல்லபனின் ஆட்சி ஆண்டுகள் தவறாகக் குறிப்பிடப்பட்டு வருகின்றன. வரலாற்று அறிஞரான சதாசிவ பண்டாரத்தார் ஐந்தே வரிகளுடனான ஒருசிறு குறிப்பை மட்டுமே இவரைப் பற்றித் தமது 'பாண்டியர் வரலாறு' எனும் நூலில் தந்துள்ளார். அவருடைய ஆட்சி ஆண்டுகள் கூட அதில் இடம்பெறவில்லை. தரவுகள் அருகி இருந்த காலகட்டத்தில் அவர் அந் நூலை எழுதியுள்ளார். எனவேதான், ஆண்டுகள் குறிப்பிடப்படவில்லை. இதனால், சிரீவல்லபனின் ஆட்சி ஆண்டுகளை வரையறுக்க சிக்கலாகத்தான் இருந்தது. எனினும், அவரது கல்வெட்டு ஒன்றின் அடிப்படையில் இதனை வரையறுத்துள்ளது இவ் ஆய்வு. அக் கல்வெட்டு திருநெல்வேலி மாவட்டம், நாங்குநேரி வட்டத்தில் உள்ள 'விஜயநாராயணம்' எனும் ஊரின்கண் இடம்பெற்றுள்ள ராஜகோபாலசுவாமி கோயிலின் தென்புறச்சுவரில் காணப்படுகிறது. இது ஒரு முழுமை பெறாத கல்வெட்டாகும். அக்கல்வெட்டு அங்கு இன்று காணப்படுகிறதா என்று தெரியவில்லை. சிரீவல்லபனின் 10ஆம் ஆட்சியாண்டு அதில் குறிக்கப்பட்டிருக்கிறது. சரி! இதில் என்ன சிறப்பு என்ற கேள்வி கேட்கலாம். சீவல்லபனின் பத்தாவது ஆண்டு குறிக்கப்பட்டுள்ள நிலையில் அப்போது தமது 31ஆம் ஆட்சி ஆண்டை ஆண்டு கொண்டிருக்கும் முதலாம் குலோத்துங்க சோழனும் அக் கல்வெட்டில் குறிப்பிடப்பட்டுள்ளார். இது சிறப்புதானே! கல்வெட்டு முழுமை பெறவில்லையாயினும் அதன் தகவல் சிரீவல்லபனின் உண்மையான காலத்தை அறிய முதன்மைச் சான்றாகி நிற்கிறது. இதனால், சிரீவல்லபனின் ஆட்சிக்காலத்தை வரையறுக்க எளிதாக அமைந்துவிட்டது. அதாவது, அப்போது குலோத்துங்கனின் 31ஆவது ஆட்சி ஆண்டு நிகழ்ந்துள்ளது என்றால், அது, 1101ஆவது (1070+31=1101) ஆண்டாகிறது. அவ்வாறே, 1101ஆவது ஆண்டு சீவல்லபனுக்கு 10ஆவது ஆட்சி ஆண்டாகச் சொல்லப்பட்டுள்ள நிலையில் அவர் 1091ல் அரியணை ஏறியவர் என உறுதிபெறலாம்.

சி. அ. வ. இளஞ்செழியன்

அதாவது, 1101 - 10 = 1091 என்பதாக. ஆக, தொடக்க ஆண்டு கிடைத்துவிட்டது. அடுத்து அவரது இறுதி ஆட்சி ஆண்டை வரையறுக்கவேண்டும். இதற்கிணங்க, அவரது 26ஆம் ஆட்சியாண்டின் கல்வெட்டு கிடைத்துள்ளது. அக் கல்வெட்டு, ராமநாதபுரம் மாவட்டம் திருப்பத்தூர் வட்டத்து சிவபுரி ஊரில் அமைந்துள்ள ஸ்வயம்பிரகாச கோயிலின் தென்புற சுவரில் இடம்பெற்றுள்ளது.[86] இதுதவிர, 26ஆம் ஆட்சி ஆண்டிற்கும் அடுத்ததான ஆண்டுகள் குறிப்பிடப்படாத இன்னபிற கல்வெட்டுகளும் சில இடங்களில் கிடைத்துள்ளன.

அவை:

1. மதுரை மாவட்டம் திருமங்கலம் வட்டத்து விக்கிரமங்கலம் எனும் ஊரின்கண் கிடைத்துள்ளது. அவ்வூரில் இடம்பெற்றுள்ள மருதப்பர் கோயிலுக்கு அருகில் சிதைந்த நிலையில் உள்ள கோயிலின் கதவுக்கான நிலைப்பட்டிகையில் கண்டெடுக்கப்பட்டிருக்கிறது.[87]
2. திருநெல்வேலி மாவட்டம் சங்கரநயினார் கோவில் வட்டத்து திருமலைப்புரம் எனும் ஊரின்கண் இடம்பெற்ற குடைவரைக் கோயில் தூணில் இடம்பெற்றுள்ளது.[88]
3. திருநெல்வேலி மாவட்டம் நாங்குனேரி வட்டத்து தளபதி சமுத்திரம் எனும் ஊரின்கண் இடம்பெற்றுள்ள திருநாகேஸ்வரர் கோயிலின் அடியத்தில் காணப்பட்டுள்ளது.[89]
4. திருநெல்வேலி மாவட்டம் திருச்செந்தூர் வட்டத்து சேந்தமங்கலம் எனும் ஊரின் கண் அமைந்துள்ள கைலாசநாதர் கோயில் வளாகத்தின் நடுவே இடம்பெற்ற கோயிலின் தென்புறச் சுவரில் காணப்பட்டுள்ளது.[90]
5. திருநெல்வேலி மாவட்டம் தென்காசி வட்டம் கீழப்பாவூர் திருவாலீஸ்வரர் கோயிலின் தெற்கு மற்றும் மேற்குச் சுவரில் காணப்பட்டுள்ளது.[91]

மேற்கூறியவற்றிற்கிணங்க 26ஆம் ஆட்சியாண்டுக்கு அடுத்தும் சிரீவல்லபனின் ஆட்சிக்காலம் நான்கு ஆண்டுகள் நீடித்திருக்கவேண்டும்.[92] என்றால், 1091 + 30 = 1121 என மொத்தம் முப்பது ஆண்டுகள் ஆண்டுள்ளார். ஆக, வரையறுக்கப்பட்டுள்ள

இவருக்கான ஆட்சியாண்டுகள் சரியாகவே உள்ளது. இவ் வேந்தன் சடையவர்மனாக பட்டம் சூடியவர் எனக் கூறியிருந்தோம். எனவே, இவர் சடையவர்மன் சிரீவல்லபனாக அறியப்படுபவர். திருபுவன சக்கரவர்த்திகள் என்றும் இவர் வழங்கப்பட்டுள்ளார்.

சிரீவல்லபனை சீவல்லபன் எனவும் இவ் ஆய்வு குறிப்பிடுவதால் குழப்பம் தவிர்க்க. இவரின் சமகாலத்தவராக சோழ வேந்தன் முதலாம் குலோத்துங்கனை (பொ.ஆ.பி. 1070 - 1120) முன்பு கூறியிருந்தோம்.

சிரீவல்லபன் பாண்டிய நாட்டை முழுதும் ஆண்டதாகத் தகவல்கள் அறியக் கிடைக்கின்றன. மேற்தரப்பட்டுள்ள இவரது மெய்க்கீர்த்தி இவர் முறைப்படி அரசுரிமைப் பெற்று பாண்டியர்க்குரிய மணிமுடி சூட்டி அரசாண்டார் எனத் தெரிவிக்கிறது. 'திருமகள் செயமகள் திருப்புயத்திருப்ப' எனும் மற்றொரு மெய்க்கீர்த்தியும் இவருக்கானதே என்று கூறப்படுகிறது.[93] ஆயினும், அது வேறொரு ஸ்ரீ வல்லபனுடையதாக இருத்தல் வேண்டும் என மறுக்கப்பட்டுள்ளமையும் குறிப்பிடத்தக்கது.[94] அதாவது, இவ் ஆய்வில் பேசப்படும் 11 மற்றும் 12ஆம் நூற்றாண்டிற்குரிய அரசனான சிரீவல்லபனுக்கு அடுத்ததாக 14ஆம் நூற்றாண்டில் மற்றும் இரு சிரீவல்லபர்கள் ஆண்டுள்ளனர். இவர்கள் முறையே சடையவர்மன் சிரீவல்லபன் என்றும் மாறவர்மன் சிரீவல்லபன் என்றும் அறியப்படுகின்றனர். மாறவர்மன் குலசேகரனின் (பொ.ஆ.பி. 1268 - 1312) மூன்றாம் புதல்வனாக முதலாமவர் இருக்கலாம் என்றும், மகள் வயிற்றுப் பெயரனாக இரண்டாமவர் இருக்கலாம் என்றும் தரவுகள் அறியக் கிடைக்கின்றன.[95] ஆக, அவ்விருவரில் எவரேனும் ஒருவருக்குரிய மெய்க்கீர்த்தியாக மேற்தரப்பட்டுள்ள மற்றுமொரு மெய்க்கீர்த்தியானது இருக்கலாம்.[96]

'திருமகள் செயமகள் திருப்புயத் திருப்ப' எனத் தொடங்கும் அம் மெய்க்கீர்த்தியின் மூன்றாம் அடியானது 'செம்பியர் சினப்புலி ஒதுங்க" எனக் குறிப்பிடப்பட்டுள்ளது.[97] இதிலிருந்தே மிகத்தெளிவாக அது சோழர்களற்ற பிந்தைய பதினான்காம் நூற்றாண்டுக்குரிய கல்வெட்டாகத் தெரிவதால் நம் ஆய்விற்குரிய சிரீவல்லபன் வல்லபன் தமக்கென ஒரே மெய்க்கீர்த்தியையே பயன்படுத்தியுள்ளார் என்பதாகும்.

சிரீவல்லபன் மதுரையில் இருந்து ஆட்சி செய்தவர்.⁹⁸ இவரின் உடன்காலத்தவராக மற்றொரு பாண்டிய வேந்தன் பராக்கிரமப் பாண்டியன் எனும் பெயருடன் அறியப்படுகிறார். சதாசிவ பண்டாரத்தார் இவரை ஸ்ரீவல்லபனுக்கு அடுத்ததாக வைத்துள்ளார்.⁹⁹ ஆயினும், இவர் ஸ்ரீவல்லபனுக்கும் மூத்தவர் என உற்றறிந்துள்ளது இவ் ஆய்வு.

பராக்கிரமப் பாண்டியன் (பொ.ஆ. 1087 - 1114)

பராக்கிரமப் பாண்டியன் 'மாறவர்மன்' எனும் பட்டம் பூண்டு ஆட்சிசெய்தவர். திரிபுவன சக்கரவர்த்தியாகவும் அறியப்படுபவர். சோழரின் மேலாண்மையை ஏற்றிருந்தாலும் பாண்டியர் தம்மைத் 'திரிபுவனச் சக்கரவர்த்தி' என அழைத்துக்கொண்டனர். திரிபுவனச் சக்கரவர்த்தி எனும் புதிய சிறப்புப் பெயரை முதலாம் குலோத்துங்கனே முதன்முதலாக அறிமுகப்படுத்தினார்.¹⁰⁰ 'திருமகள் புணர பூமகள் விளங்க' எனத் தொடங்குகிறது பராக்கிரம பாண்டியனின் மெய்க்கீர்த்தி. இவ் அரசன் சீவல்லபனுக்கு இணையாகப் பாண்டிய நாட்டின் பிறிதொரு பகுதியை ஆண்டிருந்துள்ளார். அல்லது இவருக்கு இணையாகத்தான் ஸ்ரீ வல்லபன் ஆண்டாரா என்பதையும் அடுத்து ஆய்வு செய்யவேண்டியுள்ளது.

பராக்கிரமப் பாண்டிய சதுர்வேதி மங்கலம் எனும் ஊர் பராக்கிரமப் பாண்டியனால் ஏற்படுத்தப்பட்டிருந்துள்ளது. இவ் ஊர் தருமபுரி மாவட்டத்தில் உள்ள மயிலாடும்பாறையாக இருக்கலாம். இப் பராக்கிரமப் பாண்டிய சதுர்வேதி மங்கலத்தினை சிரீவல்லபனின் கல்வெட்டொன்று குறிப்பிடுகிறது. அக் கல்வெட்டு தளபதிசமுத்திரம் எனும் ஊரிலுள்ள திருநாகேஸ்வரர் கோவிலில் இடம்பெற்றதாகும். இவ்வூர் திருநெல்வேலி மாவட்டத்தில் அமைந்துள்ளது. என்றால், முந்தைய ஆய்வாளர்கள் குழம்பியதைப் போல இனியும் குழம்பிக் கொண்டிருக்காமல் பராக்கிரமப் பாண்டியனை மூத்தவனாகவே கொள்ளவேண்டும். ஆக இவரும், சிரீ வல்லபனும் இணையரசர்களாகவே ஒருமித்த எண்ணத்துடன் பாண்டிய நாட்டை அரசாண்டுள்ளனர். ஒருமித்த எண்ணத்துடன் என்றால், இவ் இருவரும் ஒரு தாய் வயிற்றுப் பிள்ளைகளாக இருத்தல்வேண்டும். மட்டுமின்றி, இவர்களின் தந்தையாக குலசேகரப் பாண்டியன் இருந்துள்ளார் எனக் கருத மிக

இடமுண்டு. முதலாம் குலோத்துங்கனுடன் இவர்கள் இணக்கமாக இருந்துள்ளனர். அல்லது பராக்கிரமன், குலோத்துங்கனுடனான போரில் காயமுற்று ஊனமுற்றவராக இருந்துள்ள நிலையில் தன் தம்பியை இணையரசனாக நியமித்திருக்கவேண்டும். ஓர் ஊகம் தான். இருவருமே ஆட்சிசெய்துள்ள நிலையில் சமூக நலத்திட்டங்களையும் தத்தமது பேரில் ஆற்றியிருந்துள்ளனர். இவ்விருவர்களிடையேயான ஒற்றுமையானது முதலாம் இராஜாதிராஜன், அவரது தம்பி இரண்டாம் இராஜேந்திரன் மற்றும் மூன்றாம் தம்பி வீர இராஜேந்திரன் ஆகிய இச் சோழர்களிடையே நிலவிய ஒற்றுமையைப் போன்றதாகும். இதற்கிணங்க, பராக்கிரமனின் முதலமைச்சரானவர் சிரீவல்லபனின் ஆணையை செயல்படுத்தியிருப்பதை அறியலாம். பராக்கிரமப் பாண்டியனின் பெயரால் தொடங்கப்பட்ட அறக்கட்டளையின் செயல்பாடுகளைத் தொய்வில்லாமல் சிரீ வல்லபனால் தொடர இயன்றது.

பராக்கிரம பாண்டியனின் மெய்க்கீர்த்தி

> ஸ்வதிஸ்ஸ்ரீ [II*] திருமகள் புணரப் பு[கழ்]மகள் விளங்க
> விக்கிரமஜயமகள் பொற்புயத் திருப்பக் கனகமெருவிற்
> கயல் விளையாட இருநிலத் தொருதனி வெண்குடை நிழற்ற [உய]-
> ரு மணிமுடி தனுரிமையிற் சூடி உலகு பொது நிங்க ஒரு-
> கொலோச்சி வஞ்சிமன்னரும் வடபுல வெந்தரும் அஞ்சி வந்தி-
> றைஞ்சி அடிமலர் சூடி மன்னிய விரஸிம்மாஸனத்து உல-
> கமுழுதுடையாரொடும் விற்றிருந்தருளி(ய) மாமுதல் மதி[க்]குல-
> ம் விளக்கிய கொமுதந் கொமாறபன்மரான திருபுவனச்சக்கர-
> வத்திகள் ஸ்ரீபராக்கிரமபாண்டியதெவற்கி வாண்டு [101]

கிடைத்துள்ள ஒரு தரவின் மூலமும் சோழர்தம் மெய்க்கீர்த்திகளின் மூலமும் பராக்கிரமன் மற்றும் சிரீவல்லபனுக்கும் முன்பாக யார் யார் மதுரையை ஆண்டனர் என்பதை ஊகிக்க முடிகிறது. அவ்வகையில், மானாபரணன், வீரகேரளன், சுந்தரபாண்டியன் எனும் இம்மூவரும் சோழன் முதலாம் இராஜாதிராஜனால் (1018 - 1054) தோற்கடிக்கப்பட்டவர்களாவர். இவர்களுள் சுந்தரபாண்டியனே மதுரையை ஆண்ட தலைமை அரசன். இப்போர், முதலாம் இராஜாதிராஜனின் 30ஆம் அட்சியாண்டில் வழங்கப்பட்ட கல்வெட்டின் மெய்க்கீர்த்தியால் குறிப்பிடப்பட்டுள்ளது.

என்றால், 1050களில் அவர் பாண்டியரை ஓடவிட்டிருப்பார் என்று துணியலாம். ஆயினும், அவர் இறந்தபிறகு நிகழ்ந்த பதினாறு ஆண்டுகளின் இடையே அதாவது இரண்டாம் இராஜேந்திரனின் ஆட்சியின்போது பாண்டிய நாட்டின் மீது எவ்விதமான போரும் நிகழவில்லை. தனது மகனான அல்லது தம்பியான இராஜமகேந்திரன் என்பவர் சோழ பாண்டியனாக மதுரையில் இருந்து ஆட்சி செய்ததால் அப்படி எதுவும் கிளர்ச்சிகள் பாண்டியர் தரப்பிலிருந்து எழுந்ததாகத் தெரியவில்லை. என்றால், சோழவேந்தனாக இரண்டாம் இராஜேந்திரனின் ஒன்பது ஆண்டுகளுக்கிடையேயான தனித்த ஆட்சியில் பாண்டியர் ஏதொரு வழியுமின்றி சோழரின் கீழ், குடிமக்களாகவே அடங்கியிருந்துள்ளனர் என்பதாகும்.

இரண்டாம் இராஜேந்திரனின் ஓய்விற்குப்பிறகு சோழ பாண்டியனாக இருந்த இராஜமகேந்திரன் சோழப்பேரரசனாகப் பொறுப்பேற்றுள்ளார். எனினும், இதில் குழப்பம் உள்ளது. அதாவது, அவர் சோழப்பேரரசனாக பொறுப்பேற்றாரா? என்பதாக! ஏனெனில், அவர் சோழ பாண்டியனாக இருந்தபோது கங்க நாட்டின் மீது படையெடுத்துள்ளார். அந்நாட்டில் சீரும் சிறப்புடன் விளங்கிய பெல்வொலா (*Belvola*) எனும் ஊரைத் தீயிட்டு அழித்திருக்கிறார். ஏராளமான கோயில்களையும் சமணக் கோயில்களையும் அழித்திருக்கிறார்.[102] கங்க நாட்டின் அரசனான லக்ஷ்மண கங்கன் மேலைச் சாளுக்கிய வேந்தனான முதலாம் சோமேஸ்வரனின் சிற்றரசனாவார். இதனால், பழிக்குப்பழி என, அப்போர் நிகழ்ந்து கொண்டிருக்கும்போதே முதலாம் சோமேஸ்வரன் தம் சிற்றரசனுக்கு உதவ வேண்டி படையெடுத்து வந்துள்ளார். பேரிழப்பையும் பெரும் நாசத்தையும் உண்டுபண்ணிய இராஜமகேந்திரனின் தலையை வெட்டி எறிந்துள்ளார். ஆக, இப்போரில் இராஜமகேந்திரன் இறக்க நேரிடுகிறது. மார்ச் 13ஆம் தேதி 1071 அன்று இது நிகழ்ந்துள்ளது. இதனை முதலாம் சோமேஸ்வரனின் புதல்வனான இரண்டாம் சோமேஸ்வரனின் கல்வெட்டு தெளிவாகக் கூறுகிறது. எனினும், இக்கல்வெட்டு இராஜமகேந்திரனை சோழ அரசனாகக் குறிப்பிடவில்லை. மாறாக, சோழபாண்டியன் என்றே குறிப்பிடுகிறது.[103] என்றால், இராஜமகேந்திரன் சோழ வேந்தனாகப் பதவியேற்கும் முன்பே

பெல்வொலா போரில் கொல்லப்பட்டுள்ளார் எனப் புரிதலுறலாம். இதனால்தான், வேறு வழியில்லாமல் வீர இராஜேந்திரனே சோழ வேந்தனாக மூடிசூட்டிக் கொள்கிறார். இவர் கரிகாலன் என்றும் அறியப்படுபவர். இராஜ மகேந்திரனின் இறப்பினால் மதுரையின் அரியணை காலியானது. இதனால், சோழ வேந்தனாக வீர இராஜேந்திரன் பதவியேற்ற நிலையில் தன் முதலாம் மகன் கங்கைகொண்டானை சோழ பாண்டியனாக மதுரையில் அமர்த்திவிடுகிறார்.[103]

எனினும், இச் சோழபாண்டியனுக்குத் தலைவணங்காமல் சிரீவல்லபன் எனும் பாண்டியனின் மகனான வீரகேசரி என்பவர் கலகம் விளைவித்துள்ளார். இதனால், பாண்டிய நாட்டின் மீது படையெடுத்த வீரஇராஜேந்திரன் அவ் வீரகேசரியைத் தன் யானையின் காலால் உதைத்து அக் கலகத்தை அடக்கிய பின்னரே தம் தலைநகரான கங்கைகொண்ட சோழபுரம் திரும்பினார். இதனை, அவரது ஐந்தாம் ஆண்டின் மெய்க்கீர்த்தியினால் அறியமுடிகிறது. மேலும், தனது கடைசி ஆட்சியாண்டில் வெளியிடப்பட்ட மெய்க்கீர்த்தியில் தாம் பாண்டியனைத் தலைகொண்டதாகக் கூறப்பட்டுள்ளதால் மற்றுமொரு படையெடுப்பு நிகழ்ந்ததாகத் தெரிகிறது. என்றால், மீண்டும் கலகம் விளைவித்தவராய் வீரகேசரி, தம் தலைக்குனிவைச் சரிசெய்ய இம்முறை வீரஇராஜேந்திரனை வென்றே ஆகவேண்டும் என எதிர்கொண்டதாகத் தெரிகிறது. ஆனால், அவ் வீரகேசரியின் தலையை வீரஇராஜேந்திரன் கொய்திருக்கிறார். வீரஇராஜேந்திரன் வெறும் ஆறு ஆண்டுகள் மட்டுமே (பொ.ஆ. 1063 - 9) சோழ வேந்தனாக ஆட்சி செய்துள்ளார். ஆறு ஆண்டுகள் தான் எனினும் அவர் ஆற்றிய சமூகப்பங்கும் எழுப்பிய கோயில்களும் இடையறாத போர்களும் என இன்ன பிறவும் வரலாற்றில் மெச்சப்படுபவை. வீரஇராஜேந்திரனை அடுத்து ஆட்சிக்கு வந்தவர் அவரது மகனான ஆதி இராஜேந்திரன் (1067-1070) ஆவார். இவர் வெறும் மூன்று ஆண்டுகளே ஆட்சியில் இருந்தபின் இறந்தனர் போலும். இவர் போர் ஏதும் செய்யாமல் அமைதியாக ஆட்சி நடத்தியுள்ளார். இதனால், பாண்டியநாடு, மீண்டும் மீள்மை பெற இக்காலத்தைப் பயன்படுத்திக்கொண்டது.

ஆதிஇராஜேந்திரனைத் தொடர்ந்து முதலாம் குலோத்துங்கன் ஆட்சிக்கு வந்திருந்தாலும் கூட, உடனே அவர் பாண்டிய நாட்டின் மீது போர் தொடுக்கவில்லை. இதனின் காரணம், இவரின் வலிமை அறிந்த பாண்டியர் தாமாகவே முன்வந்து வணங்கி அவர்தம் மேலாண்மையை ஏற்றுக்கொண்டவர்களாய் இணக்கத்துடன் ஆட்சி செய்திருந்துள்ளதாகத் தெரிகிறது. இதனை, அவரது தொடக்க காலத்திய-அதாவது, இரண்டாம் ஆட்சியாண்டின் மெய்க்கீர்த்தி குறிப்பிடுகிறது. எனினும், அவரது கடைசிக் காலகட்டங்களில் அதாவது 45ஆம் ஆட்சியாண்டில் வெளியிடப்பட்ட மெய்க்கீர்த்தியானது அவர் பாண்டியர் ஐவரைத் துரத்தியடித்தமையைச் சொல்கிறது. என்றால், அப்போது பாண்டியர் ஒன்று சேர்ந்து தம் நாட்டைச் சோழரிடமிருந்து மீட்கக் கிளர்ச்சி செய்திருந்த நிலையில் குலோத்துங்கன் தன் பெரும்படையுடன் சென்று பாண்டிய நாட்டின் பல பகுதிகளின் இடையே போர் செய்து அவற்றைக் கைப்பற்றியிருக்கிறார். ஆனால், அவர் மதுரையைக் கைப்பற்றியதாகத் தெரியவில்லை. இது குறிப்பிடத்தக்கது. குலோத்துங்கன், பாண்டியர் ஐவரில் ஒருவரின் தலையை மட்டும் வெட்டி மதுரையின் புறத்தே கடாசிச் சென்றுள்ளார்.

என்றால், இப்போது முதலாம் இராஜாதிராஜனால் 1050-களில் தோற்கடிக்கப்பட்ட சுந்தரபாண்டியன், மானாபரணன், வீரகேரளன் இவர்களை மீண்டும் நினைவில் இருத்தவேண்டும். இவர்களின் புதல்வர்களில் யாரோ ஒருவர்தான் (வேறொரு) சிரீவல்லபனாக இருத்தல்வேண்டும். அல்லது வீரகேரளனின் மகனாக சிரீவல்லபன் இருக்கலாம். ஆக, இவரின் புதல்வரான வீரகேசரியே வீரஇராஜேந்திர சோழனுடைய யானையின் காலால் இடரச்செய்யப்பட்ட நிலையில் அவமானப்படுத்தப்பட்டவர் எனப் புரிந்துகொள்ளலாம். அடுத்து, அம்மூவரில் ஒருவரான சுந்தரபாண்டியனின் மகனாக குலசேகரனைக் கூறலாம். மானாபரணின் புதல்வர் இருவர் இலங்கையின் ஒரு பகுதியை ஆண்டிருந்த நிலையில் அவர்களை முதலாம் இராஜாதிராஜன் வென்று சிறையில் அடைத்திருந்தார். என்றால், நாம் கருதுவது சரியாகத்தான் இருக்கிறது. சுந்தரபாண்டியனின் மகனான அக் குலசேகரனானவர் ஆதி இராஜேந்திர சோழனின் கெடுபிடியற்ற

ஆட்சிக்காலத்தில் மதுரையை ஆளத்தொடங்கியிருக்கவேண்டும். ஆதிராஜேந்திரனை அடுத்து ஆட்சிக்கு வந்த குலோத்துங்கனிடம் குலசேகரன் அவரது தலைமையேற்றவராய் மதுரையை ஆண்டிருந்திருக்கக்கூடும். இதன்படி குலசேகரன் 1067-இல் ஆட்சிக்கு வந்தவராய் 1087 வரை இருபது ஆண்டுகள் ஆட்சி நடத்தி பின் இறந்துள்ளார். குலசேகரனை அடுத்து அவரது மூத்த மகனான பராக்கிரமப் பாண்டியன் 1087-இல் அரசனாக முடி சூடியிருக்கிறார். எனினும், தன் உடன் பிறந்த தம்பியான சிரீவல்லபனை அவர் அடுத்த மூன்றாண்டுகளில் இணையரசனாக்கி நிகர் உரிமையும் அளித்துக் கூட்டாட்சி செய்திருந்துள்ளார். ஆம்! அப்படித்தான் இரண்டாம் இராஜேந்திரன் காலத்தில் அவரது தம்பி வீரஇராஜேந்திரன் சோழர்களின் பழைய தலைநகரான உறையூரை ஆண்டிருந்துள்ளார் எனத் துணியலாம். எனினும், குலோத்துங்கனின் கடைசிக் காலத்திய படையெடுப்பால் தென் மாவட்டங்களில் இருந்த பாண்டியர் புறமுதுகிட்டோடவும் மற்றொரு பாண்டியனின் தலை சீவப்பட்டு இறக்க நேரிடுகிறது. எனினும், எவ்விதப் பகையுமின்றி குலோத்துங்கனுடன் இணக்கமாக இருந்துள்ளமையால் பராக்கிரமப் பாண்டியனும் சிரீ வல்லபனும் கிட்டத்தட்ட எல்லா உரிமைகளையும் பெற்று முழு விடுதலையாளர்களாக ஆட்சி செய்துள்ளனர் எனப் புரிந்துகொள்ளலாம். என்றால், முன்சொன்னவாறு எவ்வித ஏமாற்றுதல்களும் இன்றி முறையாக ஆண்டுக்கொருமுறை உரிய கப்பத்தொகையைச் செலுத்திக் குலோத்துங்கனின் நன்மதிப்பைப் பெற்றிருந்துள்ளனர் என்பதாகும்.

சடையவர்மன் சிரீவல்லபன் மற்றும் பராக்கிரமப் பாண்டியன் ஆகிய இருவரின் காலத்தை நிர்ணயப்பதில் K.V.S. ஐயர் தொடங்கி-அதாவது, 1917 -ஆம் ஆண்டு தொடங்கி இன்னமும் ஒரு நூற்றாண்டுக்கும் மேலாக குழப்பம் நீடிக்கின்றது.[104] ஐயர், அவ் இருவரையும் 12-ஆம் நூற்றாண்டுக்குரியவர்களாகக் குறிப்பிடுகிறார். இவருக்குப் பின் *'Pandiyan Kingdom'* எனும் வரலாற்று நூலை 1955-ஆம் ஆண்டு எழுதி வெளியிட்ட K.A. நீலகண்ட சாஸ்திரியும் இன்னமும் ஒரு தெளிவுக்கு வர இயலாதவராய் 1917-இல் எழுதப்பட்ட ஐயங்காரின் நூலை எதற்கும் ஒருமுறை குறிப்பிற்காகப் படித்துக் கொள்ளச் சொல்லுகிறார்.[105]

இதனின் பின்னணியில் ஒரு குறிப்பிட்ட காலத்திற்கான கல்வெட்டுகள் ஏதும் கிடைக்காத நிலையில் சான்றுகளற்ற இடைவெளி கிடக்கிறது. தொலைவுகளிடையே சிதறிக்கிடக்கும் அவ் இடைவெளியின் இரு முனைகளையும் நுணுகி மிகக் கூர்ந்த நிலையில் அவற்றிடையே கிடக்கும் இடைவெளியை ஊகித்து எழுத எவரும் முன்வரவில்லை என்பதும் ஒருபுறம் உண்மை. கடினம்தான் உண்மையில் அவ்வாறெழுத! ஆனால், அப்படியெல்லாம் முனையாமல் இருந்திருந்தால் எவ்வொரு வரலாறும் இன்று துண்டு துக்கடாக்களாகத்தான் கிடந்திருக்கும். என்றால், இவ் ஆய்வு, காலம் கடந்து போயிருப்பினும் கூட, அவ் இடைவெளியின் இடையே நிகழ்ந்தவைகளை மற்றும் அந் நிகழ்விகளினூடே இருந்தவர்களை உய்த்துணர்ந்து இட்டு நிரப்பி ஒரு முழுமையைத் தருவித்துள்ளது என்பதறிக.

வரலாற்றினரால் தொடமுடியாத இடைவெளி

இரண்டாம் இராஜசிம்மன் நாட்டைவிட்டு ஓடி இலங்கை அரசன் ஐந்தாம் கஸ்ஸபனிடம் தஞ்சமடைந்தார். சோழரிடம் இருந்து தம் நாட்டினை மீட்க உதவி கோரிய நிலையில் கஸ்ஸபனும் உதவக் காத்திருந்தார். ஆனால், சூழல் ஒத்துவராததால் இராஜசிம்மன் தன் தாய் வானவன் மாதேவி பிறந்த நாடான சேரநாட்டிற்குச் சென்றவர் பின் திரும்பவேயில்லை. இப்போர் 918-ஆம் ஆண்டில் நிகழ்ந்திருக்கலாம் என்று கருதப்படுகிறது.[106] எனினும், இது, முதலாம் பராந்தக சோழனின் (907-55) பாண்டிய நாட்டின் மீதான இரண்டாம் படையெடுப்பின்போது நிகழ்ந்ததாகும். ஆனால், இதற்கும் முன்பாக 909-10-ஆம் ஆண்டுகளுக்கிடையே முதலாம் பராந்தகன் பாண்டியன் மீது போர்தொடுத்து மதுரையைக் கைப்பற்றியுள்ளார்.[107] அதுமுதற்கொண்டே அவர் மதுரைக் கொண்ட கோப்பரகேசரிவர்மன் எனப் புகழடைந்துள்ளார். அடுத்து இலங்கையின் மீது போர்தொடுத்து இலங்கையையும் வென்ற நிலையில் இம்முறை அவர் 'மதுரையும் ஈழமும் கொண்ட கோப்பரகேசரிவர்மன்' எனப் புகழப்பட்டிருந்துள்ளார். இப்போர் 943-4 ஆண்டுகளுக்கிடையே நிகழ்ந்துள்ளது.[108] இப்போரே முதலாம் பராந்தகனின் பாண்டியர் மற்றும் இலங்கை நாட்டின் மீதான இறுதிப் போராகும். என்றால், முன்பே இரண்டாம்

இராஜசிம்மன் 919-ஆம் ஆண்டுக்கிடையே தம் ஆட்சியை இழந்திருந்துள்ளார் என்பது குறிப்பிடத்தக்கது. குறிப்பிட்ட இப்போர் வேலூர் அல்லது வெள்ளூர் எனும் இடத்தில் நிகழ்ந்ததாகும். இதனைப் பராந்தகனின் 12-ஆம் ஆட்சியாண்டின் கல்வெட்டொன்று கூறுகிறது.[109] இப்போரிலும் கஸ்ஸபனின் படையே இராஜசிம்மனுக்கு உதவியாய் களம் கண்டிருந்தது.[110] பராந்தகனின் 12-ஆம் ஆட்சியாண்டில் பாண்டியன் மீதான போர் என்றால், அது, பொ.ஆ. 919-ஆம் ஆண்டில் நிகழ்ந்துள்ளது என்பதாகும். ஆக, அவ் ஆண்டு ராஜசிம்மனுக்கு 19-ஆம் ஆட்சியாண்டு என்பது குறிப்பிடத்தக்கது.

மேற்கூறியதற்கிணங்க, 27 ஆண்டுகால ஒரு தற்காலிக இடைவெளியானது 919க்கும் (அல்லது 920க்கும்) 946க்கும் இடையே நிகழ்ந்திருப்பதை அறியலாம். ஏனெனில், கையறு நிலையில் சேர நாட்டிலேயே தங்கிவிட்ட ராஜசிம்மனுக்குப் பின், பாண்டியர் எவராலும் மதுரையை ஆள இயலவில்லை. ஏன் அவ்வாறு? என அதன் பின்னணியை அறியவேண்டுமெனில் உண்மையில் நாம் 'மதுரைக்கொண்ட கோப்பரகேசரி' எனும் பெயரை உற்றுணர்ந்தாக வேண்டும். முதலாம் பராந்தகனே 'மதுரைக்கொண்ட கோப்பரகேசரி'. எனினும், அச்சிறப்பு முன்னொட்டுச் சொற்றொடர் 'மதுரைக்கொண்ட என்றே வழங்கப்பட்டிருந்ததே தவிர மதுரைக்கொண்டருளிய என வழங்கப்படவில்லை. என்றால், முதலாம் பராந்தகன் மதுரையை இரண்டாம் இராஜசிம்மனிடமிருந்து கைப்பற்றிய நிலையில் அதனைத் தம் நாட்டுடன் இணைத்துக்கொண்டார் என்பதாகும். இதற்கிணங்க, அவரது கல்வெட்டுகள் தென்மாவட்டங்களின் சில பகுதிகள் வரை பரவியிருந்தமைக் குறிப்பிடத்தக்கது.

பாண்டியன் இராஜசிம்மனுக்கும் சோழன் முதலாம் பராந்தகனுக்கும் இடையேயான போர் மூன்று கட்டங்களாக நிகழ்ந்துள்ளன. அவை:

1. பொ.ஆ. 910-இல் பராந்தகன் மதுரைக்கொண்ட கோப்பரகேசரி எனும் பட்டம் சூட்ட காரணமாக இருந்த போர்.

2. வெள்ளூர் போர் - பொ. ஆ. 918 - 919ல் பாண்டியன் இராஜசிம்மன் இலங்கைப்படை கூட்டணியுடன் களம் கண்ட போர்.

3. பொ.ஆ. 943 - 944ல் பாண்டிய நாடு மற்றும் இலங்கையின் மீதான போர்.

மேலும், 939 - 943ஆம் ஆண்டுகளுக்கிடையேயான பராந்தகனின் கல்வெட்டுகள் பாண்டிய நாட்டின்கண் கிடைத்தில. இதனால்தான் 943 அல்லது 944ஆம் ஆண்டில் மீண்டும் பாண்டிய நாட்டின் மீதும் இலங்கையின் மீதும் முதலாம் பராந்தகன் போர்த்தொடுத்து வெற்றியும் பெற்றுள்ளார். இப்போரிலிருந்துதான் அவர் மதுரையும் ஈழமும் கொண்ட கோப்பரகேசரியாக அறியப்படுபவர்.

ஆக, மேற்குறிப்பிடப்பட்டிருக்கும் இடைவெளி என்பது உண்மையில் இடைவெளியே! அவ் இடைவெளியில் பாண்டியர் எவரும் குறிப்பாக மதுரையை ஆளவில்லை என்பது இதனால் உறுதியாகிறது. ஆனால்... புதிய விளக்கத்திற்காக இடைமறிக்கிறேன்!

கல்வெட்டுகளை ஆவணமாக்கி வைத்துள்ளது South Indian Inscriptions எனும் தொகுதி நூல்கள். இவற்றில் XIVஆம் தொகுதியானது பாண்டிய வேந்தன் சடையன்மாறனின் கல்வெட்டுகளை ஆவணப்படுத்தியிருக்கிறது. அவ் வகையில் அவரது இரண்டாம் ஆட்சியாண்டிலிருந்து இறுதி ஆட்சியாண்டான 46ஆம் ஆட்சியாண்டுவரை கல்வெட்டுகள் கிடைத்துள்ளன. இந்நெடிய ஆண்டுகளிடையே ஆட்சி செய்திருந்த அப் பாண்டிய அரசனை அவர் இன்னார்தான் என எவரும் குறிப்பிட்டுச் சொன்னதாக அறியமுடியவில்லை. அதாவது, சடையன்மாறன் என விருதுபெயரால் மட்டுமே குறிப்பிடப்பட்டுள்ள அவர் அவரின் உரிய பெயருடன் குறிப்பிட்டுச் சொல்லப்படவே இல்லை என்கிறேன். இப்படியிருக்க, முற்காலப் பாண்டியப் பேரரசின் கடைசி அரசரான இரண்டாம் இராஜசிம்மன் பொ. ஆ. பி. 900-ஆம் ஆண்டில் ஆட்சிக்கு வருகிறார். அவர் முதலாம் பராந்தகசோழனால் தோற்கடிக்கப்பட்ட நிலையில் ஆட்சியை இழந்து இலங்கை அரசனிடமும், பின்னர் சேர நாட்டிற்குச் சென்று அங்கேயே

நிரந்தரமாகத் தங்கி விட்டதாக வரலாற்றால் அறியமுடிகிறது. இதனை முன்பும் கூறியிருந்தோம்.

மேலும், இராஜசிம்மனின் காலத்தினை பொ.ஆ.பி. 900 - 920 என வரையறுத்து வைத்துள்ளனர். இதனை 1957-இல் வெளிவந்த நீலகண்ட சாஸ்திரியின் நூலும் உறுதிசெய்கிறது. இந்நூலுக்குப் பின்னர் ஆறு ஆண்டுகள் கழித்து வெளிவந்த கே.கே. பிள்ளையின் *'South India and Sri Lanka'* எனும் நூலும் அதே ஆண்டினையே கூறுகிறது. எனினும், எனது இவ் ஆய்வு மேலும் உய்த்துணர்ந்த நிலையில் இராஜசிம்மனின் ஆட்சியாண்டை மறுவரையறை செய்து விளக்கமும் அளித்துள்ளது. அவ் வகையில், 919-ஆம் ஆண்டில் தோல்வியுற்ற இராஜசிம்மன் பின்னர் மீண்டெழுந்தவராய் சேர நாட்டிலிருந்து திரும்பிவந்துள்ளார். திரும்பிவந்தவர் திருநெல்வேலியைத் தலைமையாகக்கொண்டு சில பகுதிகளையும் ஆண்டிருந்துள்ளார். என்றாலும்கூட, அவரது ஆட்சியாண்டான 22-ஆம் ஆண்டுக்குப் பிறகான அவரது கல்வெட்டுகள் ஏதும் கிடைக்கவில்லை.

செப்பேட்டிற்கும் கல்வெட்டுக்குமான 30 ஆண்டுகள் இடைவெளி

ஆனால், அவரது கடைசி ஆட்சி ஆட்சியாண்டின் கல்வெட்டொன்று சின்னமனூரில் கிடைத்து ஆவணமும் செய்யப் பட்டிருக்கிறது. அதாவது, அதே சின்னமனூரில் அதே இராஜசிம்மனின் ஆனால், 46 ஆம் ஆட்சியாண்டின் கல் வெட்டாக...! [111] அவ்வாறு கிடைத்திருந்தாலும் கூட அதனின் வரலாற்றுச் சிறப்பு எடுத்துரைக்கப்படாமல் இன்னமும் கிடப்பிலிடப்பட்டுள்ளது. சின்னமனூர், தேனிக்கு அருகில் உள்ள ஓர் ஊர். என்றால், அது மதுரை மண்டலத்தினுள் அடங்கிய ஊராகும். இராஜசிம்மன் தமது 16ஆம் ஆட்சியாண்டின் போது இவ்வூரிலிருந்துதான் சின்னமனூர் (பெரிய) செப்பேட்டினை வெளியிட்டுள்ளார். இது குறிப்பிடத்தக்கது. அதன் பின்னர் 30 ஆண்டுகள் கழித்தே அதே ஊரில் அவரது கல்வெட்டு இடம்பெற்றிருக்கிறது. ஆக, அக் கல்வெட்டினைத்தான் இவ் ஆய்வு உற்று நோக்கிய நிலையில் உரிய மற்றும் புதிய விளக்கத்தினை வரலாற்றினில் இணைத்துவைக்கிறது. மதுரையை முதலாம் பாராந்தகனிடம் இழந்த இரண்டாம் இராஜசிம்மன்

பின்னர் மீண்டும் முயன்றவராய் திருநெல்வேலியைத் தலைமையாகக் கொண்டு ஆளத்தொடங்கியிருந்தார். இதனை முன்பு குறிப்பிட்டிருந்தோம். அதாவது, 919-ஆம் ஆண்டில் மதுரையை இழந்திருந்தாலும்கூட 920-ஆம் ஆண்டளவில் தம்மைத் தக்கவைத்துக் கொள்கிறார் என்பதாகும். எனினும், வரலாறோ, இராஜசிம்மனின் கதையானது 920-ஆம் ஆண்டிலேயே முடிந்துவிட்டதாகக் கூறி முற்றுப்புள்ளியும் வைத்துச்சென்றுள்ளது. இதனால், இங்குக் குறிப்பிட வேண்டிய செய்தி என்னவென்றால், பாண்டிய நாட்டை முதலாம் பராந்தகனால் முழுவதுமாகக் கைப்பற்ற இயலவில்லை என்பதே. அவர், பாண்டியரின் முதன்மைத் தலைநகரான மதுரையைக் கைப்பற்றி இருக்கிறார். கைப்பற்றியதோடல்லாமல் திருப்பிக் கொடுக்கும் எண்ணமும் இன்றி, பாண்டிய நாட்டின் அரசனாகவும் மதுரையிலேயே முடிசூட்டிக்கொள்கிறார்.[112] அதனால்தான், அவர் மதுரைகொண்ட கோப்பரகேசரியாக அறியப்படுபவர். எவ்வளவு முயன்றும் இலங்கை வேந்தனிடம் பாதுகாப்பிற்காக ஒப்படைக்கப்பட்ட இராஜசிம்மனின் மணிமகுடம் கிடைத்தபாடில்லை. ஏனெனில், முதலாம் பராந்தகன் பாண்டியனின் மணிமகுடம் சூட்டிப் பாண்டிய நாட்டிற்கான அரசராகவும் தன்னைப் புலப்படுத்த வேண்டும் என விரும்பியுள்ளார்.

ஓர் அரசன் தாம் கைப்பற்றிய பிறரின் நாட்டினைத் தாமே ஆளவிரும்பினால் கைப்பற்றிய அந்நாட்டு அரசனுடைய மணிமகுடத்தைச் சூட்டிப் பதவியேற்கவேண்டும். அது வேந்தியலில் ஒரு மரபும் கூட. ஆனால், அது இயலவில்லை. மதுரை மட்டுமல்லாமல் பாண்டிய நாட்டின் சில தென் பகுதியின் ஊர்களையும் கூடப் பராந்தகன் தம் ஆட்சியின் கீழ்க்கொணர்ந்துள்ளதாகக் கிடைத்துள்ள கல்வெட்டுகளின் மூலம் தெரியவருகிறது. என்றால், இரண்டாம் இராஜசிம்மன் ஒரேயடியாக முடங்கிவிடவில்லை என்பதே சொல்லவரும் செய்தி. இதற்கிணங்க, தம்மால் இயன்ற அளவில் தம் நாட்டின் சில தென்பகுதிகளை அவரும் ஆண்டுவந்துள்ளார் என்பதாகும். எனினும், பராந்தக சோழன் தம் இறுதிக் காலங்களில் கர்நாடக அரசர்களின் படையெடுப்புகளால் நிலைகுலைந்துள்ளார். இராஷ்ட்ரகூட அரசர்களான இரண்டாம் மற்றும் மூன்றாம்

கிருஷ்ணா ஆகிய இருவரால் சோழ நாடு தம் வடபகுதிகளை இழந்து சுருங்கிப்போயிருந்தது.¹¹³ இத்தகைய சூழலில்தான் இரண்டம் இராஜசிம்மன் மீண்டும் மதுரையைக் கைப்பற்றி ஆளத் தொடங்கியிருக்கிறார். இதனைத்தான் சான்றுதருகிறது அவரின் 46ஆம் ஆட்சியாண்டின் கல்வெட்டு. அது, அவரது இறுதி ஆட்சியாண்டும் கூட. என்றால், முன்பு குறிப்பிட்ட இடைவெளியில் என்ன நிகழ்ந்தது என்றும் பாண்டியர் என்னவாயினர் என்பதையும் உற்றறிந்த நிலையில் இடைமறித்து இங்கு விளக்கமளித்துள்ளேன் என அறிக.

மேலும், அதே சின்னமனூரில் முதலாம் பராந்தகனின் கல்வெட்டொன்று லட்சுமி நாராயணப்பெருமாள் கோவிலில் இடம் பெற்றிருப்பதாக அறியப்பட்டுள்ளதை இங்குக் குறிப்பிட்டாதல் வேண்டும். எனினும், அறிஞர்கள் அது பராந்தகனின் கல்வெட்டாக இருக்குமோ என ஐயத்துடனேயே சொல்லிச்சென்றுள்ளனர். ஆனால், அது அவருடையதே என்று துணிகிறது இவ் ஆய்வு. ஐந்தே அடிகளுடன் பராந்தகனின் 36 ஆம் ஆட்சியாண்டில் பொறிக்கப்பட்ட கல்வெட்டாக அதனை அறியலாம். மிகச்சரியாகச் சொல்வோமானால் அக்கல்வெட்டு பொ.ஆ.பி. 921ஆம் ஆண்டில் வெட்டப்பட்டதாகும். என்றால், மதுரையை அவர் கைப்பற்றிய பின் இரண்டாண்டுகள் கழித்து அச் சின்னமனூர் கோவிலில் அவரது கல்வெட்டு இடம்பெற்றிருக்கிறது. என்றால், மதுரை மண்டலமானது முதலாம் பராந்தகரின் நேரடி ஆட்சியின் கீழ் இருந்துள்ளமை தெளிவாகிறது.

இராஜசிம்மனின் கல்வெட்டில் வீரபாண்டியனின் பெயர்

திருப்புடைமருதூரில் இராஜசிம்மனின் 18 ஆம் ஆட்சியாண்டின்போது பொறிக்கப்பட்டிருந்த கல்வெட்டில் வீரபாண்டியன் குறிக்கப்பெற்றுள்ளார். இவர் இராஜசிம்மனின் மகன். சோழனின் தலைகொண்ட வீரபாண்டியன் இவரே. இதனால்தான் 'சோழாந்தகன்' என அழைக்கப்பட்டவர். மேலும் இராஜசிம்மனின் 12-ஆம் ஆட்சியாண்டின் (பொ.ஆ.பி 912) கல்வெட்டு ஒன்று இன்றைய சோழவந்தான் எனும் ஊரின்கண் அமைந்துள்ள தொடர்வண்டி நிலைய நடைமேடையின் பலகை

அமைவில் பொருத்தப்பட்டிருக்கிறது.[114] எனினும், இன்னமும் அது அங்குதான் இருக்கிறதா என்று தெரியவில்லை. இதில் குறிப்பிடத்தகுந்த செய்தி என்னவென்றால், அக் கல்வெட்டில் சோழாந்தகன் எனும் பெயரால் அவ்வூர் குறிப்பிடப்படவில்லை என்பதே. அதாவது சோழாந்தக சதுர்வேதி மங்கலம் என. மாறாக, 'திருமாணம்' அல்லது 'திருமானம்' எனும் அதனின் முந்தையப் பெயரால் குறிப்பிடப்பட்டிருப்பதைக் காணவியலும். என்றால், அப்போது வீரபாண்டியன் இளவரசனாக இருந்துள்ளார் என்பதாகும். இராஜசிம்மனின் 18-ஆம் ஆட்சியாண்டின் மற்றொரு கல்வெட்டு மதுரை மாவட்டத்தின் உத்தமபாளையத்தில் காணக்கிடைத்துள்ளது. அதனையடுத்த 19-ஆம் ஆட்சியாண்டிலிருந்தான கல்வெட்டுகள் கோவில்குளம்[115] மற்றும் சீவலப்பேரியிலும்[116] 22-ஆம் ஆட்சியாண்டின் கல்வெட்டுகள் பெருங்குளத்திலும் கிடைத்துள்ளன.[117] அடுத்ததாக, ஆட்சியாண்டு சிதைந்த நிலையிலான ஒரு கல்வெட்டுக் கோட்டைக் கருங்குளத்திலும்[118] மற்றுமொரு ஆண்டுக் குறிப்பு சிதைந்த கல்வெட்டொன்று அம்பாசமுத்திரத்திலும் காணக் கிடைத்துள்ளன. என்றால், இவ்விரண்டு கல்வெட்டுகளும் 23-லிருந்து 28-ஆம் ஆட்சி ஆண்டுகளுக்கிடையேயான கல்வெட்டுகளாக இருக்கலாம். அவ்வகையில், இவை அனைத்தும் திருநெல்வேலிப் பகுதியைச் சார்ந்தவை. ஆக, மேற்கூறப்பட்டுள்ள 46-ஆம் ஆட்சியாண்டின் கல்வெட்டுதான் மதுரை மாவட்டத்தின் சின்னமனூர் என்ற ஊரில் கிடைத்திருக்கிறது. என்றால், மீண்டும் இரண்டாம் இராஜசிம்மன் தம் தலைநகர் மதுரையைக் கைப்பற்றிக் கொண்டார் என மற்றுமொருமுறை உறுதியாகிறது அல்லவா? இதன்படி இவரது ஆட்சிக்காலத்தினை மீள் வரையறை செய்துள்ளது இவ் ஆய்வு. ஆக, பொ.ஆ.பி. 900 - 946 எனும் ஆண்டுகளிடையே இரண்டாம் இராஜசிம்மன் ஆண்டிருந்தார் என்பதாகும். இங்குக் குறிப்பிடப்பட்டுள்ள இராஜசிம்மனின் அனைத்துக் கல்வெட்டுகளிலும் அவரது இராஜசிம்மன் எனும் நேரடி பெயர் குறிப்பிடப்படவில்லை. மாறாக, பாண்டிய அரசர் வரிசைமுறையின் இரு பெயர்களில் ஒன்றான சடையன்மாறன் என்ற

பெயருடனே குறிப்பிடப்பட்டுள்ளார். சரி! அவ்வாறிருக்க எவ்வாறு சடையன்மாறன் எனும் பெயர் இரண்டாம் இராஜசிம்மனுக்கானதே என உறுதியாகச் சொல்கிறீர் எனக் கேட்கலாம் கூட. மொத்தம் மூன்று தரவுகளை இக் கேள்விக்காக முன்வைக்கின்றேன்.

1. திருநெல்வேலி மாவட்டம் நாங்குநேரி வட்டத்தின் கோட்டைக் கருங்குளம் எனும் ஊரில் எழுப்பப்பட்டிருக்கும் கற்றளியான இராஜசிங்கேச்சுவரம் எனும் கோயிலுக்கு, நொந்தா விளக்கெரிக்க அளிக்கப்பட்ட கொடை பற்றிக் கூறுகிறது - அக் குறுங்கல்வெட்டு. இதன் மூலம் தெரியவருவது என்னவென்றால், இவ்வொரே கல்வெட்டின் மூலமே சடையன்மாறன் என அவ் அத்தனைக் கல்வெட்டுகளிலும் குறிப்பிடப்பட்டு வந்தவரை இரண்டாம் இராஜசிம்மனே என ஐயத்திற்கு இடமின்றி அறியமுடிகிறது.[119] மேலும், அவர் எழுப்பிய அக்கோயிலின் இறைவனைத் தம் பெயராலேயே வழங்கிடச்செய்தார் எனச் செம்புரிதலைப் பெறலாம்.

2. திருநெல்வேலி மாவட்டம் அம்பாசமுத்திரம் வட்டத்தின் திருப்புடைமருதூர் எனும் ஊரில் இடம்பெற்றுள்ளது புட்டார்ஜுனேஸ்வரர் கோவில். இக்கோயிலில் இராஜசிம்மனின் 18ஆம் ஆட்சியாண்டின் கல்வெட்டு பொறிக்கப்பட்டிருக்கிறது. அக்கோயிலின் சண்டேஸ்வரர் கோயிலின் கிழக்குச் சுவரில் இக்கல்வெட்டு இடம் பெற்றுள்ளது. குறிப்பிட்ட இக்கல்வெட்டில்தான் வீர பாண்டியன் எனும் அவரது மகன் குறிக்கப்பெறுள்ளார்.[120]

3. என்றால், 940ஆம் ஆண்டிலிருந்தே முதலாம் பராந்தகன் சரிவைச் சந்திக்க நேர்ந்துள்ளார். இதனின் பின்னணியில் அவரது அதிகாரப்பூர்வ சிற்றரசரான இரண்டாம் பிரித்திவிபதி அகவை மூப்பினால் இறந்தமை முன்னிற்கிறது. மட்டுமின்றி, கங்க அரசனான இரண்டாம் பூதுகன் இராட்டிரகூடப் பேரரசனான மூன்றாம் கிருஷ்ணனின் தங்கையை மணந்துகொள்கிறார். இதனால், சோழரின் பகைவரான இராட்டிரகூட அரசன் கங்க மன்னனின் கூட்டணியால் பெரும் வலிமையுடன் இருந்துள்ளார் என்பதை அறிக.[121]

தம் தந்தை இராஜசிம்மனின் ஓய்விற்குப் பின் வீரபாண்டியன் 946-ஆம் ஆண்டில் பாண்டிய வேந்தனாகப் பொறுப்பேற்கிறார். என்றால், மதுரை; 918-ஆம் ஆண்டிலிருந்து 946-ஆம் ஆண்டு வரையிலான 28 ஆண்டுகளிடையே முதலாம் பராந்தகனின் கீழிருந்துள்ளது என்பதாகும். எனினும், இரண்டாம் பராந்தகச் சோழன் ஆட்சிக்கு வரும்வரை அவ் இடைப்பட்ட காலங்களில் வலிகுன்றிப் போயிருந்த முதலாம் பராந்தகன் இறக்க நேரிடுகிறது. மட்டுமின்றி, அவரது முதலாம் மகனும் மாவீரனுமான இராஜ ஆதித்தன் போரில் இறந்துவிடுகிறார். சோழரின் பின்னடைவுக்கு இதுவுமோர் பெரும் காரணம். 'ஆனைமேல் துஞ்சின தேவர்' என அழைக்கப்படுபவர் இவ் இராஜ ஆதித்தனே ஆவார். இவர் அவ்வாறு இறக்கவே, முதலாம் பராந்தகனின் இரண்டாவது மகனான கண்டராதித்தன் ஆட்சிக்கு வருகிறார். எனினும், இவரது ஆட்சி சொற்பக் காலத்துடன் முடியவே அவரது தம்பியான அரிஞ்சயன் அரியணை ஏறினார். இவ் அரிஞ்சயனும் போரில் இறந்துபோக, சோழர்களின் இக்கெடு சூழலானது வீரபாண்டியனுக்கு நற்சூழலாக அமைந்திருந்தது. எனவேதான் இடைக்கால-முற்கால சோழர்களின் காலத்தை மேலுமோர் இருபது ஆண்டுகளால் அவரால் நீட்டிக்க இயன்றது என்கிறேன். என்றால், இடைக்காலத்திய முற்காலப் பாண்டியர்களின் ஆட்சிக்காலத்தை 560 - 960 ஆண்டு என இனி திருத்திப் பயன்படுத்த வேண்டும்.

ஆக, இடைக்காலத்திய முற்காலப் பாண்டிய வேந்தனாகத் தொடர்ந்த வீரபாண்டியனின் ஆட்சி 966-ஆம் ஆண்டில் முற்றுபெற்றுவிடுகிறது. என்றால், 966-ஆம் ஆண்டுக்குப்பிறகான மற்றுமோர் நீண்ட இடைவெளி ஒன்று அறியப்படாமல் கிடக்கிறது அல்லவா?

இடைவெளிகளின் மீதான புதிய ஆய்வு ஒளி

வீரபாண்டியன் இறந்த ஆண்டான 966-லிருந்து 1087 வரையிலான ஓர் இடைவெளி அறியப்படாமல் பெரிது நிற்கிறது. இவ் 1087-ஆம் ஆண்டு கூட இவ் ஆய்வு பராக்கிரமப் பாண்டியனுக்காக வரையறுத்த ஆண்டாகும். என்றால், 121 ஆண்டுகளிடையே அப்படி என்னதான் அறிந்துகொள்ள இயலாதபடி நிகழ்ந்து கடந்தது என்றும், எவரெவர் அவ்வாண்டுகளிடையே பாண்டிய

அரசர்களாக இருந்திருப்பர் என்றும் இப்படியான கேள்விகள் ஏதும் கேட்டதாகத் தெரியவில்லை. எனினும், இதனின் பின்னணியில், பாண்டியர்களை முற்றிலும் முடக்கியவராய் முதலாம் இராஜராஜன் காணப்படுகிறார். அவர் தன் தொடக்க ஆட்சியாண்டு காலங்களிலேயே பாண்டிய நாட்டை முற்றிலுமாகக் கைப்பற்றிச் சோழநாடாக மாற்றியிருந்தார். இதனை அவரது மெய்க்கீர்த்தியால் உணரலாம். அம்மெய்க்கீர்த்தியில் 'செழியரை தேசுகொள்' எனக் குறிப்பிட்டுள்ள நிலையில் இராஜராஜன் பாண்டியரின் ஆளும் உரிமையை முற்றிலுமாகத் துடைத்தெறிந்துவிட்டார் என்பதாகும். ஏனெனில், 'கொண்டருளி' என்ற சொல் அம் மெய்க்கீர்த்தியில் பயன்படுத்தப்படவில்லை. என்றால், பாண்டியநாட்டைக் கைப்பற்றிய அவர் பின் அவர்களிடம் ஒப்படைக்கவே இல்லை என்பதாகும். ஆக, திறைமுறை மரபின்படி குறுநில மன்னராகக் கூட அவர்களை அவர் விட்டுவைக்கவில்லை. என்றால், பாண்டியர்களின் பண்டு கீர்த்தியை, மாப்புகழை முற்றிலும் துடைத்தெறிந்ததன் பலனாகவே செழியரை தேசுகொள் எனும் அச்சொற்றொடர் கையாளப்பட்டுள்ளது காண்க. என்றால், இராஜராஜன், பாண்டிய நாடு என இனி ஒன்று கிடையாது என, அதனை முழுவதுமாகத் தம் பேரரசுடன் இணைத்துக்கொண்டார் என்பதாகும்.

இதனால், மொத்தத் தமிழகமும் அவரது நேரடி ஆட்சிக்கு உட்பட்டிருந்தது. என்றாலும் கூட, இதனையடுத்து 'சோழ-பாண்டியர்' எனும் புதிய ஆட்சி மரபை அவரது மகனான முதலாம் இராஜேந்திர சோழன் அறிமுகப்படுத்தி வைத்தார். என்றால், இவரும் பாண்டிய நாட்டை பாண்டியர்கள் ஆளாமல் பார்த்துக்கொண்டார் என்பதே சொல்லவருவது. இச் சோழ-பாண்டிய மரபு வீரஇராஜேந்திரன் வரை தொடர்ந்திருந்தமை குறிப்பிடத்தக்கது. எனினும், நேரடி சோழ மரபின் கடைசி அரசனான ஆதிஇராஜேந்திரன் போர் ஏதும் மேற்கொள்ளாமல் அமைதியாக ஆட்சிசெய்திருந்த நிலையில் ஆனால், வெறும் மூன்றாண்டுகளிலேயே இறக்க நேரிடுகிறது. இதனால், மேலாண்மை-அச்சம் இல்லாத குறிப்பிட்ட அம் மூன்றாண்டுகள் (1067 - 1070) பாண்டியருக்கு நல்வாய்ப்பாக அமைந்துவிடுகிறது. இந்நிலையில், ஏதோ ஒரு பாண்டியன் மதுரையை சுதந்திரமாக

ஆளத்தொடங்கியிருந்தார் என்பது இவ் ஆய்வின் கணிப்பு. ஆயினும், அவ் ஏதோ ஒரு பாண்டியன் யாராக இருப்பார் என்பதை முந்தைய அறிஞர்கள் ஏனோ ஊகிக்காமல் விட்டுவைத்துள்ளனர்.

மேற்கூறப்பட்டதற்கிணங்க இங்கு நாம் சுந்தரபாண்டியன் எனும் சிறப்புமிக்க பாண்டிய அரசனை மானாபரணன் மற்றும் வீரகேரளனுடன் முன்பு அறிந்து வைத்துள்ள நிலையில் இங்கே மீள் நினைவிட வேண்டிய தேவை உள்ளது. இவர்கள் மூவரும் முதலாம் இராஜாதிராஜனின் சமகாலப் பாண்டிய அரசர்கள். குறுநில மன்னர்கள் என்றும் வைத்துக்கொள்ளலாம். இவர்களுள் சுந்தரபாண்டியனே மதுரையில் முதன்மை அரசனாக ஆண்டிருந்தவர். ஆயினும், இம்மூவரையும் வீழ்த்தியிருக்கிறார் முதலாம் இராஜாதி இராஜன். இம்மூவரில் சுந்தரபாண்டியன் மட்டும் தப்பித்து ஓடும்போது தம் மணிமுடி கீழே விழுந்துவிட அதைக்கூட எடுக்கவியலாமல் முல்லையூருக்குள் ஓடி ஒளிந்து உயிர்பிழைத்துக்கொள்கிறார். இராஜாதிராஜன் துரத்திய விதம் அப்படி! ஆக, மணிமுடியை அணிந்தவராக சுந்தரபாண்டியன் குறிப்பிடப்பட்டுள்ளதால் இவரே முதன்மை அரசனாக இருந்துள்ளார் என்பது உறுதி. இவர் உயிர் பிழைத்தாலும் கூட, அப்போரில் மானாபரணனின் தலை கொய்யப்பட்டதும் முதலாம் இராஜாதிராஜனின் யானையின் கால்களிடையே வீரகேரளன் நசுங்கிய நிலையில் பின்னர் உயிர்த்துறந்ததும் குறிப்பிடத்தக்கவை.

இடைவெளி 1

மேலும், பொ.ஆ. 966-ஆம் ஆண்டு நிகழ்ந்த போரில் ஆதித்திய கரிகாலனால் தலைக்கொய்யப்பட்டு உயிர் துறந்த வீரபாண்டியனுக்குப் பின், மதுரையை யார் ஆண்டது என அறியமுடியவில்லை. என்றால், அதனை பொ.ஆ. 966 முதல் 987 வரையிலான இருபத்தியோரு ஆண்டுகளுடனான இடைவெளியாகக் கொள்ளலாம். இவ் இடைப்பட்ட ஆண்டுகளின் தொடக்க நான்கு ஆண்டுகள் சோழர்களின் நற்காலமாக அமையவில்லை. எனினும், உத்தம சோழன் ஆட்சிக்கு வந்த பின் அமைதியான ஆட்சி நிலவியிருந்தது. உத்தம சோழனுக்குத் தாம் கணிசமான காலத்துடன் நிம்மதியாக அரசாள வேண்டும் எனும் எண்ணம் போலும். இதனால் தான் பாண்டியர் நாட்டில் பாண்டியர் ஆட்சியே நிலவியிருந்துள்ளது.

மேலே சொன்ன இடைவெளியின் இறுதியாண்டாக 987-ஆம் ஆண்டை ஏன் குறிப்பிடுகிறேன் என்றால், அவ் ஆண்டில்தான் முதலாம் இராஜராஜன் (பொ.ஆ. 985 - 1014) பாண்டிய நாட்டின் மீது போர்த்தொடுத்து முழுவதுமாக அதனைக் கைப்பற்றிக்கொள்கிறார். இப்போரின்போதான பாண்டிய அரசனாக இருந்தவர் அமரபுயங்கன் ஆவார். இதனைத் திருவாலங்காடு செப்பேட்டால் அறியவியலுகிறது. ஆக, 966-ஆம் ஆண்டிலிருந்து 987-ஆம் ஆண்டுவரையிலான அவ் இடைவெளியில், பாண்டிய நாட்டினை ஆட்சி செய்தவராகப் பாண்டியன் அமரபுயங்கனை வரவு வைத்து, அவ் இடைவெளிக்கு முற்றுப் புள்ளிவைத்துள்ளது இவ் ஆய்வு.

இடைவெளி 2

முதலாம் இராஜாதிராஜனால் கொல்லப்பட்டும் துரத்தப்பட்டவர்களுமான முன்சொல்லப்பட்டுள்ள அம்மூன்று பாண்டியர்களும் பாண்டிய நாட்டை ஆண்டிருந்ததாகக் கூறப்படுகிறது. அம்மூவருள் சுந்தரபாண்டியனே மதுரையை ஆண்டிருந்துள்ளார். மட்டுமின்றி, இவர்கள் முதலாம் இராஜாதிராஜனின் சமகாலத்தவர் எனவும் முன்பு குறிப்பிட்டிருந்தேன். மேலும், பொ.ஆ. 1018-ஆம் ஆண்டிலிருந்து 1054-ஆம் ஆண்டு வரை ஆண்ட அம் முதலாம் இராஜாதிராஜனின் காலத்தில் பல போர்கள் நிகழ்ந்துள்ளன. சோழரின் அப்போதைய நேரடி எதிரிகளாகச் சாளுக்கியர்களே வெகு பகைமையுடன் இருந்துள்ளனர். இதனால், கடும்போர்கள் இவர்களுக்கெதிராக நிகழ்ந்திருந்தன. அத்தகையப் பெரும்போர் ஒன்றில்தான் கெடுபலனாக முதலாம் இராஜாதிராஜன் இறக்கவும் நேரிடுகிறது. மிகக் கடுமையான கிளர்ச்சிகளுடன் எதிர்ப்புக் காட்டிக்கிடந்த அம் மூன்று பாண்டியர்களைப் பிறகு பார்த்துக்கொள்ளலாம் என அவர் முன்பு விட்டு வைத்திருந்தார் போலும். என்றால், பாண்டியர்களை அவர் ஒரு பொருட்டாக மதிக்கவில்லை என்றே தெரிகிறது. ஆக, மேற்கூறிய அம் மூன்று பாண்டியர்களை அழிக்க அவர் தமது 29-ஆம் ஆட்சியாண்டில்தான் (பொ.ஆ.1046) போர் தொடுத்திருக்கிறார். தன் தந்தையின் ஆட்சியோடு முற்றுபெற்றிருந்த

சோழ-பாண்டியர் ஆட்சிமுறை இவரது காலத்தில் எடுபடவில்லை என்றே தெரிகிறது. அல்லது மீண்டும் செயற்படுத்தப்பட இயலாத சூழல் அப்போது நிலவியிருந்திருக்கலாம். இதற்கிணங்க, பாண்டியர் மீண்டும் தலைதூக்கியோராய் ஆளவும் செய்திருந்தனர். தம்குடிமக்களின் முழு ஆதரவும் இதனின் பின்புலமாக இருந்திருத்தல்வேண்டும். என்னதான் நல்லாட்சியை முதலாம் இராஜராஜன் வழங்கியிருந்தாலும் கூட ஆனால், படைபலத்தால் மட்டுமே பாண்டிய நாட்டு மக்களை சோழர் கட்டுப்படுத்தியிருத்தற் வேண்டும்.

அந்நாட்டு மக்களோ தங்களைத் தம் நாட்டு அரசர்களே ஆளவேண்டும் எனும் எண்ணத்துடனேயே இருந்திருப்பதாகவும் உணரலாம். இதனால்தான், எங்கெல்லாம் இடைவெளி கிடைக்கிறதோ அவற்றைப் பயன்படுத்தி பாண்டியர்கள் ஆங்காங்கே ஆளவும் செய்திருந்தனர். அவ்வகையில், 1044-ஆம் ஆண்டிலிருந்து 1046-ஆம் ஆண்டு வரையிலான அவ்விரு ஆண்டுகளின் இடைவெளியில் முன்பு குறிப்பிட்டிருந்த சுந்தரபாண்டியன், மானாபரணன், வீரகேரளன் ஆகியோர் பாண்டிய மண்டலத்தை ஆண்டிருந்தனர் என இனிப் புரிந்துகொள்ளலாம்.

முதலாம் இராஜாதிராஜன் இறந்தவுடன் இரண்டாம் இராஜேந்திரன், இராஜ மகேந்திரன், வீர இராஜேந்திரன் என மூன்று சோழவேந்தர்கள் ஒருவர் பின் ஒருவராக ஆண்டிருந்த நிலையில் இவர்கள் காலத்திலும் சோழ-பாண்டியர் ஆட்சி முறை மீண்டும் கொணரப்பட்டமைக் குறிப்பிடத்தக்கது. என்றால், மேற்குறிப்பிட்ட 1046-ஆம் ஆண்டிலிருந்து வீர இராஜேந்திரனின் கடைசி ஆட்சி ஆண்டான 1067 வரை பாண்டியர் நாட்டில் பாண்டியர் ஆட்சி நிகழவேயில்லை என்பதாகும். ஆக, மேற்குறிப்பிடப்பட்டிருக்கும் 1044 தொடங்கி 1046 வரையிலான அவ் இரண்டாண்டு கால இடைவெளியை பாண்டியர்களின் ஆட்சிக்காலமாகவே கொள்ள வேண்டும். அவ்வாறே, 1046-லிருந்து 1067வரையிலான 21 ஆண்டுகால இடைவெளியைப் பாண்டியர்களின் ஆட்சியற்ற காலமாகவும் இனிப் புரிந்துகொள்ளலாம்.

இடைவெளி 3

ஆதி இராஜேந்திரன் 1063 முதல் 1070 வரை ஆண்டிருந்த நிலையில் முன்பு கூறியதற்கிணங்க அவர் போர் ஏதும் மேற்கொள்ளவில்லை. அமைதியாகத்தான் ஆண்டுகொண்டிருந்தார் எனினும், எதிர்பாராமால் இறந்துவிடுகிறார். முன்பு தன் சிறிய தந்தையுடன் பங்குபெற்ற போரில் புண்பட்டிருந்துள்ள நிலையில் அதனால் கூட பின்னர் இறக்கநேரிட்டிருக்கலாம். இஃதன்றி, அவர் ஏதோ ஒரு நோயினால் அவதிப்பட்டு வந்ததாகவும் சொல்லப்படுகிறது. இதனால், சலனமற்ற அம்மூன்று ஆண்டுகளுடனான இடைவெளியே பாண்டியர்களுக்கான பொன்னான வாய்ப்பினை நல்கி இருந்தது. அதாவது, வரலாற்றை விட்டே முற்றிலும் மறைந்துபோகாமல் பாண்டியர்களைத் தக்கவைத்திருந்தது-அம்மூன்றாண்டுகளுடனான இடைவெளி. ஆக, இவ் இடைவெளியில்தான் முல்லையூரில் தலைமறைவாயிருந்த சுந்தரபாண்டியன் வெளிப்பட்டிருத்தல் வேண்டும். இவரே, குலசேகரனின் தந்தை. தாம் தலைமறைவாக இருப்பினும் கூட கட்டுக்கோப்பாகத் தம் வம்சத்தினரைத் தட்டிக்கொடுத்துத் தளராதிருக்கச் செய்தவராக இவரை உணரலாம். அவ்வாறே ஒரு கட்டத்தில் காலமும் கனிந்து நிற்க தாம் மீண்டும் அரசனாகப் பொறுப்பேற்றுக்கொள்கிறார். பின்னர், ஓய்வுற்றவராய் தம் மகன் குலசேகரப் பாண்டியனை ஆட்சியில் அமர்த்தியிருக்கிறார். ஆக, குலசேகரனும் மதுரையிலிருந்தே ஆட்சி செய்துள்ளார். எனவேதான், மதுரைக்கு அருகே வைகையின் வடகரையில் இவரின் பெயரால் சதுர்வேதி மங்கலம் அமைக்கப்பட்டிருந்தது. ஆளும் தலைநகருக்கு அருகேதான் அவ்வாறு பிரம்மதேய மங்கலத்தை அமைக்கவேண்டும் என்பதெல்லாம் அல்ல. எனினும், நல்வாய்ப்பாக அவ்வாறு அது மதுரைக்கருகிலேயே அமைக்கப்பட்டிருந்தமையால் நமக்குச் சான்றாகி உதவுகிறது.

முதலாம் குலோத்துங்கன் தமது 11ஆம் ஆட்சியாண்டு காலத்தில்தான் பாண்டிய நாட்டின் மீது போர் தொடுத்தவராகிறார். என்றால், 1067-ஆம் ஆண்டு முதல் 1081ஆம் ஆண்டு வரையிலான 14 ஆண்டுகளிடையேயான இடைவெளியில் குலசேகர பாண்டியன் ஆண்டிருந்துள்ளார் என இனித் தெளிவுறலாம்.

இடைவெளி 4

குலோத்துங்கனின் போரால் குலசேகரன் இறக்க நேரிடுகிறது. தம் தந்தையைக் கொன்ற அதே குலோத்துங்கனுடன் ஆனால் பகையுறாமல், இணக்கத்தை ஏற்படுத்திக்கொண்டவராய் குலசேகரனின் முதலாம் மகனான பராக்கிரமப் பாண்டியன் மதுரையை ஆளத்தொடங்குகிறார். இப்போரில் இவர் தம் தந்தைக்கு உதவிய நிலையில் காயமடைந்து ஊனமாகியிருக்கலாம். எனவேதான், தன் தம்பி சடையவர்மன் சிரீவல்லபனுடன் இணைந்து ஆட்சிசெய்துள்ளார் போலும். இவரது ஆட்சி 1114 வரை அதாவது 33 ஆண்டுகள் வரை நிகழ்ந்துள்ளது.

அடையாளம் காணப்படாத ஆதி-சுந்தரபாண்டியன்

வரலாறு, சுந்தரபாண்டியன் எனும் ஓர் அரசனுக்கு, சோழனின் தலைகொண்ட வீரபாண்டியன் என்பவர் பள்ளிப்படைக் கோயிலை எழுப்பியிருக்கிறார் என்கிறது. ஆயினும், இது மிகப்பெரும் குழப்பத்தை ஏற்படுத்திவைத்திருக்கிற ஒரு தரவாகவே நீடித்துக்கிடக்கிறது. எவரும் இதைக் கண்டுகொண்டதாகவும் தெரியவில்லை. காரணம், அதனைத் தொட்டால் தீர்வுகிடைக்காத அளவிலான குழப்பத்தன்மை அதனில் இருப்பதால் எவரும் தொட முன்வரவில்லை போலும். அதாவது, இடியாப்பச் சிக்கலைவிட மோசமானதாக! ஏனெனில், பிந்தைய காலத்தின் சுந்தரபாண்டியர்களுள் எவரோ ஒருவருக்கு, முந்தைய காலத்தின் வீரபாண்டியன் பள்ளிப்படைக் கோயில் ஒன்றை எழுப்பியிருப்பதாக அப்படி ஒரு குளறுபடி.

ஆனால், வீரபாண்டியனின் சமகாலத்தில் சுந்தரபாண்டியன் எனுமோர் அரசர் அறியப்படாமல் கிடக்கிறார் என்கிறது இவ் ஆய்வு. பெயரளவில், அட ஒப்புக்குக் கூட அவரை எவரும் உச்சரிக்கவில்லை எனக் குற்றம் சாட்டுகிறது மேலும். சரி! சரி! முதலில் அது பள்ளிப்படைக் கோயில்தானா? என்கிறீர்களா? ஆம்! அது பள்ளிப்படைக் கோயில்தான் என்கிறேன். என் விருப்பத்தின்படி நானாகச் சொல்லவில்லை! கல்வெட்டு சொல்வதால் அப்படிச் சொல்கிறேன். ஆக, அக்கோயிலின் கல்வெட்டில் 'திருச்சு[ழி]யல் பள்ளிபடை சுந்தரபாண்டிய

ஈஸ்வரத்து' எனக் குறிப்பிடப்பட்டுள்ளது. திருச்சுழியல் எனும் ஊர்ப்பெயரில் மட்டும் 'ழி' எனும் எழுத்து சிதைந்துள்ளதே தவிர பள்ளிபடை சுந்தரபாண்டிய ஈஸ்வரத்து எனும் சொற்களில் சிதைவுகள் ஏதும் இல்லை. பள்ளிப்படை எனும் சொல் 'ப்' விடப்பட்டு 'பள்ளிபடை' எனக் காணப்படுகிறது. பள்ளிபடை எனவும் எழுதலாம் கூட. அடுத்து 'ஈஸ்வரத்து' எனும் சொல் மட்டும் கிரந்தத்தில். ஓரளவிற்கு கிரந்த எழுத்துக்களை அடையாளம் காணமுடியும் என்பதால் அது ஈஸ்வரத்து என்றே எழுதப்பட்டுள்ளது என உறுதி செய்ய இயன்றது. இக்கல்வெட்டு வீரபாண்டியனுடையதே. கோயில் கட்டி முடிக்கப்பட்டவுடன் அடிப்படைத்தேவையான நொந்தா விளக்கெரிப்பதற்கான சாவா மூவா பேராடுகளைக் கொடையளித்த ஆணையை ஆவணமாகக் கூறுகிறது இக்கல்வெட்டு.[122] என்றால், இக்கோயிலை எழுப்பியவர் வீரபாண்டியர் என்பதில் ஐயமில்லை. அதுவும் குறிப்பாக, சோழனின் தலைகொண்ட வீரபாண்டியன் என்பதில் ஐயமில்லை.

வரலாற்று ஆசிரியர் K.A. நீலகண்ட சாஸ்திரி தமது *Pandiyan Kingdom* எனும் நூலில் இப் பள்ளிப்படைக் கோயிலில் குறிப்பிடப்பட்டிருக்கும் சுந்தரபாண்டியன் யார் எனக் கண்டு பிடிப்பது மிகக் கடினமாக இருப்பதாகக் கூறியிருந்தமை குறிப்பிடத்தக்கது. [123]

சரி! யார் இந்த சுந்தரபாண்டியன்? பத்தாம் நூற்றாண்டிற்குரிய தமிழக வரலாற்றின் எம் மூலை முடுக்கிலும் உச்சரிக்கப்படாத இச் சுந்தரபாண்டியன் யாராக இருப்பார்? ஆம்! இந்தக் கேள்வியைத்தான் இன்னமும் எவரும் கேட்டபாடில்லை என்கிறேன்.

ஏனெனில், முந்தைய வரலாற்றாய்வாளர்கள் இந்த சுந்தரபாண்டியனை சோழன் தலைகொண்ட வீரபாண்டியனுக்குச் சமகாலத்தவனாக இருக்கமுடியாது எனத் திட்டவட்டமாக மறுத்துள்ளனர். அதாவது, சுந்தரபாண்டியனின் தம்பியான வீரபாண்டியனை பதினோராம் நூற்றாண்டுக்குரியவராகவே கருதி திசைதிருப்பியவாறு குழப்பிவைத்துள்ளனர்.

என்றால், முதலாம் இராஜாதிராஜனின் சமகாலத்தவராக இருந்த சுந்தரபாண்டியனுக்கும் முன்பாகவே அதே பெயருடனான

வேறொரு அரசன் இருந்துள்ளார் என்பதாகும். வரலாறு அவரை வரவுவைக்கவில்லை எனினும், இவ் ஆய்வினால் ஊகிக்க முடிகிறது. ஆக, அச் சுந்தரபாண்டியனே அப்பெயர் மரபிற்கான தொடக்கதாரி. என்றால், இடைக்காலத்திய பாண்டிய அரசர்களுள் சுந்தரபாண்டியன் எனும் பெயர், ஒரு மரபாகவே மலர இவர் ஓர் அறிமுகமாக இருந்தவர். எனவே, பாண்டியர் குலத்தின் முதலாம் சுந்தரபாண்டியனாக இவரை இவ் ஆய்வு பரிந்துரைசெய்கிறது.

மேலும் நான், இச்சுந்தரபாண்டியனை சோழனின் தலைகொண்ட வீரபாண்டியனின் தமையன் என்கிறேன். இப்போது பாருங்களேன்! அவரை வீரபாண்டியனின் தமையன் என்றவுடன் நீடித்துக் கிடந்த அந்தப் பூதாகரமான குழப்பம் தெளியத் தொடங்குவதை உணரமுடிகிறது அல்லவா? ஆக அத்தெளிவின்படி, வீரபாண்டியன் எழுப்பிய சுந்தரபாண்டீசுவரம் எனும் கோயிலானது தம் தமையனுக்காக எழுப்பப்பட்ட பள்ளிப்படைக் கோயிலாகும். இச் சுந்தரபாண்டியனே முன்சொன்னவாறு பாண்டியர்குலத்தின் முதலாம் சுந்தரபாண்டியனாகிறார். என்றால், வீரபாண்டியனின் தந்தையான இரண்டாம் இராஜசிம்மனுக்கு இரு மகன்கள் இருந்துள்ளனர் என இனித் தெளிவுறலாம். மூத்த மகனே இச் சுந்தரபாண்டியன். இவர் இளவரசு பட்டம் சூட்டப்பட்ட நிலையில் தம் தந்தையின் போர்க்களங்களில் பெரும்பங்காற்றியவர். ஆயினும், தீயூழாக முதலாம் பராந்தகனை எதிர்கொண்ட அக் கடைசிப் போரில் இவர் இறந்துள்ளார். இதனால்தான், காலதாமதாயினும் கூட தாம் ஆட்சிக்கு வந்த நிலையில் வீரபாண்டியன் தம் தமையனைப் புதைத்த அதே இடத்தில் பள்ளிப்படைக் கோவிலை எழுப்பிவைத்தார் - என்பதாக இவ் ஆய்வின் புரிதல்.

சரியாகத்தான் உய்த்துணர்ந்துள்ளேன் எனினும், அப் பள்ளிப்படைக் கோவிலை ஏன் ஒரு சிற்றூரில் அமைத்து வைக்கவேண்டும் எனும் கேள்வி என்னுள் எழுந்தது. இப்படி ஒரு கேள்வி தேவையில்லைதான். ஏனெனில், பல அரசர்கள் பல்வேறு இடங்களில் இறந்துள்ளனர் என்பதைக் கல்வெட்டுகளாலும் செப்பேடுகளாலும் பள்ளிப்படைக் கோயில்களாலும் அறிகிறோம். எடுத்துக்காட்டாக அதே பாண்டியருள் சிரீமாற சிரீவல்லபன் எனும்

பாண்டியப் பெருவேந்தன் கழுதூரில் இறந்துள்ளார்.[124] கழுதூர், கடலூர் மாவட்டத்தில் இடம்பெற்றுள்ள ஓர் ஊராகும். எனினும், வேறு ஏதேனும் கழுதூர் இருக்கிறதா எனத் தெரியவில்லை.

இதற்குரிய விடையைத்தேடிய போதுதான் நுட்பமான சில விதயங்கள் புரிதலேற்றன. ஆக, இராஜசிம்ம பாண்டியனைத் தோற்கடித்ததோடு மட்டுமல்லாமல் நாட்டை விட்டே ஓடவும் செய்த அப் போரின் நிகழ்விடத்தை மீள் ஆய்வுசெய்யவேண்டியிருந்தது. சோழ அரசு வளர்ந்து வரும் ஓர் அரசாகவே இருந்த நிலையில் அப்போது பாண்டியரே பெரும்பேரரசினராக இருந்தனர். ஆனால், ஏனோ பாண்டிய வேந்தன் அப்போரில் தோற்று நாட்டைவிட்டே ஓடியிருக்கிறார். என்றால், அவர்தரப்பில் பெரும் வலிமைவாய்ந்த ஓர் இணையான ஆளுமையை அப்போரில் இழக்க நேரிட்டிருக்கலாம். போர் மரபின்படி அவ்வாறு பின்வாங்குவதற்கு இஃதோர் காரணமும் முதன்மையாக இருந்துள்ளது. ஆக, வலதுகையாக விளங்கிய ஒரு மாபெரும் வீரர் கொல்லப்பட்டுவிட்டார். இஃதன்றி அப்போது பரவிய கொடும் தொற்று நோயால் பாண்டிய சிங்களப் படைகள் பெரிது பாதிக்கப்பட்டிருந்துள்ளன. போரால் இறக்காத பலர் நோயால் இறந்த கொடூரம். இதனால், கையறுநிலையைச் சந்தித்த இராஜசிம்மன் தற்போதைக்குத் தப்பிப்போம் என வேறுவழியில்லாமல் ஓடியிருக்கிறார். இப் போர் நிகழ்ந்த இடம் வேலூர் ஆகும். ஆனால், அதனை திருவண்ணாமலைக்கு அருகில் உள்ள வேலூர் அல்ல என்றும் அது திருநெல்வேலிக்கு அருகில் இருப்பதாகவும் முந்தையத் தரவுகள் எச்சரிக்கையாகக் கூறுவதுண்டு. நான் அதனை முற்றிலும் தவறு என்கிறேன். ஏனெனில், படையெடுத்து ஏறி வரும் பராந்தகச் சோழனை வழியிலேயே எதிர்கொள்ளாமல் பாண்டியரின் படை பின்னோக்கி வெகு தொலைவு சென்றதாக ஆகிவிடும். அதுவும் திருநெல்வேலிக்கருகில் உள்ள வேலூருக்கு அவ்வாறு சென்ற நிலையில் பின்னர் சோழர் படை வரும்வரைக் காத்திருந்து போர்செய்திருப்பார்களா என்ன? என்றால், இது புற முதுகிடலில் மற்றொரு வகை அல்லது புறமுதுகிடுவதற்கும் முந்தையதொரு நிலை என்பதாகிவிடும். ஆக, திருநெல்வேலிக்கருகில் உள்ள வேலூரில் இப்போர் நிகழவில்லை என்பதே உண்மை.

இனங்காணப்படாத வேலூர்

வரலாற்றறிஞர் கே. ஏ. நீலகண்ட சாஸ்திரி எழுதி பொ.ஆ. 1929-இல் வெளியான 'The Pandyan Kingdom' எனும் நூலில்கூட வேலூரைக் குறிப்பிடும்போது அடைப்புக்குறிக்குள் (a place not identified) என்றே குறிப்பிட்டுள்ளார். அதாவது, இன்னமும் அடையாளம் காணப்படாத ஊர் என்பதாக.[125] எனினும், 1955-இல் முதற்பதிப்பாக வெளிவந்த அவரின் மற்றொரு நூலான A History of South India எனும் நூலிலும் ஏன் 1976-இல் வெளிவந்த அதன் நான்காம் பதிப்பிலும் கூட அவ் வேலூர் வெறுமனே குறிப்பிடப்பட்டுள்ளதே தவிர அது எங்கிருக்கிறது எனக் கண்டுபிடித்துச் சொன்னதாக இல்லை. சாஸ்த்திரியை அடுத்து...

சதாசிவ பண்டாரத்தார் எனும் வரலாற்று ஆசிரியர் எழுதி பொ.ஆ. 1998ஆம் ஆண்டு வெளியான 'பாண்டியர் வரலாறு' எனும் நூலில் ஓர் உத்தேசமாக சோழ நாட்டின் தென் திசையிலோ அல்லது பாண்டிய நாட்டின் வட திசையிலோ இவ்வூர் அமைந்திருக்கவேண்டும் என நேரிடையாக அல்லாமல் அதனை ஓர் அடிக்குறிப்பாகவே தந்துள்ளார். வேலூரை 'வெள்ளூர்' என இவர் குறிப்பிட்டுள்ளமைக் குறிப்பிடத்தக்கது.[126] இதனையடுத்து...

வரலாற்றறிஞர் டாக்டர் கே.கே. பிள்ளை எழுதி பொ.ஆ. 2009 ஆம் ஆண்டு வெளியான 'தமிழக வரலாறு - மக்களும் பண்பாடும்' எனும் நூல் வேலூரை வெள்ளூர் என்றே குறிப்பிட்டுள்ள நிலையில் அதன் முகவரியை அந்நூலும் தரமுற்படவில்லை.[127]

ஆக, இவர்களே முயற்சி செய்யவில்லை என்றால் பின்வந்தோர் எவரும் எழுதியிருக்க வாய்ப்பில்லை என்றே தெரிகிறது.

மேலும், எவ்வொருநாட்டின் பறந்தலை எனும் போர்க்களமானது அவற்றின் எல்லைப் புறங்களிலேயே அமைந்திருப்பது வழக்கம்.

இதனால், இதனை இன்னமும் கூர்ந்து ஆய்வு செய்த நிலையில் அப் போர் நிகழ்ந்த ஊரான வேலூரை இனங்காண முடிந்தது. அவ் வகையில், மதுரைக்கு அருகில் உள்ள திருப்புவனம் எனும் சிறு நகரத்தின் அருகில் கிட்டத்தட்ட ஐந்து கிலோமீட்டர் தொலைவிலும், தொல்லியல்துறையின் ஆய்வுக்களமான

கொந்தகையிலிருந்து நான்கு கிலோமீட்டர் தொலைவிலும் அமைந்துள்ளதைக் கண்டறிந்தேன். மிகப்பெரிய தொல்லியல் களமான கீழடியும் இவ்வூருக்கு அருகில்தான்.

தஞ்சையிலிருந்து போர்த்தொடுத்து வரும் முதலாம் பராந்தகச் சோழன் புதுக்கோட்டை வழியாகப் பயணித்து திருமயம் மற்றும் திருப்புவனம் ஆகிய ஊர்களை அடைந்த நிலையில் வைகையைக் கடந்து மதுரைக்கு முன்பாக உள்ள இவ் வேலூரை வந்தடைகிறார். அவ்வாறே, பாண்டியனுக்கு உதவவேண்டி இலங்கை அரசனான ஐந்தாம் கஸ்ஸபன் தம் தலைநகர் அனுராதபுரத்திலிருந்து பெரும் படையுடன் படகுகளின் மூலம் பயணித்துக் கரையேறிய நிலையில் இராமேஸ்வரம், இராமநாதபுரம் மற்றும் திருப்புவனம் வழியாக வேலூரை வந்தடைகிறார். பாண்டியன் இராஜசிம்மனும் தம் படைகளுடன் புறப்பட்டவராய் தமது தலைநகரின் கிழக்குத் திசையில் அமைந்துள்ள தம் போர்ப் பறந்தலையான வேலூருக்கு வந்துவிடுகிறார். என்றால், முத்தரப்பின் படைகளும் போர் நெறியியலின்படி மிகச்சரியான இடத்தில் குவிந்து கால விரையமாவதையும் தவிர்த்துப் போர் செய்தனர் என்பதாகும். ஆக, அவ் இடமே வேலூர். ஆம்! வேலூர்ப் பறந்தலை என்றே இனி அவ்வூரை அழைக்கலாம். அவ்வூரின் பெயரும் மரபானதொரு போர்க்கருவியைச் சார்ந்திருப்பதைக் கவனியுங்களேன். கீழே கடாசிவிட்டு புறமுதுகு காட்டி ஓடியோரின் வேல்களும் இறந்தோரின் வேல்களும் கூர் ஒடிந்த வேல்களும் எனக் காலம் காலமாக போரில் பயன்படுத்தப்பட்டிருந்த வேல்கள் சிதறிக்கிடக்கும் ஊராகவே அது எப்போதும் காட்சியளித்திருத்தற்கூடும். இதனால், அப்படியான ஒரு பெயர்க்காரணம் அவ்வூருக்கு வாய்த்திருக்கலாம். ஏனைய பிற வேலூர்களின் பெயர்க்காரணங்களும் இவ்வாறாகவே இருக்க வாய்ப்புண்டு.

சரி! வேலூர் எது எனக் கண்டுபிடித்தாயிற்று. ஆனால், பாண்டியப் பேரரசனான இரண்டாம் இராஜசிம்மன் ஏனோ தோற்று ஓடினார் என்பது வியப்பாகவே இருக்கிறது. இத்தனைக்கும் பராந்தகன் அப்போது குறுநிலமன்னனாகவே இருந்ததொரு சூழல். ஆயினும், பராந்தகனின் கையே ஓங்கியிருந்துள்ளது. முன்பு கூறியதற்கிணங்க, இராஜசிம்மனுக்கு இணையாகப் பெரும் பிரிவின் படை ஒன்றை முன்னின்று நடத்திய ஒரு பெருவீரன்

அப் போரில் கொல்லப்பட்டுவிட்டார். இதனால், பாண்டியர் படைகளும் சமாளிக்க இயலாமல் பின் வாங்க நேரிட்டது. தொற்று நோயின் அருவத் தாக்குதல் வேறு. இதனால், தாம் மட்டுமே களத்தில் எனும் அனாதையான கையறு நிலையில் இராஜசிம்மன். தமக்கு இணையாகப் போரில் களம் கண்டவர் இறந்துபோனதால் வெடித்துவிடும் அளவிற்கானதோர் உளவியல் அழுத்தத்தில் அவர். ஆக, தன்னையும் அறியாமல் ஓடியிருப்பார் போலும். என்றால், போரில் கொல்லப்பட்டவர் இளவரசனாகப் பட்டம் சூட்டப்பெற்றவராகலாம். ஆம்! அவர் இராஜசிம்மனின் மூத்த மகன். என்றால், பெருவேந்தன் தான் எனினும், பாண்டியனின் தப்பித்தலுக்குப் பின் ஒரு காரணம் வலுவாகவே இருந்துள்ளது அல்லவா? ஆனால், நாம்தான் உய்த்துணரத் தவறியுள்ளோம்.

யோவ் இருய்யா! இராஜசிம்மனின் மூத்த மகன வரலாறு குறிப்பிடவேயில்ல. குறிப்பிடாத ஒரு ஆள சுந்தரபாண்டியன்னு பேர் சொல்லி வரலாற்று ஒலகத்துக்கு அறிமுகம் செய்யறியே? எப்படி இத நம்பறது?

சரி சரி! அதனை உய்த்துணர ஒரு சிறு நுண்மான் நுழைவு தேவைப்படுகிறது. அவ்வளவே! அவ்வாறே நுழைவோம் வாருங்கள்!

இரண்டாவதாக ஒரு சுந்தரபாண்டியன்

குலசேகரனின் தந்தை - சுந்தரபாண்டியன் (பொ.ஆ ? - 1067) ஆவார். குறிப்பிடப்படும் இக் குலசேகரனே பாண்டியர் குலத்தின் முதலாம் குலசேகரனாக (பொ.ஆ. 1067 - 1081) இருத்தல்வேண்டும். இவரது தந்தையான சுந்தரபாண்டியன் முதலாம் இராஜாதிராஜனின் சமகாலத்தவர். இதனை முன்பே இவ் ஆய்வு கூறியிருக்கிறது. முதலாம் இராஜாதிராஜாவின் படையெடுப்பின்போது முல்லையூரில் ஓடி ஒளிந்து உயிர் பிழைத்தவரும் இவரே. ஆதிராஜேந்திர சோழனின் அமைதியான ஆட்சியினால் இச் சுந்தரபாண்டியன் மீண்டும் மதுரையில் ஆட்சியமைத்திருத்தல்வேண்டும். கீழே விழுந்த மணிமுடியைக் கூட எடுக்கவியலாமல் தப்பித்தோம் பிழைத்தோம் என அவர் ஓடி மறைந்தாலும் பாண்டிய நாட்டின் மக்கள் அம்மணிமுடியைப் பாதுகாப்பாக எடுத்துவந்து உரியவர்களிடம் ஒப்படைத்திருப்பர்

என நம்பலாம். சுந்தரபாண்டியனால் மீண்டும் ஆட்சி அமைக்க அவ்வாறு கிடைத்த மணிமுடியும் ஒரு காரணமாகலாம். எனினும், அப்போது அவருக்கு அகவை 68லிருந்து 70ஆக இருத்தல்வேண்டும். ஆதலால், இரண்டொரு கால ஆட்சிக்குப் பின் தம் மகன் குலசேகரனிடம் ஆட்சியை ஒப்படைத்துவிட்டு ஓய்வுற்றிருத்தல் வேண்டும். ஏன் இறந்திருக்கலாம் கூட. ஆக, இவரின் புதல்வரான குலசேகரனின் புதல்வர்களாக பராக்கிரமன் மற்றும் சிரீவல்லபனை முன்னிறுத்துகிறது இவ் ஆய்வு. சிரீவல்லபன் தம் புதல்வனுக்குத் தமது பாட்டனின் பெயரான சுந்தரபாண்டியனின் பெயரைச் சூட்டி மகிழ்ந்துள்ளார். என்றால், இச் சுந்தரபாண்டியனை சோழனின் தலைகொண்ட வீரபாண்டியனுக்குப் பிந்தையவராகவே கருதவேண்டும். அது உண்மையுங்கூட. ஆக, அவ் வீரபாண்டியன் பின் எந்த சுந்தரபாண்டியனுக்குத்தான் பள்ளிப்படைக் கோயிலை எழுப்பினார் எனக் கேட்கப்படாமல் அருவ நிலையிலேயே நிலுவையுற்றுக்கிடக்கிறது கேள்வி. அந்த ஓர் அருவக் கேள்விக்குத்தான் மேற்கூறியதற்கிணங்க சிறு நுண்மான் நுழைவின்படியான புதிய மற்றும் உரிய சிறப்பு விளக்கத்தினை மேலே கண்டோம். அஃதோர் இவ் ஆய்வின்படியான புதிய விளக்கமாகும்.

இப் புதிய நுட்பமானக் கூர்தலினால் பாண்டிய அரச குலத்தின் முதலாம் சுந்தரபாண்டியனையும் முதலாம் குலசேகரனையும் இனங்காணமுடிந்தமை குறிப்பிடத்தக்கது.

சரியானதோர் அடிப்படைப் புரிதல் இல்லையென்றால் சிக்கலான அல்லது நுட்பமான புரிதல்களைப் பெரிதாகக் கோட்டைவிட நேரும். மேலே இனங்காணப்பட்டு விளக்கப்பட்டுள்ள அத்தகைய இடைவெளிகளை அவ்வாறு இனங்காணப்படாமல் அப்படியே விட்டுவிடுவோமேயானால், நம் புரிதலின் விழுக்காடுகள் சொற்ப அளவுகளிலேயே பாண்டியர் மீது அமையும் என்கிறேன். பல்லவர், சோழர் வரலற்றினைப் போன்று பாண்டியர் வரலாறு விரிவாகவோ அல்லது தொடர்ச்சியாகவோ எழுதப்பட்டதாக இல்லை. அக்குறையைப் போக்குகிற நிலையில் புதிராகக் கிடக்கும் ஒரு குறிப்பிட்ட காலத்தின்படியான பாண்டியர் வரலாற்றினை நுணுகி உய்த்துணர்ந்து பெற்றுத் தந்துள்ளது இவ் ஆய்வு நூல்.

சுட்டிக்காட்டப்பட்டுள்ள இடைவெளிகளில் என்ன நிகழ்ந்தது யார், யாருக்குச் சமகாலத்தவர்களாக இருந்துள்ளனர் என்பதை ஓர் அட்டவணையாகத் தந்துதவினால் எளியபுரிதலுக்கு வழிவகுக்கும். மட்டுமின்றி, மேற்கொண்டு ஆய்வுகள் செய்வோருக்கு நற்பயனாகவும் அமையக்கூடும். எனவே, அதற்கான அட்டவணை கீழே தரப்பட்டுள்ளது.

யார் யார் இடையே என்னென்ன நிகழ்ந்தன?

சோழர்	பாண்டியர்	பாண்டியர் நிலை
முதலாம் இராஜராஜன் -	பாண்டியன் அமரபுயங்கன்	ஒளிதல் [128]
முதலாம் இராஜாதிராஜா	மானாபரணன்	கொல்லப்படுதல்
	(முதலாம்) வீரகேசரி பாண்டியன்	கொல்லப்படுதல்
	சுந்தரபாண்டியன்	முல்லையூரில் ஒளிதல்
	விக்கிரம பாண்டியன்	தப்பித்துக்கொள்ளுதல்
	வீரபாண்டியன்	கொல்லப்படுதல்
இரண்டாம் இராஜேந்திரன் -	சீவல்லபப் பாண்டியன்	இணக்கமாக இருந்தமை
	பாண்டியன் வீரகேசரி	
அதி இராஜேந்திரன்	சுந்தரபாண்டியன்	மீண்டும் ஆட்சியமைத்தல்

மேற்தரப்பட்டுள்ள அட்டவணையின் மீதான கூடுதல் தகவலை இனி காண்போம்.

முதலாம் இராஜராஜ சோழனின் சமகால பாண்டிய அரசனாக அமரபுயங்க பாண்டியனைத் திருவாலங்காட்டுச் செப்பேடு எனும் வலுவானதொரு சான்றின் மூலம் அறியப் பெற்றுள்ளோம்.

முதலாம் இராஜராஜனின் மகனான முதலாம் இராஜேந்திரன் தமது ஆட்சியின்போது பாண்டிய நாட்டைத் தாம் நேரடியாக

ஆளாமல் தன் மகன்களின் மூலம் ஆளச்செய்துள்ளார். இதனால், முதலாம் இராஜேந்திரனின் சமகாலப் பாண்டியர்களாக எவரெவர் இருந்திருப்பர் எனக் கேள்வி எழுகிறது. அவரது மகனான முதலாம் இராஜாதிராஜாவின் சமகாலப் பாண்டிய அரசர்களாக மீண்டும் ஆட்சியைக் கைப்பற்றி ஆண்டுகொண்டிருந்த அதே ஐந்து பாண்டிய அரசர்களே அப்போது ஆள வழியேதுமின்றி திரைமறைவில் இருந்துள்ளனர் என்பதாகப் புரிந்துகொள்ளலாம்.

முதலாம் இராஜாதிராஜாவின் ஆட்சியின்போது அவ் ஐந்து அரசர்களும் சோழனுக்கு எதிராகக் கிளர்ச்சி செய்து நாட்டை ஆளத்தொடங்கிய நிலையில்தான் அவர்களின் நிலை என்னவானது என மேற்தரப்பட்டுள்ள அட்டவணையில் குறிப்பிடப்பட்டுள்ளது. இப்போரின்போது தப்பித்தவர்களாக அவ் ஐவருள் சுந்தரபாண்டியனும் விக்கிரம பாண்டியனுமே ஆவர்.

இரண்டாம் இராஜேந்திரனின் ஆட்சியின் போது சீவல்லபன் (பொ.ஆ.பி. 1046 - 56) எனும் பாண்டிய அரசன் சோழரின் மேலாண்மையை ஏற்று ஆட்சி செய்துள்ளார். இதனை, அவரது பட்டத்தரசியானவர் திருவியலூர்க் கோவிலுக்குப் பல அணிகலன்களை வழங்கியுள்ளமையால் அறியமுடிகிறது.[129]

சீவல்லபனை அடுத்து ஆட்சிசெய்தவராகப் பாண்டியன் வீரகேசரியைக் (பொ.ஆ.பி. 1056 - 64) கூறலாம். இவர் சீவல்லபனின் மகனும் கூட.[130]

என்றால், வீர இராஜேந்திரனின் ஆட்சியில் மேற் குறிப்பிடப்பட்டுள்ள வீரகேசரியே பாண்டிய அரசனாக இருந்துள்ளார். வீர இராஜேந்திரனின் மெய்க்கீர்த்தியின்படி பாண்டியனுடனான போர்தான் அவரது முதலாவது போராகிறது. அப்போரில்தான் அவ் வீரகேசரியின் தலையைக் கொய்ததாக வீர இராஜேந்திரனின் மெய்க்கீர்த்தி கூறுகிறது.

என்றால், வீரகேசரியின் இறப்பிற்குப் பின்புதான் முல்லையூரில் ஒளிந்திருந்த சுந்தரபாண்டியன் மீண்டும் வந்து ஆட்சிசெய்திருக்கிறார். இதற்கு அத்தகைய சூழலும் வீர இராஜேந்திரனின் ஓய்வும் இசைந்திருந்தன.

சோழன் தலைகொண்ட வீரபாண்டியன்

சோழர், பாண்டியரிடையே தலையைக் கொய்யும் மரபினைத் தொடங்கி வைத்தவராக இவ் வீரபாண்டியனையே அறியமுடிகிறது. எனினும், இவரைத்தவிர பிற எவரும் பாண்டியர் தரப்பில் சோழர்களின் தலையைக் கொய்ததாக அறியமுடியவில்லை. ஆனால், சோழர் தரப்பில் நான்கு அரசர்கள் பாண்டியர்களின் தலையை அரிந்தெறிந்ததாக அறியமுடிகிறது. விவரம் பின்வருமாறு:

1. ஆதித்த கரிகாலன்

பாண்டியன் தலைகொண்ட கோப்பரகேசரிபன்மற்கு...

என ஆதித்த கரிகாலனின் மூன்று மற்றும் நான்காம் ஆட்சியாண்டின் கல்வெட்டுகள் குறிப்பிடுகின்றன.[131] இவர் சோழனின் தலையைக் கொய்த அதே வீரபாண்டியனின் தலையையே பின்னர் அரிந்துள்ளார்.

2. வீர இராஜேந்திரன்

'தென்னனைத் தலைகொண்டு சேரனைத் திரைகொண்டு' [132]

எனும் வீரஇராஜேந்திரனின் முதலாம் மெய்க்கீர்த்தியின் மூன்றாம் அடி பாண்டியனின் தலையை அறுத்தமையைக் கூறுகிறது. 'தலைகொண்ட' எனும் சொற்றொடருக்கு கே.ஏ. நீலகண்ட சாஸ்திரி அவர்கள் தலையைத்துண்டித்த என்பது பொருளாகாது என மறுத்துள்ளார். மாறாக, வென்ற அரசன் தோற்ற அரசனின் முடிமீது கால்வைத்துத் தன் மேலாண்மைய ஏற்கச்செய்தல் என சான்றுகளுடன் பொருளுரைத்துள்ளார்.[133] ஆனால், சாஸ்திரியின் கருத்து எந்த வகையிலும் ஏற்கத்தக்கதல்ல. இதனைப் பின்பு விளக்குகிறேன்.

3. முதலாம் குலோத்துங்கன்

தென்னவன் கருந்தலை பருந்தலைத் திடத்தன்
பொன்னகர் புறத்திடைக் கிடப்ப இந்நாள்...[134]

எனும் முதலாம் குலோத்துங்கனின் மூன்றாவது மெய்க்கீர்த்தியின் 24 மற்றும் 25ஆம் அடிகள் பாண்டிய

அரசனின் தலையை அரிந்து மதுரையின் புறத்தே கடாசிச் சென்ற நிலையில் அதனைப் பருந்துகள் உணவாக்கிக் கொண்டிருந்ததைத் தெரிவிக்கின்றது. அவ்வாறு முதலாம் குலோத்துங்கனால் தலைத் துண்டிக்கப்பட்ட பாண்டிய அரசரை இவ் ஆய்வு குலசேகரன் என்கிறது. ஆக, இக்குலசேகரனைத் துழாவிக் கண்டுபிடித்துள்ள நிலையில் அவரை மாறவர்மன் பராக்கிரமப் பாண்டியன் மற்றும் சடையவர்மன் சிரீவல்லபன் ஆகியோரின் தந்தையாக இவ் ஆய்வு முன்மொழிந்துள்ளது. இஃது வரலாற்று நெறியியலில் ஓர் அடுத்தகட்ட நுணுகியமாகும்.

4. மூன்றாம் குலோத்துங்கன்

> தென் இலங்கையர்கோன் தலையரிந்த திருநெடுமால் இவனென்னத்
> தென்னவனைத் தலையரிந்து தேசமெல்லாம் இருளகற்றித்...[135]

எனும் மூன்றாம் குலோத்துங்கனின் இரண்டாம் மெய்க்கீர்த்தியின் 13 மற்றும் 14 ஆம் அடிகள் இலங்கை அரசனின் தலையையும் பாண்டிய அரசனின் தலையையும் அரிந்ததாகக் கூறுகின்றன.

பின்பு விளக்குகிறேன் என முன்பு குறிப்பிட்ட நீலகண்ட சாஸ்திரியாரின் 'தலைகொண்ட' எனும் சொற்றொடருக்கான பொருளைக் குறிப்பிட்டிருந்தேன் அல்லவா? அதாவது, வென்ற அரசன் தோற்ற அரசனின் முடிமீது கால்வைத்துத் தன் மேலாண்மையை ஏற்கச்செய்தல் எனும் பொருள்பட சான்றுகளுடன் அவர் விளக்கியிருந்தார் என்பதாக அக்குறிப்பிடல். ஆக, அவரது கோணத்தின்படி வீரபாண்டியன் சோழனின் தலையை அரியவில்லை; மாறாக, மன்னித்து மண்டியிடச் செய்த நிலையில் சோழனின் மணிமுடி மீது தம் காலை வைத்துத் தன்னை வேந்தனாக உயர்த்திக்கொண்டார் என்பதாகும்.

ஆனால், உண்மையில் வீரபாண்டியன் சோழரின் தலையைத் துண்டித்தது என்பது மணிமுடி அணிந்து போரிட வந்த சோழ அரசன் இரண்டாம் பராந்தகனையோ அல்லது சோழ இளவரசனான அவரது மகன் ஆதித்த கரிகாலனையோ அல்ல. என்றால், அப்போரின் வலிமையான படை ஒன்றைத் தலைமைதாங்கி நடத்திக்கொண்டிருந்த சோழர்குலத்தின் மற்றொரு நிகரான ஆளுமையின் தலையையே வீரபாண்டியன் கொய்திருக்கவேண்டும்

என்கிறேன். ஆக, ஏதோ வேடிக்கைப் பார்க்கவந்த ஒரு சோப்ளாங்கியின் தலையைத் துண்டித்துவிட்டுத் தன்னை சோழனின் தலைகொண்ட வீர பாண்டியன் என்றும் சோழாந்தகன் என்றும் தம்பட்டம் அடித்திருக்கமாட்டார் - வீரபாண்டியன்.[136]

பெருவீரனான ஒரு சோழனின் தலையையே வீரபாண்டியன் அறுத்தெறிந்துள்ளார் என்பதே உண்மை. திருவாலங்காடு-செப்பேடு தலை அறுத்ததைக் குழப்பமில்லாமல் கூறிவைத்துள்ள நிலையில் ஏன் சாஸ்திரி முரண்படுகிறார் என்று தெரியவில்லை. அச் செப்பேடு சுந்தரசோழன் எனும் இரண்டாம் பராந்தகனின் மகனான ஆதித்ய கரிகாலனானவர் பாண்டிய மன்னனின் தலையைத் துண்டித்து அதனைத் தன் தலைநகர் தஞ்சையில் ஒரு நெடுந்தறியின் உச்சியில் சொருகி வெற்றித்தூணாக நிறுவினார் என்கிறது.[137] ஆக, பழிக்குப்பழியாகவே இத் தலைகொய்தல் நிகழ்வு அரங்கேறியுள்ள நிலையில் இப்படியானதோர் அசைவ நிகழ்வினை எப்படி சாஸ்திரி சைவமாகக் காட்ட முயன்றிருக்கிறார் என்று தெரியவில்லை.

மேலும், 'தலைகொண்ட' என்பதற்கு தலைமேல் கால்வைத்து மன்னித்தருளல் எனும் சாஸ்திரி அவர்களின் கருத்தினை முற்றிலும் மறுப்பதற்கு ஏதுவான நேரிடைச் சான்றானது மூன்றாம் குலோத்துங்கனின் மெய்க்கீர்த்தியில் காணக்கிடைக்கிறது. பின்வருமாறு:

> திருவிழந்த தென்னவனும் சேரலனும் வந்திறைஞ்சி
> அரியணையின் கீழிருக்க அவன்முடிமேல் அடிவைத்துப்
> படிவழங்கி முடிவழங்கிப் பாண்டியர்க்கு விடைகொடுத்து...[138]

ஆக, மேற்தரப்பட்டுள்ள மெய்க்கீர்த்தியின் மூலம் 'தலை கொண்ட' என்பதன் பொருள் 'தலையைத் துண்டித்த' என்பதே ஆகும். சாஸ்திரி அவர்கள் 'முடித்தலைக் கொண்டருளிய' எனும் சொற்றொடரை முன்வைத்து அவ்வாறு குழம்பி இருப்பதாகத் தெரிகிறது.

சரி! விடுபட்டுப்போன ஒரு சுந்தரபாண்டியனைச் சோழனின் தலைகொண்ட வீரபாண்டியனின் தமையனே என இவ் ஆய்வு மிகச்சரியாக உய்த்துணர்ந்து உறுதிபடுத்தியுள்ளது.

அவ்வாறு உறுதிபடுத்திய பின்னரும் கூட சிறு நெருடல் ஏனோ தொடரவும் செய்தது. ஆக, ஏதேனும், இதற்கான பிற சான்றுகளை மேற்பார்வையிட்டால் வலுவாக அமையுமே என எண்ணிக்கொண்டிருந்தேன். இந்நிலையில், வீரபாண்டியனால் வெளியிடப்பட்ட செப்பேடு மீண்டும் கவனத்திற்கு வந்தது. இதனை முன்பே அறிந்திருந்தும் கூட பயன்படுத்தாமல் போனதற்குக் காரணம், அது, பதினோராம் நூற்றாண்டின் வீரபாண்டியனுக்குரியது என விளக்கம் தந்தோரால் உறுதிபடக் கூறிவைத்ததாலேயே ஆகும்.

விடுபட்டுப்போன அந்தச் சுந்தரபாண்டியன் யார் என்பதை உறுதி செய்யமுடியவில்லை என்றும் இக்கல்வெட்டு சோழன் தலைகொண்ட வீரபாண்டியன் காலத்தில் பொறிக்கப்பட்டிருக்கிறது என்றும் ஒரு நூலின் தரவு மொழிகிறது.[139]

எனினும், மேற்சொன்ன வீரபாண்டியனின் செப்பேட்டினை மற்றொருமொருமுறை பரிசீலனைக்கு உட்படுத்த எண்ணினேன். அவ்வாறு உட்படுத்தியதில் அச் செப்பேட்டின் ஒரு தரப்பின் தரவுகள் நமது உய்த்துணர்தலை சரி என்றவாறு ஆமோதித்திருப்பதை இப்போது வலுவாகவே உணர்ந்தேன். அச் செப்பேட்டின் விளக்கவுரையினிடையே ஒரு சாரரின் கருத்தாக அது பத்தாம் நூற்றாண்டினனான சோழனின் தலைகொண்ட வீரபாண்டியனின் (பொ.ஆ. 946 - 966) செப்பேடே என அமைந்துள்ளது. மற்றொரு சாராரின் கருத்தோ அதனை மறுத்துள்ள நிலையில் அது முதலாம் இராஜாதிராஜ சோழனின் சமகாலத்தவனும் பின் வீரஇராஜேந்திரனால் கொல்லப்பட்ட பதினோறாம் நூற்றாண்டிற்குரிய வீரபாண்டியனின் செப்பேடே என உரக்கக் கூறுவதாகவும் அமைந்துள்ளது. இவ் இரண்டாம் கருத்தே ஏகமனதாக அனைவராலும் ஏற்றுக் கொள்ளப்பட்டுவிட்டது போலும். எனவேதான், அச் செப்பேடு பதினோராம் நூற்றாண்டில் வாழ்ந்த வீரபாண்டியனால் வெளியிடப்பட்டதே என அதன் வாதக்கோப்பு மூடிவைக்கப்பட்டிருந்தது.

மேலும், முதலாம் இராஜாதிராஜனின் சமகாலத்திய பாண்டியர்களாக மாணாபரணன், சுந்தரபாண்டியன், வீரகேசரி, விக்கிரம பாண்டியன், வீரபாண்டியன் என முன்பு இவ் ஆய்வில்

கூறப்பட்டிருந்தது. ஆக, அப் பாண்டியர் ஐவருள் கடைசியாகச் சொல்லப்பட்டுள்ள அவ் வீரபாண்டியனே மேற்சொல்லப்பட்டுள்ள பதினோராம் நூற்றாண்டின் வீரபாண்டியன் ஆவார். என்றால், அந்த ஐவர் வரிசையில் இரண்டாவதாகச் சொல்லப்பட்டுள்ள சுந்தரபாண்டியனுக்குத்தான் அந்தக் கடைசி ஆளான வீரபாண்டியன் பள்ளிப்படைக் கோயிலை எழுப்பியுள்ளார். ஒருவேளை அவ் வீரபாண்டியன் சுந்தரபாண்டியனுக்குத் தம்பியாகவோ அல்லது மகனாகவோ இருப்பாரேயானால் அப் பள்ளிப்படைக் கோயிலை அவர் எழுப்பியிருக்கலாம் எனும் கோணத்தில் தான் அவ் வேறொரு சாரர் மறுத்துள்ளனர். ஆனால், அவ்விருவருக்குமான உறவுமுறையை இப்போது நான் இங்குச் சொல்லிக்கொண்டிருப்பதைப் போன்று கூட அவர்கள் அவ் விளக்கவுரையில் விளக்கிச்சொல்லவேயில்லை. பொது மறுப்பும் பொது முடிவாகவுமே அவர்களின் கருத்து அமைந்துள்ளது. ஆயினும், இதுவரை அவர்களின் அம் முடிவினில் இலகுவாக மறைக்கப்பட்டிருக்கும் ஆண்டுக் குழப்பத்தை எவரும் கண்டுணர்ந்ததாகத் தெரியவில்லை.

அவ் ஆண்டுக் குழப்பம் எதுவென்றால்; பதினோராம் நூற்றாண்டில் இறந்துபோனவரும் முதலாம் இராஜாதிராஜனின் சமகாலத்தவருமான சுந்தரபாண்டியன் என்பவரின் பள்ளிப்படைக் கோயிலில் பத்தாம் நூற்றாண்டில் அரசாண்டவரும் இரண்டாம் பராந்தக சோழனின் சமகாலத்தவருமான ‘சோழனின் தலைகொண்ட வீரபாண்டியன்’ என்பவர் எவ்வாறு கல்வெட்டினைப் பொறித்திருக்கமுடியும்? என்பதாகும்.

அட, இப்படித்தாங்க பல முரண்பாடுகளுடன் ஏறகட்டிவைக் கப்பட்டுள்ளது எது குறித்தான நம் வரலாறும்.

பின் தொடருங்கள்! இனி விசாரணையைத் தொடக்குவோம்.

சிவகாசிச் செப்பேடும் சுந்தரபாண்டியனும்

முதலில் இரண்டு கேள்விகளை எழுப்பி அவற்றிற்கான விடைகளை அறிந்த பின் விசாரணைக்குள் நுழையலாம்.

கேள்வி 1. சிவகாசிச் செப்பேடு எது குறித்தானது?

விவாதப் பொருளாகி இருக்கும் சிவகாசிச் செப்பேட்டிற்கான செய்தியை எழுதத் தெரிவு செய்யப்பட்டவராக பீதாம்பரன் என்பவரை அறிகிறோம். இவர் தமிழறிந்த சமஸ்கிருதக் கவிஞர். இவரின் பின்புலம் ஆரியமயமானது என்பதனைத் தாமே அச் செப்பேட்டில் ஓர் ஓட்டு ஓட்டிக் காண்பிக்கிறார். பெரும் போராட்டங்களுடனான கொடுஞ் சூழல்களுக்கிடையே கேள்விக்குறியாகியிருக்கும் பாண்டியப் பேரரசை முற்றுபெறாமல் நீட்சியுறச் செய்தவரும் மற்றும் பின்வரும் ஆண்டுகளில் சோழவீரன் ஒருவனின் தலையைத் துண்டித்து 'சோழாந்தகன்' எனும் 'எமனியல்' பெயரைச் சூட்டிக்கொள்ளவிருப்பவருமான வீரபாண்டியன் அச் சமஸ்கிருதக் கவியான பீதாம்பரனுக்கு நிலக்கொடை அளித்துள்ளார். இதனைச் சான்றுரைக்கும் பட்டயமே இந்தச் சிவகாசிச் செப்பேடு.

கேள்வி 2. சிவகாசிச் செப்பேடு ஏன் வெளியிடப்பட்டது?

பல ஆண்டுகளாக எவ்வித பிரம்மதேயங்களும் இன்ன பிற கொடைகளும் அளிக்கப்படாமல் பெருமை குன்றி கிடந்த நிலையில் அதனை மீண்டும் வழங்கி பெருமைத் தேடிக்கொண்டவராக வீரபாண்டியனை இப்போது புரிந்து கொள்ளலாம். ஆக, தடைப்பட்டிருந்த நெடு மரபினை மீண்டும் நிறைவேற்றியதற்கான பட்டயமாகவும் அதனை அழகியல் நோக்கில் மதிப்பிடுகிறது இவ் ஆய்வு.

மேலும், அச் செப்பேட்டின் தமிழ்ப்பகுதி தமிழுடன் ஊடாடும் சமஸ்கிருதச் சொற்களுடனானது. இதனால், அரசர்களின் கொடிவழி நிரலில் சிரீவல்லபனைத் தவிர பிற எவர்க்கும் நேரடிப் பெயர்கள் குறிப்பிடப்படவில்லை. மாறாக, தூரத்து விருது பெயர்களே அல்லது பீதாம்பரனால் மற்றுமொருமுறை சமஸ்கிருதப்படுத்தப்பட்டப் பெயர்களாக முறையே தீவிரகோபன், மானகுலாசலன், மானாபரணன் என அரசனின் ஆமோதிப்புடன் எழுதிவைக்கப்படிருந்தன. இப்பெயர்களை ஆய்வாளர்கள் கண்டுகொண்டதாகத் தெரியவில்லை.

சிவகாசிச் செப்பேட்டில் கொடிவழி வரிசை நிரல்

சிவகாசிச் செப்பேட்டில் தரப்பட்டிருக்கும் அரசர் கொடிவழி நிரலில் முதலாவதாக தீவிரகோபன் குறிக்கப்பட்டுள்ளார். என்றால், தீவிரகோபனை முதலாம் வரகுணனாக அறியலாம். இவரின் மகனாக சிரீவல்லபன் குறிப்பிடப்பட்டுள்ளார். என்றால், நேரடிப் பெயருடன் குறிப்பிடப்பட்டுள்ள இவரை 'அவனிபசேகரன்' எனும் அவரது விருது பெயரால் உறுதிபடுத்திக் கொள்ளலாம். இவரின் மகனாக மானகுலாசலன் குறிப்பிடப்பட்டுள்ளார். என்றால், இவரைப் பராந்தக வீரநாராயணனாக அறியலாம். இம் மானகுலாசலனின் மகனாக 'மானாபரணன்' குறிப்பிடப்பட்டுள்ளார். என்றால், இவரே இராசமல்லனாகிய இரண்டாம் இராஜசிம்மன். இம் மாணாபரனின் புதல்வர்களாக சுந்தரபாண்டியனும் வீரபாண்டியனும் குறிப்பிடப்பட்டுள்ளனர். என்றால், இவர்களை இனங்காணுவதில்தான் அப்படி ஒரு குழப்பம் நிகழ்ந்துள்ள நிலையில் தெளிவாக ஆய்கிறோம் என தவறானதொரு முடிவையும் பெற்று அதனை நிரந்தரமாகவே இருக்கட்டும் என எழுதியும் வைத்துள்ளனர்.

மேலும், மானாபரணனை இராசமல்லன் என்றுதானே செப்பேடு குறிப்பிடுகிறது.[140] அவ்வாறிருக்க எவ்வாறு அதனை இராஜசிம்மன் என்கிறீர் எனக் கேட்கத்தோன்றுகிறது அல்லவா? பரவாயில்லை! படிப்பதை மேலும் தொடருங்கள். அது பற்றிப் பின்னர் விளக்கப்படும். ஆக, இம் மானாபரணனை வைத்தே மேலுள்ள அரசர்களை இனங்காண வேண்டும். ஏனெனில், வல்லவனைத் தவிர பிற மூவரின் பெயர்களும் இன்ன பிற சமஸ்கிருதப் பெயர்களாகவே இருப்பதால் இப்படியானதொரு குழப்பம். அவ் வல்ல(வ)பனை மட்டுமே வைத்துக்கொண்டு முன்னும் பின்னுமாக இடம்பெற்றுள்ளவர்களை வீரபாண்டியனுடன் அவ்வளவு எளிதில் தொடர்பு படுத்திவிட முடியாது. அம்மூவரின் நேரடிப் பெயர்களும்கூட தொண்ணூறு விழுக்காடுகளில் சமஸ்கிருதப் பெயர்களாகவே இருப்பதால் அவ்வாறு கூறுகிறேன். ஆதலால் மிகக் கவனமாக சிக்கல் மண்டிநிற்கும் இக் குழப்பத்தைத் தெளிவுறச் செய்தாகவேண்டும். என்றால்...

முதலில் மானாபரணனை இரண்டாம் இராஜசிம்மன்தானா? என உறுதி செய்யவேண்டும்.

இரண்டாவதாக, சுந்தரபாண்டியன் மற்றும் வீரபாண்டியன் ஆகிய இருவரையும் இராஜசிம்மனின் புதல்வர்கள்தானா? என உறுதி செய்தாகவேண்டும்.

எனவே, இவற்றை உறுதி செய்ய அதே சிவகாசிச் செப்பேட்டில் நேரடி மற்றும் மறைமுகச் சான்றுகளாகத் தன்மைகொண்டிருக்கும் இரு தரவுகளை இவ் ஆய்வு பெரிது படுத்தி உற்று நோக்குகிறது.

அத்தரவுகளாவன:

1. சிவகாசிச்செப்பேட்டின்நான்காம்ஏட்டில் 76-இல் தொடங்கி 78 ஆம் வரிகள் வரை அக் கொடை அளிக்கப்பட்டதற்கான அரசு தரப்பு அதிகார சாட்சியாக ஏர் திழும் மதிள் கூடலூரின் राजसिह (இராஜசிம்மன்) என்கிற தமிழ்ப்பேரரையன் குறிப்பிடப்பட்டுள்ளான். பொதுவாக, ஆளும் அரசர்களின் பெயர்களை இணைத்து அரசு அலுவலர்களின் பெயர்கள் அவ்வாறு முன்பு வழங்கப்படுவது மரபாக இருந்துள்ளது.

என்றால், இப்போது இராஜசிம்மன் எனும் தமிழ்ப்பேரரையனான அரசு ஊழியரின் வேந்தன் யாரென்றால் பாண்டியன் இராஜசிம்மன் என மிகத் தெளிவாக உறுதியாகிவிட்டது.

முன்சொன்னவாறு சமஸ்கிருதப் பெயர்கள் சமஸ்கிருதத்திலேயே எழுதப்பட்டுள்ளன. இதன்படி இராஜசிம்மன் எனும் அவ் அரசு அலுவலரின் பெயர் இங்குத் தரப்பட்டுள்ளவாறே செப்பேட்டிலும் இடம்பெற்றிருப்பதை அறியவும்.

2. சிவகாசிச் செப்பேடு வீரபாண்டியனின் தாயை சேர நாட்டு இளவரசியாகவும் ரவி எனும் சேர அரசனின் மகளாகவும் குறிப்பிடுகிறது.

என்றால், ரவி எனும் அந்தச் சேர அரசன் எவரின் சமகாலத்தவர் என்று கண்டறியவேண்டும். ஆயினும், ஏனோ முந்தைய

வரலாற்றாளர்கள் இதனை செய்யவில்லை. எனது உள்ளுணர்வு அது ஸ்தாணு இரவியாகவே (840-880 CE) இருத்தல் வேண்டும் என்று அசரீரித்தது. ஏனெனில், ஸ்தாணு இரவி பராந்தக வீர நாராயணனுக்கும் (860-900 CE) இரண்டாமவரின் மகனான இராஜசிம்மனுக்கும் (900-946 CE) சமகாலத்தவராக இருந்தவர். இராஜசிம்மனின், ஆட்சிக்காலத்தின் போதான சமகாலத்தவர் இல்லைதான் எனினும், இராஜசிம்மன் இளைஞராக இருக்கும்போது ஸ்தாணு இரவி சமகாலத்தவராக இருந்தவர். சரி அவர் ஸ்தாணு இரவிதானா? என எவ்வாறு கண்டுபிடித்தீர் எனக் கேட்கக்கூடும்! உண்மையில், சற்றுக் கடினமாகத்தான் இருந்தது. ஏனெனில், நான் ஸ்தாணு இரவி என்றே சமஸ்கிருதப் பெயரின் நோக்கிலேயே தேடினேன். சமஸ்கிருதத்தில் சுலோகங்களாக எழுதப்பட்டிருந்த செய்திகள் தமிழ்ப்படுத்தப்பட்டு வழங்கப்பட்டிருந்த பகுதியில் நமக்கான விடை கிடைத்தது. நேரடிப் பெயராக ஸ்தாணு இரவியின் பெயர் குறிப்பிடப்படவில்லை என்றாலும் இரவி என்றே குறிப்பிடப்பட்டுள்ள நிலையில் ஆனால் ஸ்தாணு எனும் அம்முன்னொட்டுச் சொல்லை பொருள்கூறி எழுதி வைத்துள்ளனர். இதனால்தான் கண்டுபிடிப்பதற்கு இயலாமல் போனதுபோலும். அத் தமிழ்ப்படுத்தப்பட்ட ஆறாம் சுலோகத்தின் செய்தி அப்படியே கீழ் தரப்பட்டுள்ளது.

எந்த மன்னர் பெருமானால் கேரள குலத்திற்குக் கொடிக் கம்பம் போன்ற ரவி என்பவனுடைய மகள் மணந்து கொள்ளப்பட்டாளோ அவள், மலைமகள் சிவபெருமானிடமிருந்து குகனைப் பெற்றது போல் ஸ்ரீ வீரபாண்டியனைப் பெற்றெடுத்தாள். ஆக, ஸ்தாணு எனும் வடமொழிச் சொல்லுக்குத் தமிழில் கொடிக்கம்பம் என்று பொருள்.

சரி! இது ஒருபுறம் இருக்கட்டும். இதற்கிடையில் இதனைச் சொல்லவேண்டியுள்ளது.

சிவகாசிச் செப்பேடு தமிழ்ப்பகுதியாகவும் சமஸ்கிருதப் பகுதியாகவும் எழுதப்பட்டுள்ளது. தமிழ்ப்பகுதியில் தமிழில் எழுதப்பட்டிருந்தாலும் கூட அதில் இடம்பெற்றுள்ள சமஸ்கிருதச் சொற்களை அப்படியே தமிழில் (டம்மியாக) எழுதாமல் சமஸ்கிருதத்திலேயே எழுதியுள்ளார் - பீதாம்பரன். இது அவரது

சமஸ்கிருதத் தீவிரவாதத்தினைப் பிரதிபலிக்கிறது. இத்தீவிரத்தின் விளைவாகத்தான் குறிப்பிடப்பட்டுள்ள அரசர்களின் பெயர்கள் தொண்ணூறு விழுக்காடுகளில் சமஸ்கிருதப் பெயர்களாகவே முன்னர் குறிப்பிட்டுள்ளபடி பராந்தக நெடுஞ்சடையன், பராந்தக வீரநாராயணன், ராஜசிம்மன் என இருந்தாலும் கூட அதனை அவர், நூறு விழுக்காடுகளின்படியான சமஸ்கிருதப் பெயர்களாகவே மாற்றி எழுத, அவ்வாறு முழுச் சுதந்திரம் எடுத்துக்கொண்டார் போலும். ஆக, எதையோ ஒன்றை எழுதினால் போதும் என்பதானப் பெருமை நோக்கிய ஆவலுடன் வீரபாண்டியன். நல்லகாலம், தைர்ய பாஹ்ண்டிய என வீர பாண்டியனை சமஸ்கிருதப் படுத்தாமல் வீரபாண்டியனாகவே விட்டு வைத்திருக்கிறார் பீதாம்பரன். கோடானுகோடி நன்றி பீதம்பரனுக்கு. சரி! மீண்டும் ஸ்தாணு இரவியிடம் வருவோம்.

இடைக்காலத்திய சேர வேந்தன் ஸ்தாணு ரவி

இவ்வேந்தனின் கல்வெட்டுகள் சேரநாடு முழுதும் கிடைத்திருப்பினும் கூட அவரது ஆட்சியாண்டின் தொடக்கமும் இறுதி ஆட்சியாண்டும் கணித்திட இயலாமல் நீடித்திருந்தது. இவ் வேந்தனால் வெளியிடப்பட்ட தரிசப்பள்ளி செப்பேடானது அவரது ஐந்தாம் ஆட்சியாண்டில் வெளியிடப்பட்டதைத் தெரிவிக்கிறது.[141] மேலும், அவரது காலத்தியக் கல்வெட்டுகள் நிறைய கிடைத்துள்ளதால் அவர் நெடிய ஆண்டுகள் ஆண்டிருந்துள்ளார் என்பது தெளிவு. கேரளாவின் மூத்த வரலாற்றறிஞர்களும் இளம் வரலாற்று ஆய்வாளர்களும் இடைக்காலத்திய சேரப்பேரரசின் வரலாற்றைக் கட்டமைக்க முயன்று வருகின்றனர். இது வரவேற்கத்தக்கது. அவ் வகையில், ஓர் அண்மை ஆய்வுக் கட்டுரையானது (2018) இடைக்காலத்திய சேர அரசர்கள் மற்றும் அவர்களின் காலத்தினை வரையறுக்க முயன்றிருக்கிறது. அக்கட்டுரை நன்றாகவே சென்றுகொண்டிருந்தாலும் கூட அதன் முடிவுரையில் மீண்டும் வேதாளம் முருங்கைமரம் ஏறியதாக அக் கட்டுரையாளர் குழம்பியிருப்பதைக் காணவியலும். மூத்த அறிஞர்களான (எ)இளங்குளம் P.N. குஞ்சன் பிள்ளை மற்றும் M.G.S. நாராயணன் முதலியோரின் ஆய்வுத் தரவுகள் பல அக்கட்டுரையில் பயன்படுத்தப்பட்டிருப்பினும் கூட, அவற்றை

மறுத்து குறிப்பாக ஸ்தாணு இரவியின் காலத்தை முன்னுக்குக் கொண்டு சென்று வைத்திருப்பது அவரது புரியாமையையே புலப்படுத்துகிறது. உண்மையில் அம்மூத்த அறிஞர்களின் காலக்கணிப்புகளே நெருங்கியதாக உள்ளன.[142] இதனால், P.N. குஞ்சனின் அறிவுரைகளின்படி எழுதப்பட்ட M.G.S. நாராயணின் நூலை உசாவ வேண்டியத்தேவை எழுந்தது. நற்பயனாக, ஒரே ஒரு படி மட்டும் இருந்த நிலையில் அதை உடனே விலைகொடுத்து வாங்கிக் குறிப்புறவும் செய்தேன்.

சரி! நாம் நமது ஆய்வைத் தொடங்குவோம்!

ஸ்தாணு இரவி இடைக்காலத்திய சேரப் பேரரசில் இரண்டாவது அல்லது மூன்றாவது அரசராக அறியப்படுபவர். ஆயினும், நான் அவரை இரண்டாவது அரசராகவே கருதுகிறேன். முன்பு ஸ்தாணு இரவியின் ஆட்சியாண்டுகளை வரையறுக்கவியலாமல் குழம்பிக்கிடந்த நிலை. எனினும், பின்னர் சங்கரநாராயணன் எனும் வானியல் அறிஞரால் ஸ்தாணு இரவியின் அரசவையில் பொ.ஆ. 870 ல் இயற்றப்பட்ட வானியல் நூலான லகுபாஸ்கரிய வியாக்கியம் எனும் அரிய நூல் கிடைக்கப்பெற்றிருந்தது. இந்நூலின் மூலம் ஸ்தாணு இரவியின் முடிசூட்டு விழா ஆண்டினை பொ.ஆ. 844 எனத் தெளிவாக அறியமுடிந்தது. என்றால், இனி அவரது இறுதி ஆட்சியாண்டினை மட்டுமே தெரிந்தாகவேண்டும். வரலாற்றினர், ஸ்தாணு இரவியை அடுத்து ஆட்சிக்கு வந்த கோதை இரவி விஜயராகனின் பட்டமேற்பு ஆண்டினை பொ.ஆ. 883 ஆக அறிந்தனர். இதனை அவ்வாறு அறிந்திட, விஜயராகனின் பதினேழாம் ஆட்சியாண்டின் போது பொறிக்கப்பட்ட நெடும்புறம் கோயிலின் கல்வெட்டு பெரிது உதவியுள்ளது. அக் கல்வெட்டுக் கலியுக ஆண்டையும் மிதுனத்தில் இருப்புற்றிருக்கும் வியாழன் கோளின் நிலையையும் தமது தொடக்கத்தில் கூறிவைத்துள்ளது.[ஈ] ஆக, இவற்றின் அடிப்படையில் கணக்கிட்டு மிகத் துல்லியமாக அவரது ஆட்சியின் தொடக்க ஆண்டினைக் கணிக்கவியன்றது. ஆண்டு மாண்ட அரசனின் இறுதியாண்டே அடுத்துப் பதவியேற்கும் புதிய அரசனின் தொடக்க ஆட்சியாண்டாக அமையும். இதன்படி ஸ்தாணு இரவி பொ.ஆ. 883ல் இறந்துள்ளார். இதனால், அவரது ஆட்சிக்காலம் மிக உறுதியாக பொ.ஆ. 844 - 883 என வரையறையைப் பெற்றுக்கொண்டதாயிற்று.

இஃதன்றி, ஸ்தாணு இரவியின் பெயர் குறிப்பிடப்பட்டுள்ள தமிழகத்தின் கல்வெட்டினை ஏனோ தமிழக மற்றும் கேரள வரலாற்றறிஞர்கள் அதனின் புரிதலுக்கு எதிர்த்திசையில் நின்று பொருள் விளக்கிச்சென்றுள்ளனர். இக்கல்வெட்டில் குறிப்பிடப்படும் சோழன், ஆதித்த சோழனே அல்ல என்றவாறு கேரள அறிஞர்கள் ஒற்றைக்காலில் நின்றிருப்பதைக் காணமுடியும். ஏனெனில், அதுகுறித்தான பேரறிஞர் T.V. மகாலிங்கத்தின் வாதத்தினை அவர்கள் முற்றிலும் ஏற்றுக்கொண்டதே காரணம். அக்கல்வெட்டு, பொத்தப்பி சோழனான ஸ்ரீகண்டனையே குறிப்பிடுகிறது என மகாலிங்கம் வலுவாகக் கூறிவைத்துள்ளார். எனவேதான், மறுப்புகள் எதுவுமின்றி அதே கருத்தையே கேரள அறிஞர்கள் வழிமொழிந்து வருவது வழக்கமாகியிருக்கிறது. ஆனால், ஏனோ? தமிழக வரலாற்றினர் இதுபற்றிக் கண்டுகொண்டதாகத் தெரியவில்லை.

மேலும், ஸ்தாணு இரவியின் வரலாற்றினை கேரளத்தின் தரவுகளை மட்டுமே வைத்துக்கொண்டு நிறைவு செய்துவிட முடியாது. ஏன் அவர்கள் திருநெய்தானத்தின் கல்வெட்டினைக் குறிப்பாக்கவில்லையா? என்று கேட்கலாம். அதனையும் குறிப்பாக்கினார்கள்தான்; ஆனால், மேற்சொன்னவாறு அதன் மீதான மகாலிங்கத்தின் புரிதலையே ஆமோதித்து வைத்துள்ளனர் என்கிறேன். ஏனெனில், தரவுகள் அருகியிருந்த காலகட்டத்தில் வலுவான காரணங்கள் இல்லாதிருந்தபோதும் கூட மகாலிங்கம் அவர்கள் பொத்தப்பி சோழனையே கோக்கண்டன் என உறுதிபடக் கூறிச்சென்றுள்ளார். எனவேதான், அவரின் கருத்தினை மறு பரிசீலனை செய்யவேண்டியிருந்தது.

கேரள அறிஞர்களால் அறியப்படாத சிவகாசிச் செப்பேடு

மேற்சொன்னவாறு ஸ்தாணு இரவியின் வரலாற்றைச் செம்மைப்படுத்த அவரது கல்வெட்டுகள், அவரது அரசவையில் இயற்றம் கண்ட வானியல் நூல், நாலாயிர திவ்யப் பிரபந்தத்தில் இடம்பெற்றுள்ள அவரது பாடல்கள் என இவை மட்டுமல்லாது தமிழகத்தின் சார்பில் இடம்பெற்றிருக்கும் அந்த இரு சான்றுகளையும் நிச்சயம் ஆய்வு செய்தாகவேண்டும்.

தமிழகத்தின் அவ்விரு சான்றுகளும் முறையே;

1. திருநெய்தானம் சிவன் கோயில் கல்வெட்டு
2. சிவகாசிச் செப்பேடு ஆகியவை ஆகும்.

ஏன் இவ்விரண்டு சான்றுகளையும் இரு தரப்பின் முந்தைய ஆய்வாளர்கள் எவரும் கவனிக்கவில்லையா? என நீங்கள் கேட்கலாம்! ஆம்! இருதரப்பினரும் கவனித்தார்கள்தான்! இல்லையென்று சொல்லவில்லை. ஆனால், அவர்களின் புரிதல் உண்மையின் எதிர்த்திசையில் சென்றிருந்ததைத்தான் இவ் ஆய்வுக் கூர்ந்துள்ளது.

அவ்விரண்டு சான்றுகளையும் இனி நுணுகுவோம்.

1. திருநெய்தானம் கல்வெட்டு

தில்லைஸ்தானம் எனத் தற்போது மருவி இருக்கும் இவ்வூரின் பண்டையப் பெயர்திருநெய்தானம். இவ்வூர், தஞ்சாவூருக்கு அருகில் உள்ள திருவையாறுக்கு மிக அருகில் அமைந்துள்ளது. இவ்வூரில் அமைந்துள்ள நெய்யாடியப்பர் கோவிலில் பொறிக்கப் பட்டிருக்கும் கல்வெட்டில் ஸ்தாணு இரவியின் பெயர் இடம் பெற்றிருக்கிறது. இக்கல்வெட்டு அக்கோயிலின் கருவறைப் புறச்சுவரின் தென்திசையில் இடம்பெற்றிருக்கிறது. தமிழகத்தில் கிடைக்கப் பெற்றுள்ள ஸ்தாணு இரவி பற்றிய இரு சான்றுகளிடையே இதுவே முதன்மைச் சான்றாகத் தன்மைகொண்டது. அக்கல்வெட்டில், ஸ்தாணு இரவி, அக்கோயிலை எழுப்பிய முதலாம் ஆதித்தனுடன் குறிப்பிடப்பட்டுள்ளார். சரி! ஏன் அவர் குறிப்பிடப்படுகிறார்? அதுவும் ஆதித்தனுடன்! என்ற கேள்வி எழுவது இயல்பே. அக்கல்வெட்டை நான் நேரில் பார்த்தும் படித்துமிருக்கிறேன். அதில் உள்ள ஸ்தாணு இரவியின் பெயரை அங்குள்ளபடியே எழுதிப் படமாகவும் அளித்துள்ளேன். (பார்க்கப் படம் எண்: 7)

கல்வெட்டு பின்வருமாறு:

ஸ்வஸ்திஸ்ரீ தொண்டைநாடு பாவின சொழன் பல்
யானைக்கொக்கண்டனான இன் ராஜகெஸரிபத்மனா
லுஞ் செரமான் கொத்தாணு இரவியாலுந் தவிசுஞ் சா...
மரையுஞ் சிவிகையுந் திமிலையுங் கொயிலும் பொன க

முன் காளமுங் களிற்று நிரையுஞ் செம்பியன் றமிழவெளெ
ன்னுங் குலப்பியரும் பெற்ற விக்கி அண்ணன்றெவியான
கடம்பமாதேவி திருநெய்த்தானத்து மாதெவர்க் கொரு நந்தாவிளக்கி
னுக்கு குடுத்த ஆடு நூறு (..............................) இவ் இடத்தில் கிரந்த சொல் உள்ளது. அது மஹேஸ்வரா ரக்ஷக்ஷே எனவாக இருத்தல்வேண்டும்.

இக் கல்வெட்டை இங்கு முழுமையாகத் தந்துள்ளமைக்குக் காரணம் வலுவான சான்றினை அது ஏற்றுள்ளதால் ஆகும். இவ் ஆய்வின் புரிதலின்படி இதற்கான பொருளுரையைக் காண்போம்.

ஸ்வஸ்திஸ்ரீ எனும் மங்கல சொல்லுடன் கல்வெட்டு தொடங்குகிறது. இதனையடுத்துத் தொடர்வது கல்வெட்டின் காரணச் செய்தி. தொண்டை நாட்டினைப் பல்லவ அரசன் அபராஜித வர்மனிடமிருந்து கைப்பற்றித் தம் சோழ நாட்டுடன் இணைத்தவரும் பலயானைகளைப் பின்புலமாகக் கொண்டு வேந்தனாக விளங்கும் இவ் இராஜகேசரிபன்மராலும் மற்றும் வேந்தன் சேரமான் ஸ்தாணு இரவியாலும்; தவிசும் அதாவது அரியணையும், வெண் சாமரமும், அரசர்க்கேயுரிய பல்லக்கும், அரச மரபின் முரசான திமிலையும், அரண்மனையும், நிதியும், அரச குலத்திற்கே உரிய எக்காளமும் அதாவது பிளிற்றிசையை எழுப்பும் ஊதுகொம்பும் யானைப் படையும் செம்பியன் தமிழ்வேள் எனும் குலப்பெயரினையும் பெற்ற அதாவது மேற்கூறப்பட்டுள்ள சோழ, சேர அரசர் இருவராலும் மேலே வரிசையிட்டுச் சொல்லப்பட்டுள்ள அரச பதவிக்கான அத்தனை உரிமைகளையும் உடைமைகளையும் விக்கி அண்ணன் என்பவருக்குக் கொடுத்துள்ள நிலையில் அச் செம்பியன் தமிழ்வேள் எனும் புதிதாக நியமிக்கப்பட்டுள்ள சிற்றரசனின் மனைவியான கடம்பமாதேவியானவர் திருநெய்தானத்தில் முதலாம் ஆதித்தனால் புதிதாகக் கட்டப்பட்டுள்ள சிவ மகாதேவரின் கோவிலில் நந்தா விளக்கெரிக்க நூறு ஆடுகளைக் கொடையாகக் கொடுத்துள்ள நிலையில் அங்கு விளக்கெரித்தல் தடைபடாமல் நிகழ அவ் ஆடுகளை இக் கோயிலின் இறைவன் சாவாதும் மூவாதும் பேராடாகக் காக்கட்டும் - என்பதாக இக்கல்வெட்டின் பொருள் அமைந்துள்ளது. ஆம்! இவ் ஆய்வின் புரிதலின்படி.

முந்தைய வரலாற்றினரின் தவறான புரிதல்

முன்பு, சில வரலாற்று அறிஞர்கள் இக்கல்வெட்டில் குறிப்பிடப் பட்டுள்ள சோழனை முதலாம் ஆதித்தன் இல்லை என்றும் மாறாக அது பொத்தப்பிச் சோழனான ஸ்ரீ கண்டனே என்றும் மிகத்தவறாக எழுதிவைத்துள்ளதைக் குறிப்பிட்டிருந்தேன். உண்மையில், இதன் உண்மையைப் புரிந்து கொள்ளுதல் எளிதே. எனினும், ஏன் அவ்வாறு குழப்பம் கொண்டனர் என்று தெரியவில்லை.

ஆக, இவ் ஆய்வின் புரிதலின்படி, தஞ்சை சோழருக்கே உரியது பரகேசரி மற்றும் இராஜகேசரி எனும் அரச-பட்ட மரபு. இம் மரபின்படியான இராஜகேசரி எனும் பட்டத்தைத் தம் தந்தை கோப்பரகேசரியான விஜயாலயனை அடுத்து ஆட்சிக்கு வந்த நிலையில் முதலாம் ஆதித்தன் பெற்றிருந்துள்ளார். சங்ககாலத்திற்குப் பின் காணாமற்போன சோழர் ஆட்சியை இடைக் காலத்தின் ஒன்பதாம் நூற்றாண்டில் விஜயாலய சோழன் மீண்டும் தகவமைத்திருந்த நிலையில் அதனை விரிவாக்கி வலிமையான பெரும் பேரரசாக மாற்றவேண்டியத் திட்டத்துடன் அவரின் மகனான அம் முதலாம் ஆதித்தன் கனன்று கொண்டிருந்தவர். அப்போது பல்லவ நாடு; நேரடி அரசனான நிருபதுங்கவர்ம பல்லவனையும் போட்டி அரசனான அபராஜிதவர்ம பல்லவனையும் என இரு அரசர்களைப் பெற்றிருந்தது. இவர்கள் இருவரும் அண்ணன் தம்பியர்தான் எனினும் தாய் வேறு. இதனால், நிருபதுங்கனுக்கும் அபராஜிதனுக்கும் இடையே நீயா? நானா? போட்டி. இப்போட்டியின் விளைவாய்ப் போர்.

அபராஜிதனின் கீழ் சிற்றரசனாக முதலாம் ஆதித்தன் இருந்துள்ளார். இதனால், போரில் தம் படைகளுடன் அபராஜிதனின் சார்பில் கலந்துகொண்டார். மட்டுமின்றி, கங்க மன்னனான முதலாம் பிரித்விபதியும் அபராஜிதனின் சிற்றரசனாகக் களம் இறங்கியவர். எதிர்த்தரப்பில் நிருபதுங்கனின் சார்பில் அவரது சிற்றரசனான இரண்டாம் வரகுணன் தம் படைகளுடன் பங்குகொண்டார். இப்போர், திருப்புறம்பியத்தில் நிகழ்ந்த நிலையில் நிருபதுங்கவர்மனும் பாண்டியனும் தோற்க நேர்ந்தது. அபராஜிதன் தான் எண்ணியபடியே வெற்றி பெற்றவரானார். எனினும், கங்கனான பிரித்விபதி, போரின் வெற்றியைத் தம் மேலாண் வேந்தன் அபராஜிதனுக்குக் காணிக்கையாக்கிய

நிலையில் எதிர்பாராவிதமாக எதிரியின் ஈட்டிக்கு இறையாகிப் போனார்.

எவ்வாறெனினும், இப்போது பல்லவ நாட்டின் ஏகப்பேரரசனாக அபராஜிதன். வெற்றிக்கு உறுதுணையாக இருந்த ஆதித்தனுக்கு அபராஜிதன் தொண்டை மண்டலத்தின் சில பகுதிகளைப் பரிசாக அளித்திருந்தார். இதனால், சோழ ஊராகவே இருந்த தஞ்சாவூர் இப்போது ஒரு குறுநில நாடு எனும் தகுதியுடன்! ஆனால், இதில் எல்லாம் மனநிறைவு அடையாத ஆதித்தன், தொண்டை மண்டலத்தை முழுவதுமாகக் கைப்பற்ற எண்ணினார். பிரித்விபதியையும் இழந்து பலம் குன்றியிருப்பதைப் பயன்படுத்தி தன் மேலாண் வேந்தன் அபராஜிதனை எதிர்த்துப் போர் தொடுத்தார். யானை மீதமர்ந்து போர் செய்துகொண்டிருந்த அபராஜிதனை ஆதித்தன் ஈட்டியால் குத்தி வீழ்த்திய நிலையில் தாம் எண்ணியபடியே திண்ணிய வேந்தனாக உயர்வு பெற்றுக்கொண்டார்.[143] ஆக, இப்பிண்ணனியின் சுருக்கத்தைத்தான் (abstract) திருநெய்தானத்தின் கல்வெட்டு; ‘தொண்டை நாடு பாவின சோழனாகிய கோக்கண்டன் இராஜகேசரி பன்மர்’ என முதலாம் ஆதித்தனை ஒரு பெருஞ்சொற்றொடரின் மூலம் குறிப்பிட்டுவைத்துள்ளது.

‘கோக்கண்டன்’ எனும் பெயரை முதலாம் ஆதித்தன் மட்டுமின்றி இரண்டாம் இராஜராஜனும் ஏற்றிருந்துள்ளார்.[144] திருநெய்தானத்தின் கல்வெட்டில் குறிப்பிடப்பட்டிருக்கும் கோக்கண்டன் உண்மையில் முதலாம் ஆதித்தனே என நிரூபிக்க மேலுமோர் அரிய வரலாற்றுத்தரவினைக் கண்டுணரநேர்ந்தது. உண்மையில், இது அதிகம் அறியப்படாத அரியதொரு தரவே. கோவைக்கருகில் இன்றிலிருந்து (பொ.ஆ. 2022) நாற்பத்தி மூன்று ஆண்டுகளுக்கும் முன்பாக இராசகேசரிப் பெருவழி எனும் அன்றைய நெடுஞ்சாலை ஒன்று கண்டுபிடிக்கப்பட்டிருந்தது. அப் பெருவழியின் இடையே அப் பெருவழியைக் குறிப்பிடும் கல்வெட்டும் ஆங்கே இருந்துள்ளது. அக் கல்வெட்டின் சிறப்பே அதில் இடம்பெற்றிருக்கும் வெண்பா பாடல்தான். அப் பாடல் பளீர் எனக் ‘கோழியர் கோக்கண்டன்’ எனக் கூறுவதைக் காணலாம். கோழியர் என்றால், கோழியூரைச் சேர்ந்தோர் என்பதாகும். கோழியூர் என்பது சோழர்களின் இரண்டாம் தலைநகரமான உறையூரின் மற்றொரு பெயர். எனவேதான், சோழரை ‘கோழியர்’

என்றும் அழைப்பதுண்டு. ஆக, இவ் அரிய தரவின்படி அறிஞர் T.V.மகாலிங்கம் தொடங்கி கேரள அறிஞர்களாலும் மற்றும் இன்ன பிறராலும் உறுதி செய்யப்பட்டிருந்த திருநெய்தானத்தின் கல்வெட்டில் குறிப்பிடப்படும் கோக்கண்டன் என்பவர்; பொத்தப்பி சோழனான ஸ்ரீ கண்டனே எனும் செய்தி, முற்றிலும் தவறு என, இவ் ஆய்வு முதன் முதலாக மறுத்துள்ள நிலையில் அதனை நிரூபித்துமுள்ளதை அறிக.

மேற்குறிப்பிடப்பட்டுள்ள அப் பெருவழிக் கல்வெட்டில் இடம்பெற்றுள்ள வெண்பாவின் ஈற்றடியானது நமக்குத் தேவையான வரலாற்றுத் தரவினைக் கொடையாகத் தந்துதவதை மேலும் காணலாம். இதற்கிணங்க, 'கோழியூர் கோக்கண்டன் குலவு' எனும் அவ் ஈற்றடி அதாவது கடைசி அடி, அன்றைய 'இராசகேசரி பெரு வழி'யின் இடையே ஒரு நகரம் அமைந்திருந்துள்ள நிலையில் அந்நகரை நோக்கி வருவோரை வரவேற்பதற்காக ஆங்கே சிறப்பு வாயில் எனும் வளைவு *(Arch)* ஒன்றை கோ இராசகேசரியான முதலாம் ஆதித்தன் அமைத்து வைத்தார். அவ் வளைவு பயன்பாட்டுக்கு வந்த நிலையில் அதன் திறப்புவிழா நடைபெற்றிருந்தது போலும். இதனால், அது குறித்தான கல்வெட்டினை ஆங்கே பொறித்துவைத்தனர். அவ்வாறு பொறிக்கப்பட்ட கல்வெட்டில்தான் நாம் மேற்குறிப்பிடுகிற அந்த வெண்பா இடம்பெற்றுள்ளது. வெண்பா பின்வருமாறு:

திருநிழலு மன்னு யிருஞ்சிறந் தமைப்ப
ஒருநிழல் வெண்டிங்கள் போலோங்கி - ஒருநிழல்போல்
வாழியர் கோச்சோழன் வளங்காவிரி நாடன்
கோழியர் கோக்கண்டன் குலவு.

இக்கல்வெட்டில் எழுத்துகள் சிதைந்திருந்தன போலும். இதனால், படியெடுக்கப்படும்போது சிதைந்த எழுத்துக்களை இட்டு நிரப்பியுள்ளமை தெரிகிறது. அவ்வாறு இட்டு நிரப்புகிற நிலையில் யாப்பிலக்கணம் தெரியாதோரால் அவ்வெழுத்துகள் ஈடு செய்யப்பட்டிருந்ததை உணரமுடிந்தது. ஏனெனில், முதலாம் அடியின் மூன்றாம் மற்றும் நான்காம் சீருக்கும் இடையே தளைத்தட்டுகிறது. அவ்வாறே, இரண்டாம் அடியின் தனிச்சொல்லுக்கும் அதன் முன்வரும் அதாவது மூன்றாம் சீருக்கும் இடையே தளைத்தட்டுகிறது. மூன்றாவது அடியில், கோச்சோழன்

எனும் இரண்டாம் சீருக்கும் வளங்காவிரி எனும் மூன்றாம் சீருக்கும் இடையேயும் தளைத்தட்டுகிறது. தளைத்தட்டுவதோடு மட்டுமின்றி, 'வளங்காவிரி' எனும் சீர், நிறை+நேர்+நிறை எனும் வாய்ப்பாட்டில் அமைந்து புளிமாங்கனி எனக் கனிச்சீராக இருக்கிறது. கனிச்சீர் வெண்பாவில் இடம்பெறுவதில்லை என்பதை இங்கு அறிதல் வேண்டும். எனவே, அச்சொல்லின் இறுதி எழுத்துகள் சிதைந்து ஈடுகட்டிய நிலையில் அவ்வாறு யாப்பிலக்கணம் பிறழ்ந்திருப்பதாக எண்ணுகிறேன். 'கோழியர் கோக்கண்டன் குலவு' எனும் ஈற்றடியின் சீர்களிடையே தளைத்தட்டவில்லைதான். ஆயினும், அதனை 'கோழியர்கோ கண்டன் குலவு' என சீர் பிரித்திருக்கவேண்டும். இன்னொரு கோணத்தில் பார்ப்போமேயானால், இவ் வெண்பாவை இயற்றியவர் யாப்பில் புலமை பெறாதவராக இருக்கலாம். எவ்வாறெனினும், அக் கல்வெட்டின் மூலப்படியைப் பார்த்தால் ஒழிய அறுதியிட்டு அதுபற்றிக் கூறுவதற்கில்லை. ஆனபோதிலும், அப்பாடலின் கருத்து எவ்விதத்திலும் சிதையாமல் இருப்பதே இங்கு நமக்குத் தேவை. அவ்வகையில், வளம் கொழிக்கும் காவிரியைப் பின்புலமாகக் கொண்ட சோழ நாட்டின் தலைவனான உறையூரின் கோக்கண்டன் என்பவர் முதலாம் ஆதித்தனே என்பது இனி எவராலும் மறுக்கவியலாத உண்மையாக இவ் ஆய்வின் மூலம் நிலைநிறுத்தப்படுகிறது.[145]

இனி அப்பாடலின் பொருள் யாதெனக் காண்போம். இதற்கு முன் அப்பாடலுக்குப் பொருள் உரைக்கப்பட்டுள்ளதா என்று தெரியவில்லை. பாடலின் பொருள் பின்வருமாறு:

"நாட்டின் செல்வமும் அரசனின் குடிகளின் மீதானக் குடை நிழலும் எனும் இவ்விரண்டு நிழல்களும் நிலைபெற்று அமைய; இவற்றில் ஒன்று வானில் துலங்கும் வெண்ணிலவு போன்று ஓங்கியும், மற்றொரு நிழலாக காவிரி வளம் சேர்க்கும் நாட்டின் வேந்தன் கோக்கண்டனான ஆதித்த சோழன் திகழ்கிறார். அவ்வகையில், கோக்கண்டன் எனும் அவரது பெயரால் நிறுவப்பெற்றிருக்கும் வளைவு (Arch) இது" - என்பதாக எனது புரிதல். என்றால், ஒரு நகரத்தை ஊடறுக்கும் பெருவழியின் இடையே, ஓங்கி நிற்கும் வளைவுகளை அமைக்கும் வழக்கம் முன்பே இருந்துள்ளதை அப்பாடல் சான்றளித்துள்ளது. மட்டுமின்றி, அப்பாடலில் குறிப்பிடப்பட்டிருக்கும் உறையூர் (கோழியூர்)

மைந்தனான சோழனே கோக்கண்டனாகவும் போற்றப்பட்டவன் என்பது ஆணித்தரமாக நிரூபணமாகியிருப்பதைக் காண்க. அப் பெருவழியின் ஓரத்தில் அக்கல்வெட்டு மட்டுமே தற்போது (2009-இன்படி) இருப்புற்றுள்ள நிலையில் அவ் வளைவு என்ன ஆனது என்று தெரியவில்லை. என்றால், அக் கல்வெட்டைக் கண்டுணர்ந்தோருக்கு அது ஏன் அங்கு நிற்கிறது எனும் காரணம் கூடப் புரிந்திருக்க வாய்ப்பில்லை எனலாம். இதனால், வளைவு அமைக்கும் கட்டிடக் கலை மரபின் வரலாறு ஒருபுறம் அறியப்படாமலேயே கிடக்கிறது என்பதை நாம் உணர்ந்தாகவேண்டும்.

ஆக, இங்குக் கோக்கண்டன் என்பதற்கு அரசர்களில் வீழ்த்த முடியாத பெரு வீரன் என்பதே பொருளாகும். இது, முதலாம் ஆதித்தனுக்கான ஆகப்பொருந்துகிற சிறப்புப் பெயர். என்றால், பொத்தப்பிச் சோழனின் இயற்பெயரையோ அல்லது அரச-பட்டப்பெயரோ இக்கல்வெட்டில் பயன்படுத்தப்படவில்லை என்பதை இனி உணர்க.

பொத்தப்பிச் சோழனான ஸ்ரீகண்டன் (பொ.ஆ 835 - 847) தந்திவர்ம பல்லவனின் சமகாலத்தவர். இவரின் குறுகியகால ஆட்சி தொண்டை மண்டலத்தின் சிறுபகுதியில் நிகழ்ந்திருந்துள்ளது. தந்திவர்மனின் ஆட்சிக்காலத்தில் பல்லவப்பேரரசுப் பெரும் பின்னடைவைச் சந்தித்திருந்துள்ளதைப் பயன்படுத்தி இப் பொத்தப்பிச் சோழன் உள் நுழைந்திருந்தார். இத் தெலுங்கு சோழனின் மகளான அக்களநிம்மடி-யையே பாண்டியன் நெடுஞ்சடையன் பராந்தகனின் (765 - 815) மகனான சிரீமாற சிரீவல்லபன் (815 -862) தமது இன்னொரு மனைவியாக மணம் செய்துகொண்டார். ஆக, இவ் அக்கள நிம்மடிக்குப் பிறந்தவராகப் பராந்தக வீரநாராயணனை அறியலாம்.[146] இதனால்தான், 'கண்டருள் கண்டன்' எனும் தாய்வழிப் பாட்டனின் பெயரைப் பராந்தக வீரநாராயணன் பெற்றிருந்துள்ளார்.[147] 'கண்டார் கண்டன்' எனும் பெயர் திருவூரகம் என வழங்கப்படும் காஞ்சிபுரத்தின் உலகளந்த பெருமாள் கோயிலின் கருவறை நிலை(கதவு)யில் (*door jamb*) கல்வெட்டாகப் பொறிக்கப்பட்டிருப்பதை எனது முந்தைய ஆய்வு நூலான 'சோழர்கால விஸ்வரூபச்சிற்பங்கள்' எனும் நூலில்

குறிப்பிட்டிருந்தேன். ஆனால், அது யாருக்கானப் பெயர் என்று அப்போது நான் அறிய இயலவில்லை. இவ் ஆய்வின் மூலம்தான் அது பொத்தப்பிச் சோழனின் பெயரென உணரவியன்றது.

எளிதாகப் புரிந்துகொள்ள இவ்விடத்தில் சமகால அட்டவணை ஒன்று தேவைப்படுகிறது. அதனால்...

புரிதலை எளிமையாக்கும் சமகால அட்டவணை

சோழர்	பாண்டியர்	பல்லவர்	பொத்தப்பிச் சோழன்	சேரர்
விஜயாலயன் (பொ.ஆ. 850 – 871)	சிரீமாற சிரீ வல்லபன் (பொ.ஆ. 815 – 862)	தந்தி வர்மன் (பொ.ஆ. 796 – 847) மூன்றாம் நந்தி வர்மன் (பொ.ஆ.846 – 67/69)	ஸ்ரீகண்டன் (பொ.ஆ. 817 – 845) 148	ஸ்தாணு இரவி (பொ.ஆ. 844 – 883)
முதலாம் ஆதித்தன் (பொ.ஆ. 871 – 907)	இரண்டாம் வரகுணன் (பொ.ஆ. 862 – 885) பராந்தக வீரநாராயணன் (பொ.ஆ. 860 – 900)			ஸ்தாணு இரவி பொ.ஆ. (844 – 883)
முதலாம் பராந்தகன் (பொ.ஆ. 907 – 955)	இரண்டாம் இராஜசிம்மன் (பொ.ஆ. 900 – 946)			ஸ்தாணு இரவி பொ.ஆ. (844 – 883)விஜய ராகன் (பொ.ஆ. 883 – 913)
இராஜாதித்தன் (?949)				
கண்டராதித்த சோழன் (949 – 57) அரிஞ்சயன் (956 – 7) சுந்தர சோழன் எனும் இரண்டாம் பராந்தகன் (957 973) ஆதித்திய கரிகாலன் எனும் இரண்டாம் ஆதித்தன்	வீரபாண்டியன் (பொ. ஆ. 946 – 966)			

மேற்தரப்பட்டுள்ள அட்டவணையின் இரண்டாம் கட்டத்தில் குறிப்பிடப்பட்டிருக்கும் முதலாம் ஆதித்தனுக்கு இரண்டாம் வரகுணப் பாண்டியனும் அவரது தம்பியுமான பராந்தக வீரநாராயணனும் சமகாலத்தவராக இருந்துள்ளனர். திருப்புறம்பியப் போரின் தோல்விக்குப் பின்னர் வரகுணன் ஆட்சியை விட்டு ஒதுங்கிய நிலையில் முதலாம் ஆதித்தனின் சமகாலத்தவராகப் பராந்தக வீரநாராயணனும் இடம்பெறுகிறார். என்றால், இங்கு இவர்களின் சமகாலத்தவர்களாக இரு சேர அரசர்கள் இருந்துள்ளதை ஆய்வுக்கு எடுத்துக்கொள்ளுதல் வேண்டும். முதலாம் ஆதித்தனின் சமகாலத்தவராக ஸ்தாணு இரவி. அதாவது, ஆதித்தனின் கடைசிப் பன்னிரண்டு ஆண்டு ஆட்சிக்காலங்களினிடையே அவர் சமகாலத்தவராக இருந்தவர். முதலாம் ஆதித்தன், இடைக்காலத்திய சோழ அரசின் இரண்டாம் அரசன் என்பதும் அவ்வாறே ஸ்தாணு இரவி இடைக்காலத்திய சேர அரசின் இரண்டாம் அரசன் (மூன்றாவது அரசன் என்பதும் ஒரு சாரரின் கருத்து) என்பதும்

இங்கு ஒப்பு நோக்கத்தக்கது. என்றால், இவ் இருவருக்கும் தத்தம் அரசுகளைப் பேரரசுகளாக மாற்றியமைக்கவேண்டும் என்பதான ஓர் அடிப்படை இலக்கு. இதன்படி, தம் இரு நாடுகளும் நட்பு நாடுகளாகத் திகழவேண்டும் என்பதோடன்றி, குறிப்பிட்ட பரப்புகளுக்கிடையே தமக்குக் கீழ் வலிமைவாய்ந்த சிற்றரசன் ஒருவனையும் ஏற்படுத்திக் கொள்ளவேண்டும் என்பதான ஓர் உடன்படிக்கை நிகழ்ந்திருப்பதனை உணரவியலுகிறது. எனவே, தம் நாடுகளுக்கிடையேயான காவல் அரணாக விளிம்புற வேண்டி ஒரு சிற்றரசைத் தோற்றுவித்தனர். அவ்வாறு தோற்றுவிக்கப்பட்ட அச் சிற்றரசின் புதிய மன்னனுக்கு முதலாம் ஆதித்தனாலும் ஸ்தாணு இரவியாலும் முறைப்படி அரச பதவி வழங்கப்படுகிறது. இதனையடுத்து அவனுக்கு அரியணை, அரண்மனை, பல்லக்கு, யானைப்படை மற்றும் இன்னபிற அரச மரபிற்குரிய அனைத்து உரிமைகளும் வழங்கப்படுகிற நிலையில் அதனை அரச கட்டளையாகவும் அவ் அரச கட்டளையின் ஆவணமாகவும் பொறிக்கப்பட்டிருப்பதே அக்கல்வெட்டின் செய்தி என இனித் தெளிவாகப் புரிந்துகொள்ளலாம்.

எல்லாம் சரி! ஆனால், ஸ்தாணு இரவி ஏன் பாண்டியன் இரண்டாம் இராஜசிம்மனுக்குப் பெண் தருகிறார்? அவர் சோழனுடன் அல்லவா நட்பாக இருந்தவர் எனும் ஐயம் இங்கு எழுந்தே ஆகவேண்டும். என்றால், முதலாம் ஆதித்தன் இறந்த நிலையில் அவர் தனது கடைசிக் காலத்தில் பாண்டியருடன் நட்பு வைத்துக்கொண்டார் என்பதாகும். அல்லது பழைய உறவே ஒருபுறம் தொடர்ந்துகொண்டிருக்கும் நிலையில் தமது மகள்களில் ஒருவரை இரண்டாம் இராஜசிம்மனுக்கு மணம் செய்து கொடுக்கிறார். ஆக, இவர்களுக்குப் பிறந்தவரே நாம் விவாதித்துக்கொண்டிருக்கும் வீரபாண்டியன். எனினும், இது முன்னமேயே அறியப்பட்டிருக்கவேண்டிய வரலாறு. ஆனால், சற்றுக் குழப்பமானதாகவும் ஊகித்து மீட்டெடுக்கச் சற்றுக் கடினமாகவும் இருந்துள்ள நிலையில் அவ்வாறு கிடப்பிலிடப்பட்டுள்ளதாகவே தெரிகிறது.

முன்சொன்ன அதே இரு தரவுகளுமே நமக்குப் பாண்டியன் இராஜசிம்மனின் மனைவி யாராக இருத்தற்கூடும் என அறிந்திடக் கைகொடுத்து உதவுகின்றன. எனினும், பாண்டியர் வரலாற்றை

இதுகாறும் எழுதியோர் இதனைக் கூறவில்லை. திரு. சதாசிவப் பண்டாரத்தார் எனும் அறிஞரால் எழுதப்பட்ட ‘பாண்டியர் வரலாறு’ எனும் நூல் பாண்டியர் வரலாற்றினை அறிந்திட ஓர் அடிப்படை நூலாகவே அமைந்திருக்கிறது. அந்த நூல் எழுதப்படுகிறபோது கண்டெடுக்கப்பட்டிருந்த சில பாண்டியர் செப்பேடுகள் அவருக்கு உறுதுணையாக இருந்துள்ளன. ஆனால், தளவாய்புரச் செப்பேடு அப்போது கண்டுபிடிக்கப்படவில்லை. மட்டுமின்றி, பின்னர் சிக்கலாகக் கையாளப்பட்டுத் தவறாகவும் புரிந்துகொள்ளப்பட்டிருக்கும் சிவகாசிச் செப்பேடும் அதுவரை கிடைக்கப்படவில்லை. ஆக, இவ்விரு செப்பேடுகளும் கண்டெடுக்கப்படாத நிலையில்தான் பண்டாரத்தார் எழுதிய ‘பாண்டியர் வரலாறு’ எனும் நூல் தொக்கி நிற்கிறது.

ஆக, இவ் ஆய்வில் தருகிற புதியத் தரவுகள் அனைத்தும் உண்மையில் வரலாற்றுலகிற்கான புதிய தரவுகளே. முந்தைய வரலாற்றினரும் அறிந்திடாதவை. அவ்வகையில், நம் புதிய தரவுகளின்படி: முதலாம் ஆதித்தனின் நண்பனாக ஸ்தாணு இரவி இருந்துள்ளார் என்பது திருநெய்தானத்தின் கல்வெட்டினால் நூறு விழுக்காடு உறுதியாகி உள்ளது. அவ்வாறே, பராந்தக வீர நாராயணனின் மனைவியான சேரன் மாதேவி, சேர நாட்டின் இளவரசி என்பது வரலாற்றின் முந்தைய செய்திதான். ஆனால், இவ் இளவரசி இவ் ஆய்வைப் பொருத்தவரை இடைக்காலத்திய சேரப்பேரரசைத் தோற்றுவித்த முதலாம் அரசனான ராமராஜசேகரனின் மகளாக இருத்தல்வேண்டும். முதலாம் அரசன் குலசேகரப் பெருமாள் என்றும் ராம ராஜசேகரன் என்றும் இருவேறு கருத்துகள் நிலவினாலும் கூட, எனினும், இவ்விருவரில் எவரோ ஒருவரின் மகளைத்தான் பாண்டியன் பராந்தக வீரநராயணனுக்கு மணம் செய்து கொடுத்துள்ளனர் என்பது உண்மை.

முதலாம் பராந்தகச் சோழனுடனான போரின் தோல்வியால் இராஜசிம்மன் தன் தாய்வீடான சேர நாட்டிற்குச் சென்று விட்டாராம். ஆம்! இப்படித்தான் வரலாற்றாசிரியர்கள் ஒரே மாதிரியாகக் கூறிவைத்துள்ளனர். என்றால், இந்த ஒரே மாதிரியான கூற்றினை மேம்படுத்தப்படாத ஒரு பழைய தரவு என்கிறேன். என்றால், இராஜசிம்மன் சென்றது தம் தாய் வீடு மட்டுமல்ல;

தமது மனைவியும் பிறந்த தாய்வீடான அதே சேர நாட்டிற்குச் சென்றுவிட்டார் என அத் தரவினை மேம்படுத்திக் கூறுகிறேன். எனின், இராஜசிம்மனின் தாய்நாடும் அவர்தம் மனைவியின் தாய்நாடும் மாக்கோதை-சேரநாடே என்பது இவ் ஆய்வின் தெள்ளிய புரிதல். இதன்படி இங்கே கொங்கு சேர இளவரசிகளுக்கு வேலை இல்லை என்பதாகும். இதற்குக் காரணம் சிவகாசிச் செப்பேட்டில் சொல்லப்பட்டிருக்கும் மானாபரணன் எனும் அரசன் ஐயத்திற்கு இடமின்றி இரண்டாம் இராஜசிம்மன் என்பதனாலாகும். அச் செப்பேடு, இராஜசிம்மன் ஸ்தாணு இரவியின் மகள் இரவி நீலியை மணந்ததனால் இவ்விருவருக்கும் பிறந்தவனாக வீரபாண்டியனைக் குறிப்பிடுகிறது. இவ் இரவி நீலியை முதலாம் இரவி நீலியாக அடையாளமிட்டுக்கொள்ளலாம். ஏனெனில், ஸ்தாணு இரவியின் மருமகனும் அவரை அடுத்து ஆட்சிக்கு வந்தவரான கோதை ரவி விஜயராகன் என்பவர் ஸ்தாணு இரவியின் இன்னொரு மகளை மணம் புரிந்தவராவார். எனினும், அவ் இளவரசியின் பெயர் தெரியவில்லை. ஆனால், அதே விஜயராகனின் மகளான இரவி நீலியை முதலாம் பராந்தகச் சோழன் மணம் புரிந்திருந்தார் என்பது குறிப்பிடத்தக்கது.[149] என்றால், ஓர் எளிய புரிதலுக்காக இந் நீலியை இரண்டாம் நீலியாக நாம் அடையாளமிட்டுக்கொள்ளலாம்.

சரி, முதலாம் பராந்தகனின் மனைவிதான் இரவி நீலி என்றால், ஏன் அவரை அவ்வாறு குறிப்பிடவில்லை? ஆனால், ஏன் அவரைச் சேரமன்னரான கோதை ரவி விஜயராகனின் மகளாகவே முகவரித்திருந்தனர்? எனக் கேள்வி என்றேனும் எழலாம் அல்லவா? என்றால், இதற்கான விடையை இவ்வாறு புரிந்துகொள்ளலாம். அதாவது, பராந்தகனின் 29-ஆம் ஆட்சியாண்டில்தான் இரவி நீலி அளித்த கொடைக் குறித்த கல்வெட்டு வெட்டப்பட்டிருந்தது. ஆக, அதற்கு ஓரிரண்டு ஆண்டுகளுக்கு முன்பாகத்தான் அவரைப் பராந்தகனுக்கு மணம் செய்து கொடுக்கப்பட்டிருந்திருக்கக்கூடும். எனவேதான், இரவி நீலியின் தொடக்ககாலத்தின் முகவரி அவர்தம் தந்தை சார்ந்து இருந்ததில் வியப்பதற்கு ஏதுமில்லை.

பராந்தகன் வீரநாராயணனுக்குச் சேரர் பெண் கொடுத்த கதையோடு நின்று போயிருக்கிறது வரலாறு. என்றால், அதற்கடுத்து நடந்தது என்ன? என்று எழுதுவதில்தான் சிக்கல் நீடிக்கிறது. அவ்வாறு பராந்தக வீரநாராயணனுக்குப் பெண் கொடுத்த அந்தச்

சேர அரசர் யார் என அறுதியிட்டுச் சொல்லவியலாத நிலையில் தான் வரலாறு தம் கடமைத் தவறிக் கடந்து சென்றிருக்கிறது.

எனவே, வரலாறு கடந்து சென்றிருக்கும் அவ் இடைவெளியை உய்த்துணர்ந்துள்ள நிலையில் சான்றுகளின் அடிப்படையில் அதனை நிறுவ முயல்வோம்.

ஆக, கணிசமான செப்பேடுகளும் நிர்பந்தமற்ற ஒரு நற்சூழலும் தற்போது நிலவுகிற நிலையில் சிக்கலாகக் கிடக்கும் அவ் வரலாற்றின் அவ்வொரு பகுதியை இவ் ஆய்வினால் கட்டமைக்க இயன்றது. இதன்படி முதலாம் ஆதித்த சோழனின் நண்பனாக ஸ்தாணு இரவி இருந்துள்ளார். இது திருநெய்தானத்தின் அதே கல்வெட்டினை உரிய கோணத்தில் உற்றறிந்ததனால் உறுதியாகி உள்ளது. அவ்வாறே, பராந்தக வீரநாராயணனின் மனைவியான சேரன்மாதேவி சேரநாட்டின் இளவரசி என்பது வரலாற்றின்படியான செய்தியே எனக் கண்டோம். எனினும், அவ் வரலாற்றுச் செய்தியின் மீது ஒரு கேள்வியை எழுப்பி அதன் மூலம் கூடுதற் தரவினை இவ் ஆய்வு அளிக்கிறது.

அவ் வகையில், பராந்தக வீரநாராயணனை மணம் புரிந்த சேர நாட்டின் இளவரசி எந்தச் சேர நாட்டின் இளவரசி என்பதாக அந்தக் கேள்வி! இக் கேள்வி எழக் காரணம் இடைக்காலத்திய சேரர் வரலாற்றை எழுதிய கேரள அறிஞர்களின் தரவுகளாலேயாகும்.

ஆயினும் இவ் ஆய்வு, அவ் இளவரசியை இடைக்காலத்திய சேரப் பேரரசின் இரண்டாவது அரசனான ராஜசேகரனின் (பொ.ஆ. 820 - 844) மகளாக இருத்தல்வேண்டும் என்கிறது. ஆனால், ஏனோ? கேரள வரலாற்றறிஞர்களின் பார்வை இதில் முற்றிலும் பிறழ்ந்திருப்பதை அறியவியலும். எவ்வாறெனின், பராந்தக வீரநாராயணன் மணம் செய்துகொண்ட சேர இளவரசியானவர் கொங்கு நாட்டைச்சேர்ந்தவர் என்பதாக அவர்களின் கருத்து. காரணம், இடைக்காலத்தின் இடையே மீட்சியுற்ற சேரநாடு தம்மை இரு புலங்களில் வரையறுத்தவாறு ஆட்சியைத் தகவமைத்திருத்ததாக அவர்களின் பார்வை. அதன்படி, சங்ககாலத் தலைநகரான கருரைத் தலைநகராகக் கொண்டதாக ஒரு சேரப் பேரரசு. மற்றொன்று மாக்கோதையைத்

தலைநகராகக் கொண்டதாகும். இம் மாக்கோதை சேரப்பேரரசின் வரலாற்றினை அவர்கள் நன்றாகவே எழுதிவைத்துள்ளனர். எனினும், கொங்குநாட்டின் சேர அரசு பற்றி அவர்கள் ஏதும் பெரிதாக எழுதியதாகத் தெரியவில்லை. தமிழக அறிஞர்களாவது எழுதினார்களா என்றும் அறிவதற்கில்லை. ஆயினும், கொங்கு சோழர்கள் பற்றிய வரலாறு தமிழகத்தில் எழுதப்பட்டிருப்பது குறிப்பிடத்தக்கது.

மாக்கோதை

சேரர் ஆதன் மரபினர் என்றும் பொறையர் மரபினர் என்றும் இரு பெரும் பிரிவுகளில் அறியப்படுபவர். சோழர்களில் சென்னி, கிள்ளி எனும் பிரிவு போன்று. ஆயினும், களப்பிரர் தமிழகத்தைக் கைகொள்ளும் முன்பாக கோதையர் மரபு எனும் ஒரு கிளைப்பிரிவு சேர அரசர்களாக ஆண்டிருந்தது. இவர்களின் நாடு குட்டநாடு. இன்றளவும் அக் குட்ட மண்டலத்தினிடையே கோதைச் சிறை, கோதைக்குறிச்சி, கோதைச் சேரி, கோதை நல்லூர், கோதைக் குளங்கரை, கோக்கோதை மங்கலம் எனும் ஊர்கள் ஆங்காங்கே இருப்பதை அறியலாம். இதுதவிர, அங்கு ஓடும் ஆறும் கோதையாறு எனவும் பெயர் பெற்றிருப்பது குறிப்பிடத்தக்கது.[150] இக்கோதை மரபின் வேந்தர்களுள் மிகப்பழையோனாக 'குட்டுவன் கோதை' எனும் சேர அரசன் அறியப்படுகிறார். இவர், இலவந்திகைப் பள்ளித் துஞ்சிய பாண்டியன் நன்மாறனின் சமகாலத்தவர்.[151] ஆக, கோதை மரபின் அரசர்களான குட்டுவன் கோதை, கோக்கோதை மார்பன், சேரமான் மாக்கோதை என இவர்களின் வழியில் வந்தவர்களாக இடைக்காலத்தின் மாக்கோதை அரசர்களை நிலைநிறுத்தலாம். கடைசியாகக் குறிப்பிடப்பட்டிருக்கும் சேரமான் மாக்கோதையின் பெயரால் அவர்களின் தலைநகர் மாக்கோதை என வழங்கப்பட்டிருந்தது. எனினும், பின்வழியாய் உள் நுழைந்த சம்ஸ்கிருதம் இடைக்காலத்தின்போது மாக்கோதையை மஹோதையபுரம் என மாற்றி வைத்திருக்கிறது.

சேரமான் மாக்கோதை, கோதையைத் தலைநகராகக் கொண்டவர். கொடுங்கோலூர் அல்லது கொடுங்காலூர் என அறியப்படுகிற அவ்வூர் அப்போதைய துறைமுகமாகலாம். அம் மாக்கோதையே இடைக்காலத்திய மேலைச் சேரர்களின்

தலைநகரமாகத் தொடர்வதாயிற்று. எனினும் இவர்கள், தம் இரண்டாவது தலைநகரமாகக் கொல்லம் எனும் ஊரை நிர்மாணித்திருந்தனர்.[152] எவ்வாறெனினும், பாண்டியருடனான சேரரின் நட்பு என்றால், அது கொங்கு நாட்டு சேரர்களுடனானதே என்பதாக கேரள அறிஞர் M.G.S. நாராயணனின் கருத்து அமைகிறது. என்றால், மாக்கோதையின் சேரர்களுக்கும் பாண்டியர்களுக்கும் இடையே பகை இருந்ததாக அவரது கருத்து.[153] இங்கு நாம் கூர்ந்து கவனிக்கவேண்டிய விதயம் ஒன்றுண்டு. அதாவது, பாண்டியன் இரண்டாம் இராஜசிம்மன், முதலாம் பராந்தகச் சோழனுடனான போரில் படுதோல்வியுற்றுள்ளார். இதனால், அவர், தம் தாய் வீடான சேர நாட்டிற்குச் சென்று விட்டார். ஆம்! இப்படித்தான் முந்தைய வரலாற்றின் எழுத்துகள் அனைத்தும் சொல்லிக் கொண்டிருக்கின்றன. ஆனால், நாராயணன் அவர்களின் கருத்துப்படி இராஜசிம்மன் கொங்கு நாட்டுச் சேரர்களின் தலைநகரான கரூருக்குத் தப்பிச்சென்றார் என்பதாக! ஆக, கரூர் தான் இராஜசிம்மனின் தாய்வீடு. ஏனெனில், இராஜசிம்மனின் தந்தையான பராந்தகவீர நாராயணன், கொங்கு நாட்டுச் சேர இளவரசியையே மணம் முடித்திருந்தார் என நாராயணன் நம்பியதே இதனின் காரணம். என்றால், வரலாற்றறிஞர் நாராயணனைப் பொருத்தவரை கொங்குசேர இளவரசியே இராஜசிம்மனின் தாய் ஆவார்.

பராந்தக வீரநாராயணனை இரண்டாம் வரகுணனின் தம்பி என முன்பு அறிந்திருந்தோம். ஆயினும், அவ் இரண்டாம் வரகுணனின் தாய் பொத்தப்பி சோழனின் மகளான அக்கள நிம்மடியா? அல்லது முத்தரைய இளவரசியா? அல்லது கொங்கு சேர இளவரசியா? என அறிவதற்கில்லை. எவ்வாறெனினும், வரகுணனின் தாயே பட்டத்தரசியாக இருந்திருக்கவேண்டும், ஆம்! அவர்தான் இருந்திருப்பார். எனவேதான், அவரின் மகனான இரண்டாம் வரகுணன் தம் தந்தை இறந்த நிலையில் நேரடி வாரிசாக ஆட்சிக்கு வந்துவிடுகிறார். என்றால், பராந்தக வீர நாராயணனால் அரசனாக முடியவில்லை என்பதறிக! ஆக, பராந்தக வீரநாராயணனின் தாய் பட்டத்தரசியாக இல்லை என்பது தெளிவு. எனவே, வரகுணன் ஆட்சியை விட்டு ஒதுங்கிய நிலையில்தான் பராந்தக வீரநாராயணனுக்கு வாய்ப்பு கிடைக்கிறது. சரி! கேரள அறிஞரின் கருத்துப்படி வீரநாராயணன் கொங்கு நாட்டுச் சேர இளவரசியை

மணம் செய்திருந்தால் ஏன் தாம் வழங்கிய செப்பேட்டில் கொங்கு நாட்டின் மீது அவர் படையெடுத்ததாகக் கூறப்படுகிறது?[154] இத்தனைக்கும் அச் சேர இளவரசிதான் பட்டத்தரசியாக இருந்துள்ளார்.

ஆக, நேரடி திருமணத்தினால் அரசனின் துணைவியாகிற இளவரசியே பட்டத்தரசியாக பட்டம் சூட்டப்படத் தகுதி உடையவர்.

பாண்டியன் கொங்கு நாட்டைத் தம் ஆளுமைக்குக் கீழ் கொண்டுவந்துவிட்டார் என வைத்துக்கொள்ளுங்கள். என்றால், இதன்படி கொங்கு மன்னன் பாண்டியனின் மேலாண்மையை ஏற்கவேண்டிய நிலை. மட்டுமின்றி, ஏற்காமல் முரண்டுபிடித்தல் போர் அச்சுறுத்தம் தொடரும். ஏன் மற்றுமொரு போரைக் கூட எதிர்பார்க்கலாம். இதனால் இணக்கம் வேண்டிப் பணிந்துள்ளார். இதனின் சான்றாகத் தம் மகளை அப் பாண்டிய வேந்தனுக்குத் திருமணமும் செய்து கொடுத்துள்ளார். என்றால், அக் கொங்கு நாட்டின் இளவரசி பட்டத்தரசியாக ஆக்கப்படுவதற்கு வாய்ப்பில்லை அல்லவா? ஏனெனில், முன்னமேயே பாண்டியனின் பட்டத்தரசி என ஒருவர் இருப்பதை அறியலாம். அல்லது ஒருவேளை, அம் மூத்த மனைவியான பட்டத்தரசியானவர் இறந்துபோயிருப்பாரேயனால் அக் கொங்கின் இளவரசியே பட்டத்தரசியாக ஆவதற்கு வாய்ப்புண்டு. அவ்வாறு அவர் பட்டத்தரசியாக வீற்றிருக்கும் நிலையில் தம் தந்தை மீதோ அல்லது தம் தந்தையை அடுத்து ஆளும் தமது தமையனின் மீதோ தம் பாண்டியக் கணவர் போர் தொடுக்க எவ்வாறு ஒத்துக்கொண்டிருப்பார் என்ற கேள்வி நிச்சயம் எழும்தானே?

சரி! கேரள அறிஞர்களின் கருத்தின்படி பராந்தக வீரநாராயணனின் பட்டத்தரசி கொங்கு நாட்டின் கரூரைச் சேர்ந்தவர் என்றே வைத்துக்கொண்டால் இராஜசிம்மன், தாய்வீடான கரூருக்குத்தான் தப்பிச் சென்றார் என்றாகிவிடும். இலங்கையில் உதவுஞ் சூழல் அமையாது போகவே மணிமுடியை வைத்துவிட்டுப் புறப்பட்டவர் தம் பாண்டிய நாட்டினுள் புகுந்து சோழ நாட்டின் வழியாகவும் பயணித்துக் கரூருக்குத் தப்பிச் சென்றார் என்பதாக. ஆனால், கரூர் சோழ நாட்டின் விளிம்பில் உள்ள ஊர் அல்லவா? ஏன் அருகிலும் கூட! ராஜசிம்மன் தனது தாயின் வீட்டிற்குச் சென்றார்

என்பதைவிட உயிர் அச்சமின்றிப் பாதுகாப்புடனும் வாழச் சென்றார் என்பதனை இங்குக் கருத்திற்கொள்ளவேண்டும். வெறும் மூன்று மணி நேரத்திலேயே கரூருக்குள் நுழைந்து இராஜசிம்மனைத் தூக்கிச்செல்ல சோழரால் முடியும் அல்லவா? பின் எப்படி அங்கே அச்சமின்றிப் பாதுகாப்பாக அவர் இருந்திருப்பார்? ஆக, இப்படியான கேள்விகள் கிளைக்கத் தொடங்குகின்றன. ஒருக்கால், தாய் வீட்டில் தங்கிவிட்டால் எதிரி அரசன் விட்டுவிடுவான் போலும்.

அவ்வாறு தூக்கிவந்து பாண்டிய-மணிமுடியை இலங்கையிடமிருந்து திரும்பப்பெற்றுத் தம்மிடம் ஒப்படைக்குமாறு பராந்தகன் தம் படைவீரர்களின் காவலின் கீழ் இராஜசிம்மனை அனுப்பி இருக்கமாட்டாரா என்ன? ஆக, பராந்தகன், இப்படியானதோர் எளிய முனைவினை மேற்கொள்ளாமல் அண்டை ஊரான கரூரில் இராஜசிம்மனைப் பாதுகாப்பாக இருக்கச்சொல்லிவிட்டு வேலை மெனக்கெட்டுத் தாமே அம் மணிமுடியைப் பெற இலங்கையின் மீது படையெடுத்திருப்பாரா என்ன? அவ்வாறு மெனக்கெட்டும் கூட இராஜசிம்மனின் மணிமுடியை அவரால் திரும்பப் பெற இயலவில்லையே என்பதனை அவரது முட்டாள் தனத்திற்கான ஓர் எடுத்துக்காட்டாகக் காட்டுவார்களா என்ன? என்றால், கேரளத்தின் நாராயணன் அவர்கள் கருதிய கொங்கு சேரர்களுடனான பாண்டியர் நட்பினை இவ் ஆய்வு முற்றிலும் மறுக்கிறது. மாறாக, அது மேலைச் சேரர்களுடனான பாண்டியர் உறவே என வலியுறுத்துகிறது. உண்மையில், மாக்கோதையின் வளநாடுகளும் கூற்றங்களும் காடுகளாலும் ஆறுகளாலும் மலைகளாலும் என இயற்கையை அரணாகப்பெற்றவை. எனின், இங்கு வந்து இராஜசிம்மனைத் தேடுவதென்பது தெரிந்தே முகத்தில் கரியைப் பூசிக்கொள்வதாக ஆகிவிடும். என்றால், எங்கேயாவது மாக்கோதை கொண்ட கோப்பரகேசரி அல்லது மாக்கோதை கொண்ட கோஇராசகேசரி எனச் சோழர்களுக்கு விருது பெயர் வழங்கப்பட்டுள்ளதைப் பார்த்திருக்கிறீர்களா? அவ்வாறே, மாக்கோதை கொண்ட அல்லது மாக்கோதை கொண்டருளிய கோச்சடையவர்மன் அல்லது மாறவர்மன் என பாண்டியர்களின் விருது பெயரைத்தான் அப்படிக் கேள்விப்பட்டோமா? இல்லைதானே! என்றால், மாக்கோதை

ஒரு தனித்த பேரரசாக ஏன் முதலாம் இராஜராஜனாலும் கூட முழுவதுமாகக் கைப்பற்ற இயலாத வலிமையைப் பெற்றிருந்துள்ளதைக் காண்க.

முதலாம் பராந்தகச் சோழனுடனான போரில் தோற்றமையால் இரண்டாம் இராஜசிம்மன் தன் தாய்வீடான சேர நாட்டிற்குச் சென்றார் என்றால், அது மாக்கோதைக்கே என்பதாகும். எனினும், தாய்வீட்டிற்கே சென்று விட்டதாக வரலாற்றாசிரியர்கள் அனைவரும் ஒரே மாதிரியாகக் கூறிவைத்துள்ளனர் என்பதை முன்பு இவ் ஆய்வில் கண்டோம். இதன் பின்னணியில் இவர்கள் சிவகாசிச் செப்பேட்டைத் தவறாகப் புரிந்துள்ளமையை உணரமுடிகிறது. ஆனால், இராஜசிம்மன் தன் தாய்வீடும் மற்றும் தம் மனைவியின் தாய்வீடுமான சேர நாட்டிற்குச் சென்றுவிட்டார் என நான் குழப்பமில்லாமல் கூறுகிறேன். இதற்குக் காரணம் சிவகாசிச் செப்பேட்டில் சொல்லப்பட்டிருக்கும் 'மானாபரணன்' எனும் அரசன் ஐயத்திற்கு இடமின்றி இரண்டாம் இராஜசிம்மனே எனக் கண்டுணர்ந்ததனால் ஆகும். ஆக, இராஜசிம்மன், ஸ்தாணு இரவியின் மகளை மணந்ததனால் இவ்விருவருக்கும் பிறந்தவனாக வீரபாண்டியனைக் குறிப்பிடுகிறது அச் செப்பேடு.

கேரள அறிஞர்களின் வரலாற்றுப்படி ஸ்தாணு இரவியின் மகளை அவரது மருமகனான விஜயராகருக்கு மணம் முடித்துத் தருகிறார். இவ் அரசி பெயர் தெரியவில்லை எனினும் கிழான் அடிகள் எனும் பொது பெயரால் அறியவியலுகிறது.[155]

மேலும் சிவகாசிச் செப்பேட்டில் வீரபாண்டியனின் தந்தையாகக் கூறப்பட்டுள்ள மானாபரணன் இராஜசிம்மனே என்பதற்கான மற்றுமொரு சான்றை இங்கு எடுத்துக்காட்ட விழைகிறேன். முள்ளி நாட்டு பிரம்மதேயமான இளங்கோய்க்குடி எனும் ஊரில் திருப்போத்துடையார் கோவிலைக் கட்டி முடித்தனர். இக் கோயிலைக் கட்டிய பெருந்தச்சனான மாணாபரணன் சேந்தனுக்கு நிலன் காலுமாக பதிற்று வேலியைச் சம்பளமாக சோழன் தலைகொண்ட கோவீரபாண்டியர் அளித்துள்ளார். சரி! தலைமைச் சிற்பியின் பெயரைக் கவனித்தீர்களா! அச்சிற்பியின் இயற்பெயர் சேந்தன். அவரின் கலைத்திறமை மதிப்பிடப்பட்டுப் பாண்டிய நாட்டிற்கான பெருந்தச்சன் எனும் பதவியை

இராஜசிம்மன் அளிக்கின்றார். அவ்வாறு அளிக்கப்படும்போது தம் விருதுபெயரான மானாபரணன் எனும் பெயரைப் பட்டமாக வழங்கிய நிலையில் அதுமுதல் அச்சிற்பி மானாபரணன் சேந்தனாக நிலை உயரப்பெற்றிருந்துள்ளார்.

என்றால், தன் தந்தையின் காலத்தில் தலைமைத் தச்சராக இருந்த அதே சிற்பியே தமது ஆட்சிக்காலத்திலும் மூத்தக் கலைஞராக இருந்துள்ள நிலையில் அவரே இக்கோயிலைக் கட்டியுள்ளார் என்பதாகும்.

கேரள வரலாற்றுப் பார்வைக்கெதிரான மறுப்பு

கேரள அறிஞர் நாராயணன் அவர்கள் பாண்டியர், கொங்கு சேரருடன்தான் நட்பும் மண உறவும் வைத்திருந்தனர் என நம்பியுள்ளார். மட்டுமின்றி, ஸ்தாணு இரவியுடனான முதலாம் ஆதித்தனின் நட்பையும் அவர் ஆணித்தரமாக மறுத்துள்ளார். அதாவது, மாக்கோதைச் சேரர்களுடன் நட்புடன் இருந்தோர் இடைக்காலத்தின் சோழரே தவிர பாண்டியர் அல்ல என்பதாக அவரது வாதம். இதனை நூறு விழுக்காட்டிற்கும் மேலாக இவ் ஆய்வு மறுக்கிறது. அவ்வாறு மறுப்பதோடல்லாமல், இரண்டாம் ராஜசிம்மனும் அவரது தந்தை பராந்தக வீரநாரயணனும் மாக்கோதை சேரர்களிடமே நட்பும் மண உறவும் வைத்திருந்தனர் என உறுதியாகவும் கூறுகிறது. இதற்கான மற்றுமொரு சான்றினை முன்வைக்கவியலும்.

மேற்கூறியதற்கிணங்க, திருப்பூவனம் எனும் ஊர் மதுரை - இராமநாதபுரம் நெடுஞ்சாலையில் 20 கி.மீட்டர் தொலைவில் அமைந்துள்ளது. இவ்வூரில் அமைந்துள்ள சிவன் கோயிலானது இரண்டாம் இராஜசிம்மனின் காலத்தில் கற்றளியாக மாற்றப்பட்டதாகும். இன்று அக்கோயில் பல்வேறு காலகட்டத்தின்படியான திருப்பணிகளால் நவீனமாகக் காட்சியளித்தாலும் கூட, அதனில் இருப்புற்றிருக்கும் அதனின் தோற்றகாலத்திய எச்சங்கள் அதன் பழமையை வலிது உணர்த்துவதாயுள்ளன. இதனை நேரிடையாகச் சென்று கண்ட பின்னரே எழுதுகிறேன். மேலும், அக்கோயிலின் மிகப் பழைய கல்வெட்டொன்றை வரலாற்று ஆய்வாளர் திரு. வேதாச்சலம்

அவர்கள் கண்டும் படித்துமுள்ள நிலையில் அது இராஜசிம்மனின் கல்வெட்டாகவே இருந்துள்ளது. ஆக, அக்கல்வெட்டில்தான் வலிமையானதொரு வரலாற்றுச் சிறப்புமிக்கத் தரவொன்று கிடைத்துள்ள நிலையில் அதனைத் தலைமேல் வைத்துக் கொண்டாடவேண்டிய குதூகலம் என்னுள்! அக் குதூகலத்தின் காரணம்; அக்கோயிலை இராஜசிம்மன் எழுப்பிய காலத்திலேயே அவரின் சமகாலத்தவரான 'கோதை கோதை ரவி' எனும் மாக்கோதையின் சேர அரசன் வந்து வழிபட்டிருக்கின்றார். இதனைத்தான் அக்கல்வெட்டு குறிப்பிடுகிறது. என்றால், இதைவிட வேறென்ன வேண்டும்-கேரள அறிஞர்களின் வரலாற்றுப் பார்வையை மறுக்க?

ஸ்தாணு இரவி இரண்டாம் இராஜசிம்மனின் ஆட்சிக் காலத்தின்போதான சமகாலத்தவராக இல்லைதான் எனினும், அவர், அதே இராஜசிம்மன் சிறுவனாகவும் இளைஞனாகவும் இருந்தபோதே சமகாலத்தவராக இருந்தவர். இதனால், இராஜசிம்மனின் தந்தையான பராந்தக வீரநாராயணனுடன் அவர் நட்புடன் இருந்துள்ளார் என்பது தெளிவு. என்றால், மேற்குறிப்பிட்டுள்ளவாறே மாக்கோதைச் சேரர்களே பாண்டியர்களுடன் நட்பும் உறவும் கொண்டிருந்தனர் என்பது இவ் ஆய்வின் வெகுபுரிதல். இதற்கிணங்க, ஸ்தாணு இரவியின் தமக்கையைப் பராந்தக வீரநாராயணன் திருமணம் செய்துள்ள நிலையில் மைத்துனராகவும் அவர் இருந்த உறவுமுறை. அதாவது, தமக்கு முன் ஆண்ட ராம ராஜசேகரன் என்பவர் ஸ்தாணு இரவிக்குத் தந்தையாக இருப்பாரேயானால் முதலாமவரின் மகள் இவருக்குத் தமக்கை எனும் கோணத்தில் அவ்வாறு கூறியிருக்கிறேன். உத்தேசம்தான்! ஆனால், பொருந்துகிறது. உறவு முறையும் அவ்வாறே மிகச் சரியாகப் பொருந்தி வருவதையும் கவனிக்கலாம். ஆகையினால்தான், தன் தமக்கையின் மகனான இராஜசிம்மனுக்கு ஸ்தாணு இரவி தன் மகளை மணம் முடித்துக் கொடுத்துள்ளார். ஆக, இராஜசிம்மனுக்கும் ஸ்தாணு இரவியின் மகளான சேர இளவரசிக்கும் பிறந்தவராக சோழனின் தலைகொண்ட வீரபாண்டியனை இனி அறிதல்வேண்டும். ஆனால், கேரளர் எழுதிய வரலாற்றிடையே இப்படியான செய்திகள் ஏதும் எழுதப்படவில்லை. ஏனெனில், பின்னர் கண்டுபிடிக்கப்பட்ட

சிவகாசிச் செப்பேட்டை அவர்கள் அறிந்தவர்களாக இல்லை. உண்மையில், திருப்பூவனத்து இராஜசிம்மனின் கல்வெட்டையும் அவர்களுக்குத் தெரியாது. ஒருவேளை, எனது இவ் ஆய்வு நூல் அவர்களுக்குக் கிடைக்குமேயானல் அவர்கள் எழுதி வைத்துள்ள வரலாறுகள் ஆங்காங்கே இனித் திருத்தப்படவேண்டியிருக்கும் என்பது புறந்தள்ளவியலாத உண்மை.

சரி! ஸ்தாணு இரவிக்கு எத்தனை மகள்கள்தான் இருந்தனர்? ஏனெனில், தன் மருமகன் கோதை ரவி விஜயராகனுக்கும் முதலாம் பராந்தக சோழனுக்கும் பாண்டியன் இரண்டாம் இராஜசிம்மனுக்கும் என இம்மூவருக்கும் பெண் கொடுத்துள்ளார். என்றால், அப் பெண்கள் அவரின் வெவ்வேறு மனைவிகளுக்குப் பிறந்தவர்களாகலாம். அம்மூன்று மகள்கள் மட்டுமின்றி, ஸ்தாணுவின் கடைசி ஆட்சிக் காலகட்டத்தில்தான் ஆண் மகவு ஒன்றும் அவருக்குப் பிறந்திருந்தது. ஆட்சியிலிருந்து அவர் ஓய்வுபெறும்போது அவ் ஆண் குழந்தை கைக்குழந்தையாகவே இருத்தல்வேண்டும். எனவேதான், தனக்குப்பின் தன் மருமகனை ஆட்சியில் அமர்த்திய நிலையில் தன் மகளையும் பட்டத்தரசியாக்கியிருக்கிறார்.

வரலாற்றுப் பிரகடனம்

வீரபாண்டியன் இராஜசிம்மனின் மகன் என்பது முன்னமேயே அறிந்த ஒன்றுதான். எனினும், வீரபாண்டியனை ஸ்தாணு இரவியின் மகள்வழி பெயரன் எனப் பிரகடனப்படுத்துகிறது இவ் ஆய்வு. என்றால் இனி, வீரபாண்டியனின் பெற்றோர் இரண்டாம் இராஜசிம்மனும் (ஸ்தாணு) இரவிநீலியும் எனச் சொல்லவேண்டிய தேவையேயில்லை. அவ்வாறு இரவிநீலி என அவரின் பெயரை நாம் உறுதி செய்திருப்பது என்பது ஜமீன் இலந்தைக்குளத்தின் தூம்புக் கல்வெட்டில் குறிப்பிடப்பட்டிருக்கும் நீலியூர் எனும் ஊர்ப்பெயரின் அடிப்படையினால் ஆகும். இஃதோர் பிரம்மதேய ஊர். நூறு விழுக்காட்டளவில் அவ்வாறு இதனை உறுதிசெய்வதோடு மட்டுமின்றி, சொல்லாமல் விடப்பட்டுள்ள இப் புதிய வரலாற்றுச் செய்தியை இந்நூலின் மூலம் முதன்முதலாகவும் தருகிறது இவ் ஆய்வு.

நீலி

சங்கரன் கோவில் வட்டத்தில் 'நீலிநல்லூர்' எனும் ஓர் ஊர் அமைந்திருக்கிறது. இதன் பெயர்க்காரணம் உண்மையில் நெருடுகிறது. முன்பு பராந்தக வீரநாராயணனின் பட்டத்தரசியான சேர இளவரசியின் பெயரில் 'சேரன் மாதேவி மங்கலம்' எனும் பிரம்மதேயம் உருவாக்கப்பட்டிருந்ததாகத் தகவல்கள் அறியக்கிடைக்கின்றன. அவ்வாறே, மற்றொரு சேர இளவரசியானவர் பாண்டியரின் பட்டத்தரசியாக ஆன நிலையில் அவரது பெயரிலும் ஒரு பிரம்மதேயம் உருவாக்கப்பட்டிருந்துள்ளது போலும். ஆக, அவ் இளவரசியின் பெயரை நான் 'நீலி' என்கிறேன். எனின், அந் நீலியின் பெயரால்தான் 'நீலிநல்லூர்' எனும் பிரம்மதேயம் உருவாக்கப்பட்டிருந்துள்ளது என்பது இவ் ஆய்வின் உறுதி. ஓர் ஊரானது நல்லூர் எனும் பெயரைப் பின்னொட்டாகக் கொண்டிருக்குமேயானால் அது புதியதாக நிர்மாணிக்கப்பட்ட ஊர் எனப் புரிந்துகொள்ளலாம். இன்று அண்ணா நகர், எம்.ஜி. ஆர். நகர், கலைஞர் கருணாநிதி நகர் என இப் பகுதிகள் நகர் எனும் பின்னொட்டுச்சொல்லுடன் அமைந்துள்ள நிலையில் அவை முந்தைய நல்லூர்களைப் பிரதிபலிப்பவை. நல்லூர் இன்று நகர் என மாற்றம் கொண்டுள்ளது. அல்லது தனித்து அமைக்கப்பட்ட ஊர்களை நல்லூர் என்றும் ஒரு பெரு நகரத்தின் விரிவாக்கமாய் அமையும் ஊர்களை நகர் எனவும் புரிந்துகொள்ளலாம். எனினும், இப்போது புதிய ஊர்கள் அமைவது அரிதே.

மேலும், நீலி, சேர இளவரசியின் பெயர் என்பதை முதலாம் பராந்தகனின் 29-ஆம் ஆட்சியாண்டின் திருவொற்றியூர் கல்வெட்டால் அறியப்பெறுகிறோம்.[156] இவர் பராந்தகனின் மனைவியாகவே இருத்தல்வேண்டும். இந் நீலி கோதை ரவி விஜயராகனின் மகள் என்பதை அக்கல்வெட்டு கூறுகிறது. ஆக, இக்கல்வெட்டை வைத்துதான் இரவி நீலி பராந்தகனின் மனைவியாக இருத்தல்வேண்டும் என ஊகிக்கவியலுகிறது. இவரையும் இரவி நீலி என அழைக்கப்பட்டிருந்ததாக அறிஞர் M.G.S. நாராயணன் குறிப்பிடுகிறார்.[157] என்றால், முன்னமேயே இரவி நீலி எனும் பெயர் வேறு ஒருவருக்கு இருந்துள்ளதை உணரவியலுகிறது. அந்த வேறு ஒருவரின் பெயர்தான் இலந்தைக் குளத்தின் கல்வெட்டில் பொறிக்கப்பட்டுள்ளது என்கிறது இவ்

ஆய்வு. இவ்வாறு தெரிந்தும் தெரியாமலும் கிடக்கும் வரலாற்றின் இடையேயான இடைவெளிகள் தீண்டப்படாமல் மண்டிக் கிடக்கின்றன.

சங்கரன் கோவிலிலிருந்து திருநெல்வேலி செல்லும் தேசிய நெடுஞ்சாலையில் அமைந்துள்ளது மேற்குறிப்பிடப்பட்டிருக்கும் ஜமீன் இலந்தைக்குளம். அண்மையில்தான் (10-06-2022) நான் இவ்வூர் வழியாக திருநெல்வேலி சென்றேன். இவ் இலந்தைக் குளத்தில் அமைந்துள்ள தூம்பு ஒன்றில் சோழன் தலைகொண்ட வீரபாண்டியனின் கல்வெட்டு பொறிக்கப்பட்டுள்ளது. அதில்தான் நெச்சுறநாட்டுப் பிரமதேயமான 'நீலிநல்லூர்' குறிப்பிடப்படுகிறது. நெச்சுறநாடு சங்கரன் கோயிலாக இருத்தல்வேண்டும் என இக்கல்வெட்டை முதன்முதலாகக் கண்டும் படிக்கவும் செய்த தொல்லியலாளர்களின் கருத்து. அண்மையில்தான் இக்கல்வெட்டு கண்டுபிடிக்கப்பட்டுள்ளமை குறிப்பிடத்தக்கது. முதலாம் பராந்தக சோழனின் மனைவியருள் சேர இளவரசியும் ஒருவர். இவருக்குப் பிறந்தவரே முதலாம் இராஜராஜனின் பாட்டனான அரிஞ்சயன் ஆவார்.[158] இச் சேர இளவரசியின் பெயர் கிழான் அடிகள் என அறியப்படுகிறது.[159] விஜயராகனின் பட்டத்தரசியின் பெயரும் கிழான் அடிகள்தான். இவ் இளவரசி ஸ்தாணு இரவியின் மகளாக ஐயத்திற்கு இடமின்றி அறியப்படுபவர். கிழான் அடிகள் எனும் சேர இளவரசியின் பெயர் ஸ்தாணு இரவியின் கல்வெட்டிலும், விஜயராகனின் கல்வெட்டிலும், முதலாம் பராந்தகனின் 29-ஆம் ஆட்சியாண்டின் திருவொற்றியூர் கல்வெட்டிலும் குறிப்பிடப்பட்டுள்ள நிலையில் மேற்குறிப்பிட்டுள்ளது போல அது மாக்கோதையின் சேர இளவரசிகளுக்கே உரித்தான பொதுப்பெயர் என்பதறிக. இது பொதுப்பெயர் என உறுதிபடுத்துவதற்கு முன்னர் எழுதிய நீலகண்ட சாஸ்திரி வேறுமாதிரி எழுதியிருப்பார்.

பழையனூர் நீலி

சைவச்செம்மலான திருஞானசம்பந்தர் தொட்டு, இன்றைய நவீன எழுத்தாளர் ஜெயமோகனாலும் எடுத்தாளப்பட்டுள்ளது பழையனூர் நீலியின் தொன்மம். எனின், இத்தொன்மத்தில் வழங்கப்படும் நீலி எனும் பாத்திரத்தின் பெயர் மேற்குறிப்பிடப்பட்டுள்ள நீலி எனும் சேர இளவரசியருக்குப் பின்னர் அஃதோர் பொது மரபின்படியான பெயராவே புழங்கியிருந்ததாக அறியலாம்.

வீரபாண்டியனின் தாய் - நீலி

மேலே விவாதிக்கப்பட்டுள்ளதற்கு இணங்க, வீரபாண்டியனுக்கும் முன்பே நீலிநல்லூர் எனும் ஊர் பிரம்மதேயமாக இருந்துள்ளது. என்றால், அது அவரது தாயின் பெயரால் கொடையளிக்கப்பட்ட ஊராகும். அவரது தந்தையான இரண்டாம் இராஜசிம்மன் இவ்வூரினைத் தம் பட்டத்தரசியின் பெயரில் பிரம்மதேயமாக அவ்வாறு கொடையளித்திருப்பார் என இனி அறியலாம். பிற எவ்விதச் சான்றுகளும் இதற்கு இனி தேவைப்படாது என்கிறேன். மட்டுமின்றி, கோமாறஞ்சடையனான இராஜசிம்மனின் கல்வெட்டுகள் அதே நீலிநல்லூரின் கண்மாயில் இடம்பெற்றுள்ள நடுமடை மற்றும் கடைமடைத் தூண்களில் காணப்படுகின்றன. நடுமடைத்தூண் ஏழாம் ஆட்சியாண்டிலும் கடைமடைத்தூண் நான்காம் ஆட்சியாண்டிலும் வெட்டப்பட்டவை. இக் கடைமடைத்தூணின் கல்வெட்டில் அவ்வூரின் பெயர் நீலிநல்லூர் என்றே குறிப்பிடப்பட்டுள்ளது.[உ] என்றால், அவ்வூர் இராஜசிம்மனின் அதே நான்காம் ஆட்சியாண்டின் முற்பகுதியிலோ அல்லது அவரின் முதலாம் மற்றும் மூன்றாம் ஆட்சியாண்டுகளுக்கிடையிலோ தனது பட்டத்தரசியின் பெயரால் நீலிநல்லூர் என வழங்கப்பட்டிருந்துள்ளது என இனிப் புரிந்துகொள்ளலாம்.

வீரபாண்டியன்

வீரபாண்டியன் என்ற பெயர் கொண்ட பாண்டிய அரசருள் இவரே அப்பெயரை முதலாவதாகப் பெற்றிருந்தவர். சோழவேந்தன் இரண்டாம் பராந்தகனின் சார்பில் இவர் மீது போர்தொடுத்த சோழ இளவரசனின் தலையை இவர் கொய்துள்ளார். இதனால்தான், இவருக்கு இத்தகைய சிறப்புப் பெயர். மட்டுமின்றி, இவரே 'சோழாந்தகன்' என்ற பெயரைப் பெற்றிருந்தவர். 'சோழர்குலத்திற்கே எமன் போன்றவன்' எனும் பொருளில் அப்படியான பெயர். அவ்வாறு உறுதியாக இதனைக் கூறுவதற்கு இவரது ஏழாம் ஆட்சியாண்டில் வெளியிடப்பட்டுள்ள கல்வெட்டொன்று சான்றாக உதவுகிறது. அக்கல்வெட்டு, பள்ளிமடம் எனும் ஊரின்கண் அமைந்துள்ள காலநாதசுவாமி

கோயிலின் மேற்குச் சுவரில் காணப்படுகிறது. இக்கோயிலுக்கு நான் அண்மையில் சென்றிருந்தேன். இக்கோயில் இடைநாழி இல்லாமல் நேரடியாக முகமண்டபத்துடன் அமைக்கப்பட்டுள்ளதைக் காணநேர்ந்தது. ஆக, இம் முகமண்டபத்தினை அடுத்தே ஓர் இடைநாழி இடம்பெற்றுள்ள நிலையில் அதனை ஒட்டி முன்புறமாக மகாமண்டபம் அமைக்கப்பட்டுள்ளமைக் குறிப்பிடத்தக்கது. இக்கோயிலின் சுவர்ப்பகுதிக்குக் கீழே இடம்பெற்றுள்ள அடியம் எனும் அதிட்டானத்தின் மேற்புறத்தில் மற்றுமொரு பட்டிகை அமைந்துள்ளது. இதனால், இரட்டைப் பட்டிகையுடன் அமைந்துள்ள அவ் அதிட்டானத்தின் கீழ் பட்டிகையில்தான் கல்வெட்டுகளைப் பொறித்துள்ளனர். என்றால், மேலுள்ள பட்டிகையைப் பிந்தைய வேதிகை அமைவிற்கான முன்னோட்டமாக எடுத்துக்கொள்ளலாம் கூட. மேலும், இடை அடியம் எனும் ஜகதியிலும் கல்வெட்டுகள் இருந்திருக்கக்கூடும், ஆனால், தற்போதைய (2022-ஆம் ஆண்டு) தரை அமைவின்படி அடியத்தின் உபரி பட்டிகை, மேல் நிற்க, உரிய பட்டிகை மட்டுமே ஒன்றும் பாதியுமாகத் தெரிகிற நிலையில் அவற்றுள் பத்தாம் நூற்றாண்டிற்குரிய எழுத்தமைதியிலான கல்வெட்டின் ஓரிரு வரிகளைக் காணமுடிகிறது. அவ்வகையில் தென்புற அடியத்துப் பட்டிகையின் மேற்புறம் மற்றும் முகப்புறத்தில் வீரபாண்டியன் கல்வெட்டின் தொடக்க வரிகளைக் காணவியலும். இக்கல்வெட்டில்தான் வீரபாண்டியனின் நான்காம் ஆட்சியாண்டின்போது வெட்டப்பட்ட கல்வெட்டுச் செய்தி இடம்பெற்றுள்ளது என்பது குறிப்பிடத்தக்கது.

இக்கோயில் தற்போது காலநாதசுவாமி கோயில் என்று அழைக்கப்படுகிறது. பள்ளிப்படைக் கோயிலான சுந்த ரபாண்டீஸ்வரம் எனும் இதன் பெயரை வழக்கொழிப்பதற்காகவே திணிக்கப்பட்டதாகத் தற்போதையைப் பெயர் தெரிந்தாலும் கூட ஆங்கே வன்பிரிவின்படியான காளாமுக வழிபாடும் நடந்திருந்தமையை அறியமுடிகிறது. இதன்படி அக்கோயில் தமக்கான இரண்டாவது பெயரையும் பெற்றிருந்துள்ளது எனலாம். மட்டுமின்றி, பள்ளிப்படை எனும் அதனின் உரிய பெயர் இன்று பள்ளிமடம் எனத் திரிபுற்றிருப்பதாகக் காணப்பட்டாலும் ஆனால், வழக்கமான வாய்போக்கின்படி அது திரிபுற்றதாக இல்லை. அதாவது, பள்ளிப்படை = பளிபட = பள்பட = பள்ட

= பள்டை எனத் திரிபுறாமல் பள்ளிமடம் என நோக்கத்துடன் அழைக்கப்படுவதாகவே அறியமுடிகிறது. மட்டுமின்றி, வீரபாண்டியன் கல்வெட்டுகளிலேயே அவ்வாறு பள்ளிப்படை என்றும் பள்ளி மடம் என்றும் இருபடவே எழுதப்பட்டிருப்பதையும் காணவியலும்.

இப் பள்ளிப்படைக்கோயில் அமைந்திருக்கும் திருச்சுழியல் எனும் ஊர் அருப்புக்கோட்டை வட்டத்தில் இடம்பெற்றதாகும். வீரபாண்டியனின் நான்காம் ஆட்சியாண்டின் கல்வெட்டினைத் தவிர அவரது பதின்மூன்றாம் ஆட்சியாண்டின் கல்வெட்டானது, 'சுந்தரபாண்டிய ஈஸ்வரம்' எனும் இப் பள்ளிப்படைக் கோயிலில் அமையப்பெற்ற மஹாவிராட்டியார் மடத்திற்கு நொந்தா விளக்கெரிக்க, இருபது ஆடுகளைக் கொடையாகக் கொடுத்ததைக் கூறுகிறது. மட்டுமின்றி, அவற்றின் மூலம் பெறப்படுகிற நெய்யின் அளவைக் குறிப்பிடும்போது முகத்தல் அளவைக்குரிய கலமாக 'சோழாந்தக நாழி' குறிப்பிடப்பட்டுள்ளது.[160] நாழியை இன்றைய மரக்கால் அல்லது குறுணி எனப் புரிந்துகொள்ளலாம். வீரபாண்டியனால் வெளியிடப்பட்ட கல்வெட்டில் அவரது ஆட்சியில் பின்பற்றப்பட்ட முகத்தல் அளவையான நாழிக்குத் தனது பெயரையே அவர் வழங்கியிருந்தார் என்பது குறிப்பிடத்தக்கது. ஆக, அவரது சிறப்புப்பெயரான சோழாந்தகனை முன்னிட்டு 'சோழாந்தக நாழி' என அம் முகத்தல் அளவை வழங்கப்பட்டிருந்தது என்பதாகும். எனவே, இதற்கும் முந்தைய வரலாற்று ஆய்வுகள் வெவ்வேறு மற்றும் தொலைவுக் காரணங்களால் இவ் வீரபாண்டியனே சோழாந்தகனாக இருத்தல்வேண்டும் என ஒருவாறு ஐயத்துடனேயே உறுதிக் கூறியிருப்பதை அறியலாம். எவ்வாறெனினும், இப் புதிய ஆய்வு மேலும் உற்று நோக்கிய நிலையில் மேற்சொன்ன அம் முதன்மைச்சான்றின் வழி நல்ல தெளிவினைத் தந்துள்ளது. என்றால், இனி இந்தக் குழப்பம் தொடரத்தேவையில்லை என்கிறேன்.

சரி!

முதலாம் குலோத்துங்கன் தமது 17-ஆம் ஆட்சியாண்டில் எல்லாப் போர்களையும் முடித்திருந்த நிலையில் எதிரிகளே இல்லாத நிலை. இதனால், சலனமற்ற அமைதியான சூழலில் அப்போதைய சோழ நாடு. இப்படியான சீற்றமற்ற அவரது

அமைதியைப் பயன்படுத்தி பாண்டியர், மீண்டும் சோழ மேலாண்மையில் இருந்து விடுபட எத்தனித்தனர். இதனால், சொந்த நாட்டைச் சுதந்திரமாக ஆளக் கிளர்ச்சிகள் செய்தவண்ணம் இருந்துள்ளனர். அதாவது, ஐந்து சிற்றரசர்களாக சோழருக்குக் கீழ்ப்பணிந்து ஆண்டிருந்துள்ள நிலையில் அவர்கள் செய்த கிளர்ச்சி சலனமற்று இருந்த குலோத்துங்கனை மீண்டும் சினத்தில் ஆழ்த்தியது. ஆகையினால், அவர்களை அழித்தொழிக்க வீராவேசம் கொண்டவராய்ப் பெரும்படையுடன் பாண்டிய நாட்டின் மீது போர்த் தொடுத்துள்ளார். மதுரையில் நுழைந்தவுடன் முதலாக எதிர்கொண்ட குலசேகரனின் தலையைக் கொய்தெறிந்தார். இக் கொடூரத் தாக்குதலால் அஞ்சி நடுங்கிய பாண்டியர் பிற நால்வரும் காட்டுக்குள் ஓடி ஒளிந்து உயிர்பிழைத்தனர். என்றால், அக் குலசேகரனின் தலையே மதுரை நகரின் புறத்தே பருந்துகளுக்கான இரையாக வீசியெறியப்பட்டிருந்தது என இனி புரிந்துகொள்ளலாம்.

சரி! சரி! எதனின் அடிப்படையில்?

சரி! எதனின் அடிப்படையில் அவ்வாறு குலோத்துங்கனால் தலை கொய்யப்பட்ட குலசேகரனை பராக்கிரமன் மற்றும் சிரீவல்லபனின் தந்தை என்கிறீர் எனக் கேட்கலாம்! ஆனால், இதற்கான விடையை சிரீவல்லபனின் பதினோராம் ஆட்சியாண்டின் குருவித்துறைக் கல்வெட்டு கூறுகிறது. நேரடியாகக் கூறவில்லைதான். எனினும், அதனில் மறைந்து நிற்கும் அதற்கான உண்மையை வெளிக்கொணர முடிந்தது. அதாவது, தமது பதினோராம் ஆட்சியாண்டில் அவர் (தம் தந்தையின் பெயரில்) பிரம்மதேயமாக ஒரு சதுர்வேதி மங்கலத்தை அமைத்துக்கொடுக்கின்றார். ஆக, குலசேகரமங்கலம் என்பது அதன் பெயர்.[161]

கண்டிப்பாக அது அவர்தம் தந்தையின் பெயரால் அமைக்கப்பட்ட சதுர்வேதி மங்கலமே. இதில் ஐயம் வீணே. உண்மையில், தந்தை அல்லது தமையனுக்குத்தான் அவர்களின் இளையவர்களால் அவ்வாறு நன்றியுடன் சதுர்வேதி மங்கலங்களை அமைத்துக் கொடுக்கவியலும்.

பராக்கிரம பாண்டியன், சோழவந்தானுக்கு அடுத்துள்ள தென்கரை எனும் ஊரில் சிவனுக்கு ஒரு கோயிலை எழுப்பியுள்ளார்.

அக்கோயில், மூலநாதசுவாமி கோயில் என அழைக்கப்படுகிறது. இதனைக் கட்டிமுடிக்க 17 ஆண்டுகள் ஆகியுள்ளன. இதனை அக்கோயில் கல்வெட்டால் அறிந்துள்ளனர். இவ் அரசனே அக்கோயிலை எழுப்பியவர். இதனால், அவ்வூர் அவரின் பெயரில் 'பராக்கிரம பாண்டியபுரம்' என அப்போது அழைக்கப்பட்டிருந்தது. எனினும், பிந்தைய காலத்தின் நாயக்கர் ஆட்சியின்போது அவ்வூர் தென்கரை எனப் பெயர் மாற்றப்பட்டிருந்தது. இப்பெயரே தற்போதைய வழக்கத்தில் நீடித்திருப்பதாக! இஃதன்றி, பராக்கிரம பாண்டியன் தம் பெயரில் கோயில் அறக்கட்டளை ஒன்றை உருவாக்கி நடைமுறைப் படுத்தியிருந்துள்ளார். இதனைக் குருவித்துறையின் கல்வெட்டுகளால் அறியமுடிகிறது.

பராக்கிரமப் பாண்டியன், வைகை ஆற்றின் குறுக்கே அணை கட்ட முனைந்துள்ளார். ஆம்! தடுப்பணைதான். மட்டுமின்றி, இவரின் பெயரில் 'பராக்கிரம பாண்டியப் பேராறு' எனும் பாசன வாய்க்கால் ஒன்று இன்னமும் பயனளித்துக்கொண்டிருப்பதை அறியலாம். இதுவும், நாயக்கர் ஆட்சியின்போது பெயர் மாற்றப்பட்டிருந்த நிலையில் 'தென்கரைக் கால்வாய்' எனத் தற்போது அழைக்கப்படுகிறது. ஆக, 'பராக்கிரம பாண்டியபுரம்' என்பது இன்றைய தென்கரை-யே என்றும் முந்தைய 'பராக்கிரம பாண்டிய பேராறு' என்பது இன்றைய தென்கரை வாய்க்காலே என்பதும் இவ் ஆய்வு மீட்டுத்தருகிற செய்திகளாகும். இஃதன்றி, மதுரையை ஆண்டுகொண்டிருக்கும் இளையவரான சீவல்லபனின் பெயரில் 'சீவல்லபப் பேராறு' எனும் புதிய பாசன வாய்க்கால் ஒன்றிற்கு இடம் ஒதுக்கப்படுகிறது. அவ் வாய்க்கால் வெட்டப்பட்டுப் பயன்பாட்டுக்கும் வந்த நிலையில் அதற்கான வரிவிதிப்பைக் குருவித்துறை சித்திரரத வல்லபப் பெருமாள் கோவிலில் இடம்பெற்றுள்ள தென்புற கல்வெட்டுக் கூறுகிறது. அக்கல்வெட்டில், மேற்குறிப்பிடப்படுள்ள 'பராக்கிரமப் பாண்டியன் கட்டளை'யின்படி முன்பு தேவதானமாக அளித்திருந்த இடத்தை மீண்டும் விளைநிலமாகவும் அந் நீள் நெடு புதிய விளை நிலத்திற்கான பாசன வாய்க்காலையும் (ஸ்ரீ வல்லபப் பேராறு) சிரீவல்லபன் வெட்டித்தந்த நிலையில் அந் நிலத்திற்கும் அந் நிலத்தில் விளையும் விளைச்சலுக்குமான வரி விதிப்பை அரசன் ஆணையிடுகிற நிலையில் அச் செய்தியை அக் கல்வெட்டு கூறுகிறது. என்றால், பராக்கிரம பாண்டியன், ஸ்ரீ வல்லபனுக்கு

முன்பே மதுரையை ஆண்டுகொண்டிருக்கிறார் என்பதாகத் தரவுகள் மூளுகின்றன. இங்கு பராக்கிரம பாண்டியன் கட்டளையை பராக்கிரம பாண்டியன் ஆணை எனச் சிலர் குழம்ப நேரும். ஆக, கட்டளை என்றால் 'கோயில் அறம்' என்றும் பொருளும் உண்டு.[162]

முதலாம் குலோத்துங்கன் பாண்டியர் மீது பொ.ஆ. 1081-ல் போர்தொடுத்திருக்கிறார். குலோத்துங்கனுக்கு அது 11-ஆவது ஆட்சியாண்டு. இக்கருத்தினை அறிஞர் சீவெல்லும் கருதியுள்ளார். அதாவது, 1084-க்கு சற்று முந்தைய ஆண்டுகளிடையேதான் குலோத்துங்கன், பாண்டியர் ஐவர் மீது போர்த்தொடுத்து வென்றிருக்கின்றார் என்கிறார். கிட்டத்தட்ட நெருக்கிச் சொல்லப்பட்டுள்ள பன்மை ஆண்டுகள்.[163] நாம் இன்னமும் நெருங்கி அவ் ஆண்டினை, குறிப்பிட்ட ஒற்றை ஆண்டாக பொ.ஆ. 1081 என்கிறோம்.

போரில் பாண்டியர்களைக் காட்டுக்குத் துரத்தியடித்தது மட்டுமல்லாமல் வெற்றித்தூண்களையும் ஆங்காங்கே குலோத்துங்கன் நிறுவிச் சென்றுள்ளார். மேற்சொன்னவாறு, குலோத்துங்கன் இப்போரில், தன்னை எதிர்க்கொண்டு மோதிய பாண்டியனின் கரிய தலையை வெட்டி நகரின் புறத்தே கடாசிச் சென்றுள்ளார். இதனால், அச்சம் கொண்ட ஏனைய மண்டலத்தின் பிற பாண்டிய அரசர்கள் புறமுதுகிட்டு ஓடியுள்ளனர். குலோத்துங்கனின் மூன்றாம் மெய்க்கீர்த்தியில் இடம்பெற்றுள்ள "தென்னவன் கருந்தலை பருந்தலைத் திடத்தன் பொன்னகர்ப் புறத்திடைக் கிடப்ப'' எனும் அடிகளால் மதுரையை ஆண்ட பாண்டிய மன்னனைக் குலோத்துங்கன் தலை அரிந்து வீசியமை தெரிகிறது.

ஆக, 1081 ஆம் ஆண்டுப்போரில் கொல்லப்பட்டவனை அடுத்து மீண்டும் பாண்டியர்கள் ஆட்சியை அமைத்தனரா எனச் சொல்வதற்கில்லை. பாண்டியனின் இழப்பு பேரிழப்பாகி மீளவியலாத நிலையை உருவாக்கி இருத்தல்வேண்டும். இவ் ஆய்வைப்பொருத்தவரை அப்போது பராக்கிரமனும் சிரீவல்லபனும் பதின்ம பருவத்தினராக இருந்துள்ளனர். அவ்விருவரும் இளைஞர்களாக மாறும் வரை அவ் ஏழாண்டுகள் பொறுமையின் பேரில் கடந்து சென்றதாக ஊகிக்கவியலுகிறது.

இதனை சரி என்கிறது பராக்கிரமன் ஆட்சிப்பொறுப்பேற்ற 1087-ஆம் ஆண்டு. ஆக, பராக்கிரமனுக்குத் தம் தந்தை குலசேகர பாண்டியன் கொலை செய்யப்பட்டபோது அகவை 17 என வைத்துக்கொண்டால் அவர் தமது 25-ஆம் அகவையின்போதுதான் அரச பொறுப்பை ஏற்றிருக்கிறார் என்பதாகும். இவர், 1114 வரை ஆண்டிருத்தற்கூடும். எனினும், சீவல்லபன் 1091இலேயே இளவரசராகப் பட்டம் சூட்டப்பெற்றுள்ளார். இளவரசர்தான் எனினும், பின்னர், இணையரசராக உயர்த்தப்பட்டவர். இதற்கு எடுத்துக்காட்டாக, முதலாம் இராஜேந்திர சோழன் ஆட்சியில் இருக்கும்போதே தன் முதலாம் மகன் முதலாம் இராஜாதிராஜாவை இணையரசராக ஆக்கியிருந்துள்ள நிலையில் அவரது கல்வெட்டுகளும் அப்போதிலிருந்தே இடம்பெற்றிருந்தமையை அறியலாம். முதலாம் இராஜாதிராஜா அரசராக இருந்தபோது தம் தம்பி இரண்டாம் இராஜேந்திரனை இணையரசராகப் பொறுப்பில் அமர்த்தியதையும் கருத்தில்கொள்ளவேண்டும். ஸ்ரீவல்லபன் 1093ல் தாம் எழுப்பிய கோயிலில் தம் கல்வெட்டுகளையே பொறித்துள்ளார் என்பதும் குறிப்பிடத்தக்கது. ஆக, சோழர் பின்பற்றிய இணையரசர் மரபையே பின்பற்றித்தான் பராக்கிரம பாண்டியன் தாம் அரசனாக இருந்தபோதிலும் இணையரசனாக சீவல்லபனுக்குச் சடையவர்மன் எனப் பட்டஞ்சூட்டி ஆட்சிப்பொறுப்பையும் பகிர்ந்தளித்துள்ளார். என்றால், சீவல்லபனுக்குப் பராக்கிரமன் தந்தை என்பதைவிட தமையன் என்பதே சாலப்பொருந்துகிறது. பராக்கிரமனும் சீவல்லபனும் குலோத்துங்கனுடன் இணக்கமாகவும் உண்மையாகவும் கீழ்ப்பணிந்தும் இருந்துள்ளனர். எனவேதான், அவர்களால் கல்லணை கட்டவும் பாசன வாய்க்கால்களை வெட்டி வேளாண் வளம்பெறச் செய்யவும் இயன்றது. இதனால், பாண்டிய நாடு குழப்பங்கள் ஏதுமின்றி அமைதியாகவே இருந்துள்ளது. எனவேதான், இவர்களால் சமூகநலனில் முழுக் கவனம் செலுத்தவியன்றது. இது தவிர, அதே கோவிலில் பொறிக்கப்பட்டுள்ள ஸ்ரீ வல்லபனின் 16ஆம் ஆட்சியாண்டு கல்வெட்டில் குலசேகரமங்கலம் குறிப்பிடப்படுகிறது. என்றால், குலோத்துங்க சோழனால் தலைத் துண்டிக்கப்பட்டவர் சடையவர்மன் குலசேகர பாண்டியனாகவே இருத்தல்வேண்டும். இவரின் புதல்வர்களே பராக்கிரமன் மற்றும் சீவல்லபன் எனத்

துணிவதில் தவறேதும் இருப்பதாகத் தெரியவில்லை. மட்டுமின்றி, இக் கல்வெட்டில் ஆணத்தியாகச் சொல்லப்படுபவர் பராக்கிரம பாண்டிய உத்தர மந்திரி ஆவார். இவரின் பெயரைக்கொண்டே இவரை முதன்மை அரசனான பராக்கிரமனின் அமைச்சர் என அறியலாம்.

ஆக, பல்வேறு ஆலோசனைக்குப் பின்பே தம் தந்தையைக் கொன்ற குலோத்துங்கனைப் பழி வாங்க எண்ணாமல் பராக்கிரமனும் சிரீவல்லபனும் இணக்கம் வேண்டி குலோத்துங்கனைச் சந்தித்துள்ளனர். இவர்களின் நன் நம்பிக்கை யுடனான அணுகுமுறையை குலோத்துங்கன் ஆமோதித்துப் பரிசீலித்திருப்பதாகத் தெரிகிறது. எவ்வித இடையூறுகளும் கிளர்ச்சிகளும் ஏற்படுத்தாமல் சிற்றரசர்களாகாகவே குலோத் துங்கனுக்குக் கீழ்ப்பணிந்து தங்களது நாட்டை ஆள விரும்புவதாக பாண்டியர் அவ் இருவரும் உறுதி அளித்தமைப் புலனாகிறது. ஆக, கொடுத்த வாக்கினை அவ்வாறே அவ் இருவரும் காப்பாற்றியிருந்தனர் என்பதனை எவ்வித எதிர்மறைச் சலனமுமற்ற அவர்களின் 34 ஆண்டுகால ஆட்சியின் காட்சிகள் மெய்ப்பித்திருப்பதைக் கல்வெட்டுகளின் வழியே அறியவியலும்.

சோழாந்தக சதுர்வேதி மங்கலம்

சோழவந்தான் எனும் இவ்வூரின் பெயரை அவ்வாறு சோழாந்தக சதுர்வேதி மங்கலம் என மாற்றியமைத்தவர்களாக இருவேறு அரசர்களைக் கருதியுள்ளனர். குருவித்துறையும் சோழவந்தான் சதுர்வேதி மங்கலமாகவும் அல்லது அதனின் ஒரு பகுதியாகவும் இருக்கலாம் என்றும் கருதப்பட்டுள்ளது.[164] இதன்படி இவ்வூர்களுக்கு அவ்வாறு சீவல்லபனே பெயர் சூட்டியவர் என்றும் இல்லையில்லை அவருக்கும் முன்னோனான வீரபாண்டியனே பெயர் சூட்டினார் என்றும் சொல்லப்பட்டுள்ளன. எனினும், சீவல்லபனை விட, சோழனின் தலையைத் தாம் அறுத்ததால் சோழாந்தகன் அதாவது 'சோழர்குலத்திற்கான எமன்' எனும் பொருளில் வீரபாண்டியனே அப் பெயரைச் சூட்டியிருத்தல் வேண்டும் என்கிறேன்.[165] உண்மையில், இக் கருத்தே பொருந்துகிறது. ஆக, சோழரின் நம்பிக்கைக்குரியவர்களாக இருந்த பராக்கிரமனோ அல்லது சிரீவல்லபனோ எவ்வாறு

சோழர்குலத்தின் எமனாக இருந்திருத்தல்முடியும்? என்றால், வீரபாண்டியனே சோழாந்தகன். இதனை முந்தைய ஆய்வு ஒன்றும் முன்மொழிகிறது. குருவித்துறையின் கோயிற் கல்வெட்டுகளும் கூட அதன் பழைய பெயரான குருவித்துறை எனும் பெயரைக் குறிப்பிடாமல் சோழாந்தக சதுர்வேதி மங்கலம் என்ற பெயரையே பயன்படுத்தியுள்ளமை இங்குக் குறிப்பிடத்தக்கது.

இடைமறிப்பிற்குப் பின் மீண்டும்...

வைகையாற்றின் பாண்டியர் கல்லணையை மற்றுமதன் பேராறுகளாகக் குறிப்பிடப்படும் வாய்க்கால்களை ஆய்வு செய்து விளக்குகிற நிலையில் இந்நூல் ஒரு குறிப்பிட்ட இடத்தில் விலகி ஆனால், தொடர்புடைய இணை திசையில் பயணிக்கத்தொடங்குகிறது. அவ்வாறு அவ் இணைத்திசையில் பயணித்தபோதுதான் பாண்டியர் வரலாற்றிடையே அறியப்படாமல் கடந்து சென்றிருக்கும் இடைவெளிகளை உய்த்துணர நேர்ந்தது. அவ்வாறு உய்த்துணர்ந்து தொடப்படாமல் கிடக்கும் அவ் இடைவெளிகளைக் கணித்தும் விளக்கியுமுள்ள நிலையில் பின் மீண்டும் தம் பாதையைத் தொட்டுத் தொடர்கிறது இவ் ஆய்வு. ஏனெனில், அப்போது கட்டப்பட்டுக்கொண்டிருக்கும் புதிய பராக்கிரமப் பாண்டியன் கல்லணை அவ்வாறே வெட்டப்பட்டுக்கொண்டிருக்கும் புதிய ஸ்ரீவல்லபப் பேராறு என இவற்றினைக் கூறும்போது அவைசார்ந்த அவ்விரு அரசர்களின் சமகால வரலாற்றைப் பகுத்துணரவேண்டிய தேவை எழுந்தது. அவ்விருவரின் சமகாலத்தைக் கூறும்போது அவர்களுக்கும் முன்னர் தொடர்ந்து வந்த அரசர்களைக் கூறவேண்டியிருந்தது. ஆயினும், அது பற்றி வரலாற்றினரால் முன்பு எழுதப்படவில்லையாயினும் புதிதாக ஆய்வுசெய்து சொல்லவேண்டும் என்ற எண்ணமும் எழுந்தது. ஆக, பாண்டிய நாடே சோழமண்டலமாக மாறிக்கிடந்த அன்றைய முன் பின் சூழலில் இவ்விரு அரசர்களால் மட்டும் எவ்வாறு ஓர் அமைதியான ஆட்சியை ஆள இயன்றது என்றும், மட்டுமின்றி, தம் குடிமக்களுக்குத் தேவையான வேளாண் வளத்திற்காகனத் தேவைகளை எவ்வாறு நிறைவேற்றித்தர இயன்றது என இவை

குறித்தான ஐயங்கள் இன்னமும் நிலுவையாகவே உள்ளன. இதனால்தான், இந்நூலிலும் கூட இவைபற்றி எழுதப்படவில்லை என்றால், பின்வருவோர் எழுதுவார்களா எனும் அச்சம் ஒருபுறம். எனவேதான், இவ் ஆய்வில் அவை சார்ந்த புதிய விளக்கங்கள் இடைமறித்துள்ள நிலையில் மீண்டும் தம் தலைப்பின் கீழான ஆய்வு இனி தொடர்கிறது.

பாண்டியர் மதுரையைத் தெரிவு செய்து தலைநகராய் நிறுவியதிலியருந்தே அதற்கான அக, புறக் கட்டமைப்புகள் யாவும் தொடக்கம் தொட்டு நிகழந்தவண்ணமாய் இருந்தன. குடியமர்த்தமும் முதன்மையாக நிகழ்ந்திருக்கவேண்டும். ஆக, இம்முறை வைகையைத் தெரிவு செய்ததென்பது உண்மையில் மருதத்திணையைக் கட்டமைப்பதற்காகவே. என்றால், பாண்டியர் வேளாண்மையில் பின்தங்கியிருந்தனர் என்பதல்ல. மட்டுமின்றி, ஏதோ, இப்போதுதான் மருதத் திணை வாழ்வியலுக்கே அவர்கள் புதிதாக நுழைகிறார்கள் என்பதும் அல்ல. பாண்டியர் நெய்தற்திணையில் தொடங்கி மருதத்திணைக்கு மாறிக்கொண்டவர்கள்.

பாண்டியர்தம் தொல்காலத்திய கபாடபுரம் கடலில் மூழ்கிப்போனதால் மீண்டும் ஓர் ஆற்றை அவர்கள் தெரிவு செய்தாகவேண்டும். பின்னர், அதன் கரையின் ஏதோ ஒருபுறத்தில் தமக்கான தலைநகரை நிர்மாணித்தாகவேண்டும். அவ்வாறு தலைநகரம் நிர்மாணிக்கப்படும்போதே கையோடு அவ் ஆற்றின் இரு புறங்களிலும் முதற்கண் வாழ்வாதாரத்திற்கான விளை நிலங்களைக் கட்டமைத்துச் செப்பனிட்டாகவேண்டும். சரி! இத்தகைய அணுகுமுறையெல்லாம் அவர்களின் தற்காலிகத் தேவைக்கு உதவாதுதானே! என்றால், இவற்றிற்கெல்லாம் முன்பாக, தம் நாட்டு மக்களின் வாழ்வாதாரமும் வாணிபமும் கெடாமல் மாற்று முறையொன்று செயலாக்கம் பெறவேண்டும். ஆக, அம்மாற்று முறைக்கான உகந்த இடமே அவர்களின் உடனடித் தேவையாக இருந்துள்ளது. என்றால், மீன்பிடித்தலும் சங்கு மற்றும் முத்துக் குளித்தலும் இவையன்றி கடல் வாணிபமும் என இவையே உடனடித் தீர்வாகக் கொள்ளப்பட்டமையால்தான்

கொற்கை ஓர் இடைக்காலத் தலைநகராகச் செயற்பாட்டிற்கு வந்தது. ஆம்! அப்போது அது துறைமுகத்தலைநகரமே! சோழரின் பூம்புகார் போல!

ஆக, மருதத் திணையைக் கட்டமைக்கவேண்டுமென்றால், வைகையின் இருபுறமும் விளைநிலங்களை அமைத்தாகவேண்டும். அமைப்பதோடு மட்டுமின்றி, அவ் விளைநிலங்களுக்கான பாசனவசதியே அடுத்த ஏற்பாடாகிவிடும். வைகை, காவிரி போன்று இல்லையென்றாலும் கூட கணிசமானதோர் காட்டாறாகவே அதன் போக்கு. இதனால், தாமாகவே தம் வழியை அறுத்து பள்ளமாக்கிவைத்திருக்கும் நிலையில் ஓர் ஆற்றின் இருபுறக் கரைகளும் இயற்கையாய் அமைந்து விடுவது இயல்பு. எனினும், அக் காட்டாறு ஒரு தலைநகரை அதன் கரையில் பெறுமானால், உண்மையில் அவ் ஆற்றின் கரைகள் உயர்த்தப்பட வேண்டியிருக்கும் அல்லவா? ஆம்! அப்படித்தான் வைகையின் இரு புறமும் கரைகள் உயர்த்தப்பட்டிருந்தன. வைகையின் கரைகள் தம் நாட்டு மக்களால் உயர்த்தப்பட்டதை திருவிளையாடல் எனும் தொன்மமும் கூறுவதைக் காணலாம். தமிழகத்தின் நாடுகள் பெரும்பான்மையில் வேளாண் சமுதாயத்தினையே பெற்றிருந்துள்ள நிலையில் விளைநிலமும் பாசனமும் அடிப்படைத் தேவையாக முன்னின்றன. என்றால், மித மரபின் வேகத்துடன் ஓடி வரும் வைகையின் இயல்பே, தமது குறுக்கே எவ்விதமான அணையைக் கையாளவேண்டும் எனும் கற்பிதத்தைத் தந்திருந்தது என்கிறேன். இன்னும் சொல்லப்போனால், கொள்ளிடம் போன்றதான பெருங்கிளையாறு வைகைக்கு என்றுமே தேவையாக இருந்ததில்லை என்பேன். உண்மையில், அவ்வாறு அடர்ந்து வைகை தம்மைக் கிளைத்துக்கொண்டதும் இல்லை. ஆக, கிளையாறுகளே இல்லாத ஓர் ஆறாக - வைகை! பிற சிற்றாறுகள் இதனுடன் இணைந்தனவே தவிர இது தன்னை என்றும் கிளைத்துக்கொண்டதில்லை என்பது குறிப்பிடத்தக்கது.

மேலும், வைகையின் குறுக்கே உயரமான அல்லது எவ்வித அருவிகளும் இல்லை. உண்மையில், அருவிகளில் குதித்து ஓடுகிற ஆறுகள்தான் பெருவேகத்துடன் தமது ஓட்ட இயல்பைப் பெற்றிருக்கும். இதனால்தான், சராசரியான வேகம்

அத்தகைய ஆறுகளுக்கு உண்டு. அமைதியாகத்தான் அவை ஓடிக்கொண்டிருப்பதைப்போலத் தெரியும். ஆனால், அவற்றுள் இறங்கினால்தான் நீந்தி கரைசேர இயலாத அளவிற்கு வேகம் மிகுந்திருக்கும் எனப் பின்னர் தெரியவரும்! மேற்சொன்னதுபோல, வைகையினிடையே எவ்வித நீர்வீழ்ச்சிகளும் இல்லை என்பதனால்தான் மலையிலிருந்து இறங்கும் அதனின் இயல்பு வேகம் படிப்படியாக சம நிலத்தினை அடையும்போது குறைந்துவிடுகிறது. எனினும், மலையிலிருந்து இறங்கும் அவ் ஆறு இன்றைய 'பேரணை' வரை கிழக்கு நோக்கிச் சற்று சரிந்த நிலத்தினிடையே ஓடிவருகிறது. ஆக, மதுரையைத் தொடும்போது மிகச் சமநிலத்தில் ஓடும் இயல்புடன் வைகை.

எனவே, காவிரி போன்று பாய்வதாக அல்லாமல் அது, நடையுடன் கலந்த ஓட்டத்தில் பயணிக்கும் இயல்புடையதே. அதாவது, மாரத்தான் ஓட்டத்தைப் போன்று. எனவேதான், புலியைப் பார்த்து மீன் சூடு போட்டுக்கொள்ளவில்லை. அதாவது, சோழர் கல்லணையைப் போன்று ஆற்றின் குறுக்கே கட்டப்பட்டுள்ள நீளமான அணையைப் பாண்டியர் பிரதி செய்யவில்லை. மட்டுமின்றி, அக் கல்லணை போன்று பெரும் கண்களுடனான (*Vents*) திறப்புகளையும் அவர்கள் செய்து வைக்கவில்லை. எனினும், கண்களுடனான கல்லணை ஒன்றைப் பாண்டியர் அமைத்தனர் என்றாலும் கூட, அது, சோழரின் கல்லணையைப் போன்றல்லாமல் ஒரு பகுதியில் மட்டுமாகி சிற்றளவுடையதாகவே அமைந்திருந்தது. அச்சிறு கல்லணையும் கூட இடைக்காலத்தின் தொடக்க காலத்தியதுதான். பாண்டியன் சேந்தன் செழியன் அதனை அமைத்திருந்தார். முன் சொன்ன முள்ளிப்பள்ளம் என்ற ஊரில் அமைக்கப்பட்டிருக்கும் தடுப்பணையுடனான பகுதி-மதகணையைத்தான் நான் இங்குக் குறிப்பிடுகிறேன். பாண்டியர்களின் சங்ககால நீர் மேலாண்மையில் வைகையைப் பொருத்தவரை மிகச்சரியாக குறுக்கிடும் குறுக்குப் பேரணை என்பது வழக்கில் இல்லை. இதனை உறுதியாகவே கூறவியலும். மேற்சொன்னவாறு வைகையின் இயல்பை மிகச்சரியாகக் கற்றுணர்ந்ததனால்தான் அதில் அமைக்கப்படும் அணை அதன் நீளவாட்டத்திலேயே தமது குறுக்கீட்டைப் பெற்றிருந்துள்ளது.

தடுப்பணை

தடுப்பணைகள் என்பவை உண்மையில் வேகத்தடைகளே. நீர் ஓட சாய்வுதளம் தேவை. ஆறுகள் கடலில் கலப்பதன் பின்னணியில் நிலத்தின் கடல் நோக்கிய சரிந்த அமைவே காரணம். மட்டுமின்றி, அவை மலைகளில் உற்பத்தியாகின்றன என்பதும் அறிந்ததுதான். தொடக்கத்திலிருந்தே அல்லது தம் கிளைகளின் இணைதலினாலோ மிகக் கூடுதலான நீரைப்பெற்றுப் பெருவெள்ளமாய்ச் சீறி வருகிற ஆற்றின் வேகத்தைக் குறைப்பதே அன்றைய தேவையாக இருந்துள்ளது. ஆற்றின் இயல்பைக் கெடுப்பதென்பது அன்றைய மக்களுக்கு ஓர் எண்ணமாக இருந்ததில்லை. எனவேதான், அவர்கள் உபரி நீர்களைத் தேக்கி வைத்துக்கொள்ள மாற்றுக் கொள்கலன்களை உண்டாக்கி வைத்தனர். அம் மாற்றுக் கொள்கலன்களாக ஏரி, தாங்கல், கண்மாய், ஏந்தல், குளம் என இன்ன பிற நீர்நிலைகளை அறியலாம். இவை, ஆற்றின் இரு மருங்கிலும் அமைந்தவை. இந்நீர் நிலைகள் பின்னர் ஆறுகள் இல்லாத ஒவ்வோர் ஊர்களிலும் கூட வெட்டி அமைக்கப்பட்டிருந்தன. ஆனால், இவற்றிற்கான நீரை, பெய்யும் மழையே கொடையளிக்கும். என்றால், மழைபெய்யும் போது ஊரின் நாலா திசைகளிலுமிருந்து ஓடிவரும் நீர் எங்குத் தேங்குகிறதோ அவ்விடத்தில் தான் ஏரி அமைக்கப்பட்டிருந்தது. இப்படி ஓடிவரும் நீர் ஓரிடத்தில் தேங்குகிற நிலையில் அதனைத் தேங்கல் என்றனர் போலும். என் ஊகம் சரியாக இருந்தால், தேங்கல் நாளைடைவில் திரிந்து தாங்கல் என வழங்கப்படுவதாகலாம். ஆக, ஆற்றின் குறுக்கே அணை அதாவது நீர்த்தேக்க அணையைக் கட்டும் வழக்கம் தமிழர்களிடம் இருந்ததில்லை. எனினும், இந்தியத் தொன்மத்தின்படி ஐயாயிரம் ஆண்டுகளுக்கும் முன்பே ஆற்றின் குறுக்கே அணைகட்டி நீரைத்தேக்கி வைத்திருந்ததை இருக்கு வேதம் அன்றைய குழப்பத்துடனான புரிதலில் அதனைக் குறிப்பிட்டுவைத்துள்ளது. என்றால், தொல் தமிழர்கள் அன்றே அணைக்கட்டும் நுட்பத்தினைப் பெற்றிருந்துள்ளனர் என்பது வெளிப்படை.[166]

தடுப்பணை என்ற நுட்பம் ஒரு பொதுப்புத்தியின்படி உலகின் பல ஆறுகளிடையே கட்டப்பட்டிருந்திருக்கலாம்.

எனினும், கரிகால் வளவனின் கல்லணையானது பாண்டியர்க்கு மிகப்பெரும் படிப்பினையைத் தந்திருக்கவேண்டும். வளர்ச்சி என்பது அடுத்தடுத்தகட்ட முனைவு சார்ந்ததே. என்றால், முன்பே எவையொன்றிற்கும் தொடக்கங்கள் இருந்திருக்கவேண்டும் அல்லவா? ஆம்! அப்படித்தான் அருங்குறிப்பாக வளவனின் கல்லணை சிறந்திருந்தது. அன்றைய பாண்டியர் தொடங்கி சற்று முந்தைய ஆர்தர் காட்டன் வரை கரிகால் வளவனின் கல்லணையே அணைக்கட்டுவதற்கான முன்குறிப்பு என்கிறேன். எனவேதான், இன்றைய சாலைகளின் இடையேயான வேகத்தடைகள் போன்றே ஆற்றின் பாதையில் தடுப்பணை என்றவோர் வேகத்தடை செயற்பாட்டிற்கு வந்தது. நீரின் வேகத்தைத் தடுப்பதுமின்றி அதன் வாட்டத்தைத் திசைத் திருப்பி ஆங்கே வாயொன்றை அமைத்து அத் தலைவாயிலிருந்து பயணிக்கும் நீர்க்காலும் அமைக்கப்பட்ட நிலையில் பாசனத்திற்கான நீர் கிடைத்துவிடும். எனினும், கரிகாலனின் நுட்பம் வாய்க்கால் அமைப்பதாக மட்டுமே அல்ல. ஆனால், அவர் ஆற்றையே இரு கூறாகப் பிரித்தார் என்பதாகும். வெண்ணாறு அவர் பிரித்ததே. காவிரியும் வெண்ணாறும்தான் அப்போது. இதனை முதன் முதலாகச் சொல்கிறது இவ் ஆய்வு. என்றால், கொள்ளிடம் காவிரியின் மூல ஆறாகலாம்.

மேலும், வாய்க்கால்களுக்குப் பேராறு எனும் பெயரிட்டு அழைக்கும் வழக்கம் உண்மையில் கரிகால் வளவனின் வெண்ணாற்றின் படியானதே.

கிராண்ட் அணைக்கட்டுக் கால்வாய் தோகூர் அருகில் காவிரியிலிருந்து பிரிகிறது. தஞ்சாவூரை ஊடறுத்து செல்லும் இவ்வாய்க்கால் முன்பு சங்ககாலத்திலிருந்தே இருந்திருத்தல் வேண்டும். தஞ்சையின் தென்கிழக்குப்பகுதி மற்றும் புதுக்கோட்டை மாவட்டத்தின் நீர்ப்பாசனத்திற்கான ஆதாரமாக இவ்வாய்க்கால் அன்றிலிருந்தே பயனளித்து வருகிறது. அதாவது, கரிகால் வளவன் காலத்திலேயே இவ் வாய்க்கால் இருந்தது என்கிறேன். இல்லையென்றால், வெறும் கல்லணையை மட்டும் கட்டிவிட்டு வாய்க்கால்களை அமைக்காமல் வலுக்கட்டாயமாக வளவன் என்ற பெயரைத் தானே சூட்டிக்கொண்டு தம்பட்டம் அடித்ததாகிவிடும்.

பைங்கால்

சோழ மண்டலம் மருதமும் நெய்தலும் கொடையளித்த இரு திணைகளின்பாற்பட்ட ஓர் அரிய நாடாக இருந்துள்ளது. முந்தைய சோழ நாடு அதாவது முதலாம் கரிகால் வளவனின் காலத்தில் கடற்கரையை ஒட்டிய பகுதிகளையே பெரிது கொண்டிருந்தது. என்றால், கடலில் மூழ்கிய நிலப்பரப்பும் கணிசமானதாகவே இருந்திருத்தல் வேண்டும்தானே! ஆக, இன்றைய கடற்கரை அன்றைய ஊர்களாகவும் விளைநிலங்களாகவும் இருந்துள்ளன. முந்தைய கடற்கரையோ கிட்டத்தட்ட இன்றைய பூம்புகாரிலிருந்து இன்னமும் 75 கி. மீட்டர் தொலைவில் இருந்திருத்தல் வேண்டும். (பார்க்க: படம் எண் : 8) இதனால்தான், காவிரியில் கல்லணையானது சோழ நாட்டின் மேற்கில் வெகுதொலைவில் அமைக்கப்பட்டிருந்தது. அதாவது அன்றைய கடற்கரையிலிருந்து கிட்டத்தட்ட 175 கி. மீட்டர் தொலைவின் அளவில் கல்லணையைக் கட்டியிருந்துள்ளார் கரிகால் வளவன். என்றால், இன்று சில கெட்ட எண்ணம் கொண்டோர், முழு மூடத்தனமாக அன்றைய பேரரசுகளின் பரப்புகளை ஒரு குட்டி ஊராகவே ஏளனம் செய்துவருகின்றனர். அன்றைய சோழப்பேரரசின் பரப்பளவைக் கணக்கிட்டு அறிந்துகொள்ள கல்லணையின் நீள அகலம் ஒன்றே போதுமல்லவா? இத்தகைய புரிதலின் மூலம் சொல்லவருவது என்னவென்றால், சர். ஆர்த்தர் காட்டனால் வெட்டப்பட்டதாகச் சொல்லப்படும் கல்லணையிலிருந்து பிரியும் கிராண்ட் அணைக்கட்டுக் கால்வாய் உண்மையில் கரிகால் வளவனால் வெட்டப்பட்டதேயாகும். இதனை மெய்யுறுத்தும் வகையில் இன்றளவும் அவ் வாய்க்காலின் அருகே மேற்பனைக்காடு எனும் ஊரில் கரிகால் வளவனுக்கு ஒரு கோயில் இருக்கிறது. மட்டுமின்றி, அம்புலி ஆற்றினைத் தொட்டிப் பாலத்தின் மூலம் கடக்கும் அவ் வாய்க்கால் 'பைங்கால்' எனும் ஊர் வழியாக மேலும் பயணிக்கிறது. அணையின் மூலம் ஓர் ஊருக்குப் பெயர் அமைவது வழக்கம்தான் எனினும், ஆனால் வாய்க்கால் மூலம் ஓர் ஊரின் பெயர் அமைந்திருப்பது காண்க. இதனை இதுவரை ஒருவரும் உணர்ந்ததாகத் தெரியவில்லை. அதுவும் 'பசுமையான வாய்க்கால்' எனும் பொருளில் 'பைங்கால்' எனப் பொருள் கொண்டாலும் உண்மையில் அது பழைய

வாய்க்கால் எனும் பொருளிற்கிணங்க 'பழங்கால்' என்றே வழங்கப்பட்டிருந்துள்ளது. நெடுநாள் வழங்கு சொற்கள் திரிபுறும் எனும் எழுதா இலக்கணத்திற்கிணங்க பழங்கால் = பழிங்கால் = பைங்கால் எனப் பின்பு திரிபுடைந்துள்ளதை உணரலாம். இது உண்மையில் பழம் பெயராகவே இருத்தல்வேண்டும். என்றால், வாய்க்காலும் மிக மிகப் பழைமையானதே. ஆம்! பைங்கால் எனும் ஊர் பழைய வாய்க்காலின் கரையில் அமைந்த ஊர். இதுவரை நாமறிந்த வாய்க்கால்கள் அனைத்தும் அரசர்களின் பெயராலும் அரசிகளின் பெயராலும் மற்றும் செல்வந்தர்களின் பெயர்களாலுமே அறியப்படுபவை. என்றால், வாய்க்கால்களில் மிக மூத்தது இது என்பதனால் அதற்கு பழங்கால் (பைங்கால்) எனும் அப்படியான பெயர் என்கிறேன்.

பேதலை

விக்கிரமங்கலத்துக் குன்றில் இடம்பெற்றுள்ள தமிழிக் கல்வெட்டுகளில் பேதலை குவிரன் எனும் பெயர்பொறிக்கப் பட்டுள்ளது.[167] பேதலை-யை நான் தலைவாய்க் காலாகக் கருதுகிறேன். அதாவது பே எனும் ஒற்றை எழுத்துச்சொல்லின் பொருள் நுரை என்கிற நிலையில் அவ்வாய்க்காலின் தொடக்கம் நுரைகளால் ஆன நீர் வெளியேறுகிற நிலையில் அவ்வாறு பெயர் பெற்றதாகலாம். என்றால், அவ்வாய்க்காலின் பெயரையே அதன் ஊர் பெற்றிருந்துள்ளது. இப் பேதலை வாய்க்காலும் கடைச்சங்க காலத்தியதே. இது தவிர, மதுரைக்கு மேற்கே சோழவந்தான் போகும் வழியில் 'மேலக்கால்' எனும் ஓர் ஊர் அவ்வாறே பாசன வாய்க்காலின் அடிப்படையில் அமைந்திருப்பதைக் களப்பணியின் போது பார்த்துள்ளேன்.

தொல்காலத்தின் பள்ளிப்படைக் கோயில்

மேற்பனைக்காட்டில் இன்று எச்சம்காட்டி நிற்கும் திறந்த வெளிக் கோயிலானது தொல்காலத்திய மரபான கந்துடைப் பொதியிலாகவே, மாறாமல், இன்றளவும் நீடித்து வருவதனால் அது கரிகால் வளவனுக்கான கோயிலாகவே நிச்சயம் இருத்தல் வேண்டும். கரிகாலன், 'வளவன் கால்' அல்லது வளவன் ஆறு (கிராண்ட் அணைக்கட்டுக் கால்வாய்) எனும் பெரும் வாய்க்

காலை அமைக்கும் திட்டத்தை மேற்பார்வையிட தளர்ந்த வயதிலும் ஆங்கே வந்தநிலையில் எதிர்பாராத விதமாக இறந்திருக்கலாம். அவர் இடைச்சங்ககாலத்தினர் என்பதனால்தான் அவர் இறந்த இடத்தின் பெயரை முன்னொட்டாகக் கொண்டு அழைக்கப்படும் பெயர் அவருக்கு வழங்கப்படவில்லை. என்றால், இலவந்திகைப் பள்ளித் துஞ்சிய, வெள்ளியம்பலத்து துஞ்சிய, குராப்பள்ளிய துஞ்சிய போன்ற முன்னொட்டுகள் யாவும் கடைச்சங்ககாலத்தியவையே. ஆக, இம்மரபு இடைச் சங்க காலத்திலும் இருந்திருந்தால் 'மேற்பனைக்காடு துஞ்சிய கரிகால்வளவன்' என்றல்லவா அவரை அழைத்து வைத்திருப்பர்.

மேற்பனைக்காட்டின் கந்துடைப் பொதியில் கோயிலானது பிந்தைய மற்றும் இடைக்காலத்திய கரிகாலர்களுக்கான பள்ளிப்படைக் கோயிலாக இருக்க வாய்ப்பில்லை. இக்கருதுகோள் உண்மையில் மெய்ம்மையாக இருக்குமேயானால் இதுவே தென்னிந்தியாவின் தொல் மற்றும் முதலாம் பள்ளிப்படைக் கோயிலாகலாம். கல்லணையிலிருந்து வரும் வாய்க்கால் பழைய சோழ நாட்டின் ஆதார இடத்தினூடே கடந்துவருகையில் அவ்வாய்க்காலை ஒட்டியே அவருக்கான கோயில் இன்னமும் அங்கே வழிபாட்டில் இருப்பதை எவ்வாறு சான்றுகள் இல்லை என அதிமேதாவித்தனமாகக் கடந்து போகமுடியும்?

எடுத்துக்காட்டாக; என் தந்தை இறந்த நிலையில் அவரை புதைத்தது எனக்குத்தெரியும். நேரில் பார்த்தவன். ஆனால், புதைத்து 28 ஆண்டுகள் கடந்து போன நிலையில் அவ்விடத்தின் மொத்தமான சூழல் மட்டுமே ஞாபகத்தில் உள்ளது. இதனால், குறிப்பிட்ட இதோ இந்த இடத்தில்தான் புதைத்தார்கள் எனச் சொல்ல இயலாமல் இன்று அடையாளங்களை இழந்திருக்கிறோம். என்றால், என் தந்தை அங்கே புதைக்கப்பட்டார் என்பது மட்டுமே மறுக்கவியலாத உண்மையாகிவிடுகிறது. ஆனால், அடையாளமோ சான்றோ கேட்டால் இல்லை என்றே சொல்லவேண்டியுள்ளது. இதைப்போன்றே, கரிகால் வளவன் கோயில் என்ற பெயர் ஒரு வரலாற்று உண்மைக்கான தொக்கி நிற்கும் சான்றுகளற்ற சான்றாகவே ஆனால் அனாதையாகக் கிடக்கிறது. அவ்வூர் மக்களின் பழுத்த அகவையோரிடம் விசாரித்தபோது குறிப்பிட்ட நாளில் ஆண்டுக்கு ஒருமுறை கிடாவெட்டி வழிபாடு நடத்துவார்கள்

எனச் சொன்னார்கள். என்றால், கால ஓட்டத்தில் அதற்குரிய சான்றுகள் மறைந்து போயுள்ளன. எனினும், அக்கோயில் இன்னமும் கரிகால் வளவனின் பெயரைப் பெற்றிருப்பதென்பது தீர்வை எட்டமுடியாதெனினும் தவிர்க்கவியலாததோர் அரிய வரலாற்றின் கருதுகோளே ஆகும். என்றாலும், அக் கருதுகோள் கையோடு அதன் மெய்மையையும் வைத்துக்கொண்டிருப்பதை உணரவியலுகிறது. மேலும், அவ் வாய்க்காலை அவ்வூர் மக்கள் ஆறு என்றே குறிப்பிடுகின்றனர் என்பது குறிப்பிடத்தக்கது.

கரிகால் வளவன் பெயரைத் தாங்கியுள்ள அக் கோயிலை கடந்த நாள் (15 - 10 - 2021) அன்று தேடிக்கண்டு பிடித்து அதன் உண்மையை இவ் ஆய்வின் மூலம் அறியச் செய்துள்ளேன். கரிகால் வளவனின் கோயிலுக்கும் வாய்க்காலுக்கும் இடையே 77 மீட்டர் தொலைவு உள்ளது. வாய்க்காலின் அகலம் 17 மீட்டரிலிருந்து 22 மீட்டர் அகலம் வரை சராசரியாக கூடியும் குறைந்தும் ஆங்காங்கே காணப்படுகிறது.

கரிகால் வளவன் அவ்வளவு பெரிய அணைக்கட்டு கட்டியதோடு மட்டுமல்லாமல் தம் சோழ மண்டலத்தின் அனைத்துப் பகுதிகளுக்கும் நீர்ப்பாசன வசதி வேண்டி காவிரியை மூன்றாகப் பிரித்துள்ளார். அவரின் அணைத்திட்ட வரைபடத்தின்படி அவ்வாறு காவிரி மூன்றாகப் பிரிக்கப்பட்டாகவேண்டும். ஆக, அவ் வரைபடத்திற்கிணங்க காவிரி தன் பெயருடனேயே வடபுறமாகச் செல்ல, வெண்ணாறு நடுவாக பிரிக்கப்பட்டுள்ளது. தென்புறத்திலும் வெண்ணாறு போன்றே ஓர் ஆறு, சிற்றாறாக பிரிக்கப்பட்டிருப்பினும் கூட அது வாய்க்காலாகவே அன்றும் பாவிக்கப்பட்டிருந்துள்ளது போலும். ஏனெனில், அது கடலில் கலக்காமல் மும்பாலை எனும் ஏரியில் கலக்குமாறு வெட்டப்பட்டுள்ளதை அறியலாம். ஆக, கல்லணையிலிருந்து காவிரியானது; இரண்டு ஆறுகள் மற்றும் ஒரு வாய்க்காலாக (கிராண்ட் அணைக்கட்டுக் கால்வாய்) கரிகால் வளவன் காலத்திலேயே பிரிக்கப்பட்டிருந்தது என இனி உணரலாம். இதற்கான எவ்விதச் சான்றுகளும் இல்லை. எனினும், உய்த்துணர்வு முறையில் ஊகிக்க முடிகிறது. என்னது? கரிகால் வளவன் காலத்திய ஏரி இன்னமும் இருக்கிறதா? என்று கேட்கலாம் கூட. அணையே இருக்கிறதே அப்புறம் என்ன? இது தவிர, அவர் காலத்திய அழுந்தூர், இடையாறு, பூம்புகார்,

வெண்ணிப்பறந்தலை போன்ற ஊர்கள் இன்னமும் அதே பெயர்களுடன் இருக்கும் போது ஏரி மட்டும் ஏன் இருக்கக்கூடாது என்ற கேள்வி எழுகிறது அல்லவா? சரி! இன்னமுமா அந்த ஏரி ஆக்கிரமிக்கப்படாமல் இருக்கிறது என மற்றுமொரு கேள்வி கேட்கலாம். உண்மையில், அப்போது அது மிகப்பெரிய ஏரியாக அது இருந்திருத்தல்வேண்டும். ஆம்! வீராணத்தை விட இன்னமும் பெரிதாக. ஆக, ஆக்கிரமிக்கப்பட்டிருப்பினும் இன்னமும் கூட கணிசமான அளவுகளுடன் அது தன்னைத் தக்கவைத்திருப்பதென்பது இன்றளவும் நடைமுறையில் இருக்கும் கரிகால் வளவனின் *(Grand Anicut Canal)* பழைய வாய்க்காலால்தான் என அறியலாம். மும்பாலை எனும் பெயர்ச் சொல்லிலும் தொல் வரலாற்றின் தரவுகள் தொக்கி நிற்பதாகவே தெரிகிறது. முன் + பாலை = மும்பாலை? கடலுக்கு அருகில் இருந்த சிறு பாலை நிலமா? முன்பாலை என்றால் பின்பாலை என ஒன்றும் இருந்திருக்கவேண்டும் தானே? எதிர்வரும் ஆய்வாளர்களுக்காக இதனைக் கருதுகோளாக்குகிறேன்.

வடபுறத்தில் தாய் ஆறு

மேற்குறிப்பிட்டுள்ளது போல தோகூரில் கல்லணை அமைந்து வடபுறமாகப் பிரிந்து செல்லும் காவிரி, கும்பகோணம் நகரின் வழியாக பயணிக்கிறது. அவ்வாறு செல்லும்போது அகரத்தூர் அருகே கட்டப்பட்டுள்ள அணையால் அது மேலும் இரு கூறாகப் பிரிகிறது. கல்லணை அணையின் நுட்பம் போன்றே இவ்விடத்திலும் செயல்படுத்தப்பட்டுள்ளதைக் காணவியலும். இதன்படி வழக்கம் போல் வடபுறத்தில் காவிரி செல்ல, தென்புறத்தில் பிரிகிறது 'வீரசோழன் ஆறு'. வீரசோழன் ஆறு என்ற பெயரே அவ் அணை இடைக்காலச் சோழர் ஆட்சியின் போது கட்டப்பட்டது என அறியலாம். வீரசோழன் என்பவர் வீர இராஜேந்திரனாக இருத்தல்வேண்டும். அடுத்து, இளங்கார் குடி எனும் ஊருக்கருகில் தடுப்பணை ஒன்று கட்டப்பட்ட நிலையில் காவிரி ஆங்கே மீண்டும் வடபுறமாகப் பிரிய தென்புறத்தில் 'அரசலாறு' பிரிகிறது. அரசர் ஆறுதான் அரசலாறாக திரிபுற்றுள்ளது. என்றால், இவ் அரசலாறும் சங்க காலத்தியதே.

கல்லணையிலிருந்து நேரொழுங்கில் 15 கி.மீட்டர் தொலைவில் திருக்காட்டுப்பள்ளி எனும் ஊர் அமைந்துள்ளது. இவ் ஊருக்கருகே ஓடும் காவிரியின் குறுக்கே அணைக் கட்டப்பட்டுள்ளது. இவ் அணையின் மூலம் மீண்டும் இரண்டாகப் பிரிகிறது காவிரி. வழக்கமாய் காவிரி அங்கே வடக்கில் பிரிய தெற்கில் பிரிகிறது 'குடமுருட்டி ஆறு'.

புதிய ஆறுகள் கிளைப்பெடுத்த நிலையில் அவற்றை உருவாக்கிய அரசர்களின் பெயர்களே அவற்றிற்கு சூட்டப்பட்டிருந்தன. கிளைக்கப்படும் ஆறுகள் பொதுவாக தென்புறத்தில் அமைக்கப்படுவது ஒரு மரபாக இருந்துள்ளது. என்றால், தாய் ஆற்றினை வடதிசையில் வாட்டம் காட்டி ஓடச் செய்துவைத்தனர் என்பதாகும்.

தோகூரில் கரிகால் வளவனின் கல்லணை அமைந்து காவிரி அங்கு மூன்றாகப் பிரிக்கப்பட்டது போலவே நடுவில் ஓடுகிற வெண்ணாறு நீடாமங்கலத்தில் கட்டப்பட்டுள்ள அணையினால் மூன்றாகப் பிரிகிறது. வடக்கில் வெண்ணாறு வெண்ணாறாகவே பிரிகிறது. நடுவாகப் பிரியும் வெண்ணாறோ இப்போது கோரையாறு எனும் புதிய பெயருடன். அவ்வாறே தென்புறத்தில் பிரியும் வெண்ணாற்றுக்கு பாமினி ஆறு என்று பெயர். (பார்க்க: படம் எண் : 9, 9அ, 9ஆ) எனினும் கோரையாறும் பாமினி ஆறும் கடைசியாக கடலில் கலப்பதென்னவோ ஒரே இடத்தில்தான். என்றால், ஆற்றை மூன்றாகப் பிரித்த கரிகாலனின் பழைய பிரிப்பு முறையையே இடைக்காலத்தின் பின்பகுதியிலும் கையாண்டனர் என அறியலாம்.

பாமினி ஆறு பெயர்க்காரணம்

வெண்ணிப்போரில் அடைந்த மகத்தான வெற்றியைக் கொண்டாடுகிற மற்றும் நினைவுகூர்கிற வகையில் கரிகாலன் தமது கல்லணையால் காவிரியைப் பிரித்து மற்றுமோர் ஆற்றினை உருவாக்கியிருந்தார். இன்று வெண்ணாறு எனத் திரிபுற்று வழங்கப்படும் அதன் உண்மையான பெயர் அன்று 'வெண்ணியாறு' என்கிறேன். இடைக்காலத்திய விஜயநகரப் பேரரசின் வேந்தரான

கிருஷ்ண தேவராயர் பாமினி சுல்தானை வீழ்த்தி அப்பேரரசினை காணாமற் போகச்செய்தார். அம்மகத்தான வெற்றியின் நினைவாகத்தான் அப்போது வெட்டப்பட்ட இவ் வாய்க்காலுக்கு 'பாமினி ஆறு' எனப் பெயர் வழங்கப்பட்டிருந்தது என இவ் ஆய்வின் புரிதல். ஆக, வெற்றியின் நினைவாக இடப்பட்ட வெண்ணியாறு எனும் முந்தைய பெயர் மரபின்படிதான் இன்றைய பாமினி ஆற்றின் பெயர். என்றால், இதுவும் தென்புறத்தில் பிரிவது காண்க.

பொன்விளையும் முக்கோண ஆயக்கட்டு

ஆக, வடக்கே பூம்புகார் தொடங்கி தெற்கே பட்டுக்கோட்டை வரையிலான கிட்டத்தட்ட 100 கி.மீட்டர் நீளத்திற்கிடையேயான வேளான் நிலங்களுக்கு மேற்சொல்லப்பட்டுள்ள கிளை ஆறுகளின் மூலம் பாசனவசதியை தொன்றுதொட்டு ஏற்படுத்திவந்துள்ளனர். அதாவது, 1131.6 அடி நீளமுள்ள கல்லணையானது 100 கி.மீட்டர் நீளத்திற்கிடையேயான விளைநிலங்களின் நீர்த்தேவையைப் பூர்த்தி செய்கிறது. என்றால், பொன்விளையும் முக்கோணமாக! காவிரியின் முக்கோணத்திலான பாசனப் பரப்பைத்தான் இன்று டெல்ட்டா மாவட்டங்கள் என வழங்குகின்றனர்.

கொள்ளிடம் பேராறாக இடைக்காலத்தில் கிளையுற்ற நிலையில் அதனின் பாசனப் பயன்பாட்டை இங்குக் கணக்கிடவில்லை என்பது குறிப்பிடத்தக்கது. என்றால், கரிகாலன் தொடங்கிய 'ஆற்றை ஆற்றுப்படுத்துதல்' எனும் நீரியல் மேலாண்மையானது இடைக்காலத்திய சோழர்களால் மேலும் வலுப்பெற்ற நிலையில் விரிவான நுட்பங்களுடன் பயனுற்றிருந்துள்ளது என்பதாகும். சோழரை அடுத்துப் பின்னர் தஞ்சையை ஆண்ட தெலுங்கு நாயக்கர்கள் தம் பங்கிற்கு ஓரிரு தடுப்பணைகளைக் கூடுதலாக இணைத்தனர்.

மும்மூன்றாக ஆற்றைப் பிரித்துச் சென்ற சோழர்களின் அத்தகைய உயர்நுட்பத்தை பாண்டியர்கள் பின்பற்றவில்லை. ஏனெனில், காவிரியைப் பிரிக்கவியலும். அது, பிரிப்பதற்கான அத்தகைய நீர்வரத்துடனான இயல்பைக் கொண்டதே. காவிரியைக் கரிகாலன்

மூன்றாகப் பிரித்துவைத்திருந்தார் அல்லவா? ஆனால், வைகையோ காவிரிபோன்றதான அத்தகைய இயல்புடையதல்ல என்கிறேன். எனவேதான், ஆற்றை இரண்டாகப் பிரிக்கும் கல்லணையாகிய காவிரியின் பகுப்பணையை வைகையின் குறுக்கே காணவியலாது. என்றால், இயற்கையாகக் கிளையாகிப்போன காவிரியின் கொள்ளிடம் போன்ற ஏதொரு கிளையாற்றினையும் வைகை கொண்டிருக்கவில்லை என்பதாகும். தொடக்கத்திலிருந்தே ஒற்றை ஆறாகவே அது தம்மைத் தோற்றப்படுத்தியிருந்துள்ளதை இனி உணரலாம்.

மேற்கூறியதற்கிணங்க பாண்டியர்கள், வைகையாற்றை வட புறமாகப் பிரித்தோ நடுவில் பிறிதொரு ஆற்றையோ அறிமுகப்படுத்தவில்லை. ஆயினும், வாய்க்கால்களை வெட்டிப் பிரித்தனர் என்பதே இங்கு நாம் சொல்ல வருகிற கருத்து. ஆக, சோழரின் கல்லணையைப் போன்ற குறுக்கு அணையெனும் பகுப்பணையானது வைகையில் அமையப்பெறாததென்பது ஒரு காரணத்தில் அடிப்படையினால்தான் என அறியலாம். ஏனெனில், பாண்டிய நாடு தன் வடபுறத்தில் பெரிதாக ஏதும் விளைநிலங்களைப் பெற்றிருக்கவில்லை. அதாவது தென்புற வேளாண் பரப்பைப் பொருத்தவரை. ஆக, வைகையின் தென்புறமே அவர்களின் மிகு விளைநிலப்பரப்பு பரவியிருந்துள்ளது. இதனால்தான், தடுப்பணை எனும் நுட்பம், வாய்க்கால்களை முன்னிட்டே அமைக்கப்பட்டிருந்தது. எனவேதான், ஆற்றைப் பிளக்கும் பகுப்பணை, வைகையில் வாய்ப்பில்லாமல் போனது. என்றால், பகுப்பணை என்பது கிளையாறுகளை உருவாக்குமோர் வளவனின் நீர்மேலாண்மை நுட்பத்தின்படியானது என இனி உணரலாம்.

ஆக, பாண்டியரின் அத்தகைய தடுப்பணைகளும் மிகச்சரியாக ஆற்றின் குறுக்கே அமையவில்லை. அதாவது, கிழக்கு நோக்கி பாயும் ஓர் ஆற்றின் வடக்கு தெற்காக அமைக்கப்படும் அணைமரபு இங்குப் பின்பற்றப்படவில்லை. என்றால், தென்கிழக்கு-வடமேற்காக அமையும் இத்தகையத் தடுப்பணைகளையே வைகை ஆறு பெற்றிருக்கிறது. இதனால், பாண்டியர் அணைகளின் குறுக்கமைவு என்பது ஆற்றின் நீள்வாட்டத்திலேயே அமைந்துவிடுகிறது என்பதாகும்.

ஜேடர் பாளையம் அணை

காவிரியின் குறுக்கே தடுப்பணைக் கட்டி வாய்க்காலும் வெட்டியவராக பரமத்தியின் குறுநிலமன்னன் அறியப்படுகிறார். 'அல்லாள இளையன்' எனும் வேட்டுவகுலத்தோன்றலான இவர் பொ.ஆ. பதினாறாம் நூற்றாண்டில் விஜயநகர ஆட்சியின் கீழ் நாமக்கல், சேலம் முதலிய இன்னும் பிற பகுதிகளை ஆண்டவர். அவர் கட்டிய அணை இன்று ஜேடர் பாளையம் அணை எனவும் அவரால் வெட்டப்பட்ட வாய்க்கால் 'ராஜா வாய்க்கால்' எனவும் இன்று அறியப்படுகிறது. அரசர் ஆறு என்பதைத்தான் இப்படி மணிப்பிரவாளத்தில் ராஜாவாய்க்கால் என்கின்றனர். ராஜா சமஸ்கிருத வார்த்தை. வாய்க்கால் தமிழ்ச்சொல். ஆக ஒரு சொல்லே மணிப்பிரவாளமாக!

காரணப் பாளையம் அணைக்கட்டு என அழைக்கப்படுகிற இந்த ஜேடர் பாளையம் அணைக்கட்டில் இடம் வலமாக இரண்டு வாய்க்கால்கள் பிரிகின்றன. (பார்க்க: படம் எண்: 10, 10அ) வலப்புறமாகப் பிரிவது மேற்சொன்ன ராஜா வாய்க்கால். இதன் தலை 55 மீட்டர் நீளமுடைய அணையினால் பிரிவுகொள்கிறது. தென்புறம் பிரிவுகொள்ளும் வாய்க்கால் 13 மீட்டர் அகலத்தில் தொடங்குகிறது. ராஜா வாய்க்கால் 53 மீட்டர் அகலத்துடன் தொடங்குகிற நிலையில் போகப்போக 20 - 25 மீட்டர் சராசரி அகலத்துடன் பயணிப்பதைக் காணலாம். இதே போன்று வளவன் கால் அல்லது வளவன் ஆறு என இவ் ஆய்வினால் அழைக்கப்படுகிற இன்றைய கிராண்ட் அணைக்கட்டுக் கால்வாயானது தமது தொடக்கத்தில் மட்டுமின்றி தஞ்சாவூர் வரை கணிசமான அகலத்துடன் பயணிக்கும் நிலையில் மேற்பனைக்காடு எனும் ஊரில் ஓடும்போது சுருங்கிவிடுகிறது.

மாநிலங்கள் மொழிவாரியாகப் பிரிவுகண்ட நிலையில் கன்னடமொழி பேசுவோரின் மாநிலமாக கர்நாடகா அமைந்துவிட்டபடியால் இப்போது காவிரியின் தொடக்கம் கர்நாடகமாக ஆகிவிட்ட நிலை. இதனால், பல அணைகள் அம்மாநிலத்தில் கட்டப்பட்டுள்ள நிலையில் இன்று காவிரியின் நீர் வரத்து உபரி நீர் அளவுகளின்படியான திறப்புகளால் மட்டுமே என ஆகிவிட்டது. இதனால்தான், காவிரியின் தமிழகப்பகுதிகளில் இன்று புதிய தடுப்பணைகள் கட்டப்பட்டு பாசனத்தேவைகள் ஈடு

செய்யப்படுகின்றன.

மேற்சொன்னதற்கிணங்க, காவிரி ஆற்றின் குறுக்கே மாயனூரில் ஒரு தடுப்பணைக் கட்டப்பட்டுள்ளதை அறியலாம். இதனால், இதன் தென்புறத்தில் ஒரு வாய்க்கால் பிரிவு கண்டுள்ளது. இதனை 'மாயனூர் தடுப்பணை வலது வாய்க்கால்' என்கிறார்கள். என்றால், இடப்புற வாய்க்கால் ஒன்றும் இருக்கவேண்டும் அல்லவா? ஆம் இருக்கிறது! அது ஆற்றிலிருந்து நேரடியாகவே தலையைக்கொண்டுள்ள நிலையில் இத்தடுப்பணையிலிருந்து மூன்றரை கி.மீட்டர் தொலைவில் மேற்புறமாகப் பிரிவுறுவது குறிப்பிடத்தக்கது. ஆற்றின் இருமருங்கு நிலப்பரப்பும் விளை நிலங்களைப் பெற்றுள்ள நிலையில் அவ்வாறு தடுப்பணைகள் கட்டி இருபுறமும் வாய்க்கால்களையும் அவற்றிலிருந்து கிளைகொள்ளும் கால்வாய்களையும் அமைத்தவாறு இன்றளவும் வேளாண் நலம் காக்கப்பட்டு வருவதும் அறிந்த ஒன்றே. ஆக, இன்றைய தடுப்பணை மரபு என்பது அன்றே பாண்டியர்களால் கையாளப்பட்டிருந்தது என்பதாகும். அன்றே என்றால், கடைச்சங்ககாலந்தொட்டு என்கிறேன். ஆக, இடைக்காலத்திலும் அந்நுட்பம் ஆகச்சிறந்ததாகவே தொடர்ந்துள்ள நிலையில் அதே நுட்பத்தின் படியான தடுப்பணையைப் பராக்கிரமப் பாண்டியனும் குருவித்துறைக்கு அருகில் உள்ள சித்தாதிபுரத்தில் கட்டியிருந்தார்.

பகுப்பணையின் பன்மையும் தடுப்பணையின் ஒருமையும்

இங்கு உற்றறியப்பட வேண்டியதாக இரு வேறு நுட்பங்களைக் குறிப்பிடுகிறேன். அவை:

1. காவிரியைப் பொருத்தவரை; கரிகாலன் தொடக்கிவைத்த பகுப்பணை நுட்பமே பிற்காலத்திலும் முதன்மை நுட்பமாகக் கையாளப்பட்டுள்ள நிலையில் அதனிடையே, கிட்டத்தட்ட, ஒரு பத்து ஆறுகள் மேலும் பிரிபடுகின்றன.

2. வைகையைப் பொருத்தவரை தடுப்பணை நுட்பமே முதன்மை நுட்பமாகக் கையாளப்பட்டுள்ள நிலையில் அது ஒற்றை ஆறாகவே கடலில் கலக்கும் இயல்புடன்.

3. பராக்கிரம பாண்டியன் கல்லணை

இவ் ஆய்விற்காகப் பத்துக்கும் மேற்பட்ட முறையில் கள ஆய்வுகளைச் செய்திருந்தேன். இவற்றுள் மூன்றாம் முறையாக நிகழ்த்தப்பட்ட கள ஆய்வின் போதுதான் (26-1-2020) பராக்கிரமப் பாண்டியன் கல்லணையின் அளவுகள் எடுக்கப்பட்டன. *(பார்க்க: நிழற்படம் எண் : 11, 11அ, 11ஆ, 11இ)*

அணையின் நீள அகல அளவுகள்:

நீளம் : 410. 65 மீ (1347.3 அடி)

அகலம் : 27'. 8''

ஆற்றின் அகலம்

தென்திசைக் கரையிலிருந்து அணையின் விளிம்பு வரை அகலம் 162' அடி வடதிசைக் கரையிலிருந்து அணையின் விளிம்பு வரை அகலம் 230' அடி. (தரப்பட்டுள்ள ஆற்றின் அகல அளவுகள் அணையின் மையப்பகுதியில் இருந்து எடுக்கப்பட்டவை)

கிழக்கின் பிந்தைய காலத்துச் சுவரிலிருந்து நீளும் அணையின் இரண்டாவது விளிம்பின் முனையிலிருந்து, தென்திசையில் எழுப்பப்பட்டிருக்கும் 10 அடி உயரச் சுவர் வரை 31'. 8'' அடி அகலம் உள்ளது. இவ்விடத்திலிருந்துதான் தென்கரை வாய்க்கால் பிரிகிறது. மதகிற்கும் இரண்டாம் வளைவின் விளிம்பிற்கும் இடையேயான அணைக்கட்டின் விளிம்பிற்கும் தென்திசையின் அதே சுவருக்கும் உள்ள அகலம் 42 அடியாக உள்ளது. அணையின் பகுதியாக உள்ள மதகுக் கட்டமைப்பின் விளிம்பிலிருந்து தென்திசைக் கரை வரையிலான அகலம் 85'. 10'' அடியாக ஆக உள்ளது. இவ்வாறாக, 162 அடி அகலத்திலிருந்து 42 அடியாக ஆற்றின் அகலம் குறைகிற இடத்தில் தான் இன்னமும் குறைந்தவாறு தென்கரை வாய்க்கால் புறப்படுகிறது. தென்கரை வாய்க்காலானது தென்கரைக் கண்மாய்க்கு நீர் எடுத்துச்செல்லும் வாய்க்கால் ஆகும். பாண்டியன் அணையிலிருந்து பிரியும் இவ் வாய்க்காலின் கரையோரம் பயணித்துத் தென்கரைக் கண்மாய் வரை சென்று பார்த்துள்ளேன்.

மதகு அமைவு

அணையின் கிழக்குக் குறுக்குச் சுவரிலிருந்து தொடங்கும் அணை சரியாக 453. 6 அடி நீளத்தில் இக் கட்டமைப்பைப் பெற்றுள்ளது. இம் மதகும் பராக்கிரமப் பாண்டியன் காலத்தியதே. இதில் எவ்வித ஐயமும் தேவையில்லை. இம் மதகு மூன்று கண்களை உடையது. இக் கண்கள் ஒவ்வொன்றிற்கும் இரும்புக் கதவுகள் உள்ளன. அவை நவீனகாலத்தின் கதவுகளே. எனினும், பாண்டியர் காலத்திலேயே இரும்பினாலான கதவுகள் செயல்பாட்டில் இருந்திருந்தாலும் வியப்பதற்கொன்றுமில்லை. மதகின் கண்கள், தமக்கான தூக்கி இறக்கும் கதவுகளை அன்றிலிருந்தே பெற்றிருந்துள்ளன. கதவுகள் இருந்தால் தான் மதகுகளின் வழியே வெளியேறும் நீரின் அளவைக் கட்டுப்படுத்தவியலும். ஏனெனில், தென்கரை வாய்க்காலுக்கு அதிக அளவு நீரை அனுப்பவேண்டும். இவ் வாய்க்கால் சற்று பெரிய வாய்க்காலாகவே உள்ளது. தென்கரைக் கண்மாய் எனும் சேந்தன் ஏரியின் கொள்ளளவு பெரிது என்பதால், பராக்கிரமப் பாண்டியன் பேராறு எனும் தென்கரைக் வாய்க்காலும் அகலத்திலும் ஆழத்திலும் அவ்வாறே சற்று பெரிதாகவே உள்ளது குறிப்பிடத்தக்கது.

இவ் அணையின் அமைவு நீள்-வளைவாக அமைக்கப் பட்டுள்ளது. அது ஆற்றின் குறுக்கே அமைந்த அணைதானா என்றால், ஆம் என்றும் இல்லை என்றும் என இருவகையிலும் கூறவியலும்.

என்றால், 419.8 அடியுடனான குறிப்பிட்ட இடத்தில் கிழக்கிலிருந்து மேற்கான நீள் வாக்கில் அவ்வாறே வடதிசைக் கரையில் வடமேற்கு மூலையிலிருந்து தென் கிழக்காக 1347.3 அடி நீளத்தில் ஆனால், தென் கிழக்கு மூலையைத் தொடாமல் ஆங்கே 42 அடி அகலம் விடப்பட்டதாய் கிழக்கில் அவ் அணைக்கட்டு ஒரு குறுக்குச் சுவரின் குறுக்கீட்டினால் முடிவடைகிறது. ஆக, மேற்குறிப்பிடப்பட்ட 42 அடி அகல இடைவெளி என்பது தென்கரைக்கால்வாய் பிரிவுபெறுவதற்காகவே ஆகும். (பார்க்க நிழற்படம் எண்: 12, 12அ) (நீளமான இவ்வாக்கியத்தை நன்கு புரிந்துகொள்ள இரண்டுக்கும் மேற்பட்ட முறையில் படித்துப்

பார்க்கவும்) மேலும், அணைக்கட்டின் வளைவானது நேர்த்தியான வடிவத்துடன் அமையவில்லை. நீளமான சிறு வளைவுகளும் முடுக்குகளுடான திருப்பங்களும் என நீள்வளைவினைப் பெற்றுள்ளது. அணைக்கட்டு, தான் ஆரம்பமாகும் கிழக்கின் குறுக்குச்சுவரிலிருந்து, கண்மட்டத்தில்; அதன் மேற்கின் (வடமேற்கு) மறுமுனை அல்லது தடுப்புச்சுவர் வரையில் அரை வட்ட வடிவமாக காட்சிதருகிறது. இதனை அணையின் ஒரு முனையிலிருந்து அவ்வாறு பார்த்தபோது அதன் நீள் அழகிய வளைவினைக் காண இயன்றது. எனினும், கூகுள் எர்த் மூலம் காணுகையில், அணைக்கட்டின் அசமத்துடனான வளை தோற்றத்தினை உணரவியலும். பார்க்க: நிழற்படம் எண்: 12அ)

மதகிலிருந்து தென்புறக்கரை வரையிலான ஆற்றின் அகலம் 85 அடி 10 அங்குலமாக உள்ளது. அதன் எதிர் வடதிசையில் ஆற்றின் அகலம் 452 அடியாக உள்ளது. ஆக, மதகு அமைந்துள்ள இடத்தில் ஆற்றின் அகலமாக தற்போது 537 அடி உள்ளது. அணையின் நீளம் முன்பு குறிப்பிட்டுள்ளபடி 410. 65 மீ அதாவது 1347.3 அடி நீளம். அகலம் : 27'. 8'' ஆகும்.

மேற்குறிப்பிட்டதுபோன்று இவ் அணை மிகச்சரியான வளைவமைவுடன் அமைக்கப்படவில்லை. ஆற்றின் அன்றைய அமைவின்படி அவ்வாறு அணையின் வளைவுகள் திருப்பங்களைப் பெற்றுள்ளன. என்றால், அணை, தன் ஒட்டு மொத்த நீட்சியினிடையே நான்கு இடங்களில் வளைவுகளை (Grooved curve) ஏற்றுள்ளது என்பதாகும். அவ்வகையில், கிழக்கிலிருந்து தொடங்குகிற அணை தமது முதலாம் வளைவை 400 பாகையிலும் இரண்டாம் வளைவை 850 பாகையிலும் மூன்றாம் வளைவை 1000 பாகையிலும் நான்காம் வளைவை 630 பாகையிலும் பெற்றுள்ளமை குறிப்பிடத்தக்கது. (பார்க்க: நிழற்படம் எண் : 13, 13 அ)

பராக்கிரமப் பாண்டியன் கல்லணை, ஒரு தடுப்பணைதான் எனினும், அது வழக்கமாக தமது இருபுறத்தின் விளிம்புகளில் மதகுகளைப் பெற்றிருக்கவில்லை. மாறாக, கிட்டத்தட்ட அதன் மையப் பகுதியில் ஒரே ஒரு மதகமைவை மட்டுமே பெற்றுள்ளது. இம் மதகும் அதன் மேடையும் எளிய ஆனால், ஆகச்சிறந்ததோர் நீர்ப்பொறியியற் கட்டுமான நுட்பம் கொண்டதாக அமைந்துள்ளது. அணையின் கட்டுமான அளவுகளை முன்னமேயே பார்த்தோம். இனி மதகின் அளவுகளைக் காண்போம்.

மதகின் நீளம் : 20 அடி 10 அங்குலம்

மதகின் உயரம் : 6 அடி 4.5 அங்குலம்

மதகின் பக்கவாட்டுச் சுவர்கள் ஒவ்வொன்றும் : 6 அடி 7.5 அங்குலம் நீளம் உயரம் 6 அடி 5 அங்குலம்

இப்பக்கவாட்டுச் சுவர்கள் முன்துருத்தி வரும் அமைப்புடையவை.

இருபது அடி நீளமுள்ள இம் மதகில் நீர் வெளியேற்றக் கண்கள் (*Vent*) மூன்று அமைந்துள்ளன. இடப் புற மற்றும் வலப் புற கண்கள் பக்கவாட்டுச் சுவரிலிருந்தே ஆரம்பமாகின்றன. மூன்று கண்களும் ஒரே மாதிரி அளவுடையதாகக் காணப்படினும் ஆனால் சிற்சிறு மாறுபாடுகளைக் கொண்டவை.

முதலாம் கண்ணின் அளவு:

- ✶ அகலம் 3 அடி 1.2 அங்குலம்
- ✶ உயரம் 3 அடி 2.1 அங்குலம்

இரண்டாம் கண்ணின் அளவு:

- ✶ அகலம் 3 அடி 2 அங்குலம்
- ✶ உயரம் 3 அடி 2 அங்குலம்

மூன்றாம் கண்ணின் அளவு:

- ✶ அகலம் 3 அடி 2 அங்குலம்
- ✶ உயரம் 3 அடி 1.6 அங்குலம்

கண்களுக்கிடையேயான சுவர்களின் அகலம்:

- ✶ முதலாம் மற்றும் இரண்டாம் கண்களுக்கிடையேயான அகலம் 5 அடி 10.2 அங்குலம்
- ✶ இரண்டாம் மற்றும் மூன்றாம் கண்களுக்கிடையேயான அகலம் 5 அடி 11.7 அங்குலம்

மதகின் முகப்பு தற்கால சிமெண்ட்டினால் பூசப்பட்டுள்ளது. இதனால் அதன் கல்லடுக்கத்தோற்றம் தெரிவதற்கில்லை. எனினும், அதன் பக்கவாட்டுச் சுவர்கள் அவற்றின் இயல்புத்தோற்றத்திலேயே உள்ளன. இவற்றின் மூலம் அக் கல் மதகு 6 அடுக்குகளாக கல் அடுக்கப்பெற்றதான சுவர்களைப் பெற்றுள்ளதைக் காணலாம். நீர்வெளியேற்றக் கண்களின் உட்புற ஆழம் 12 அடி 1. 1/4 அங்குலமாக உள்ளன. இவற்றில் பொருத்தப்பட்டுள்ள இரும்புக்

கதவுகள் இடம் வலமென 7 அங்குல இடைவெளிகளுடனானவை. மேற்புறமாக 1/2 அங்குலம் மட்டுமேயான இடைவெளி காணப்படுகிறது. இத்தகைய இடைவெளிகள் கதவை எளிதாக இயக்க உதவுவதற்காக விடப்பட்டவை.

மதகின் நீர் மேடை

பாண்டியரின் பெருந்தச்சர்கள் இம் மதகின் நீர் வெளியேற்றத்திற்கான பாதையை மிக நுட்பமாக அமைத்துவைத்துள்ளனர். இன்றைய உயரமான பெரும் அணைகளில் நீர் வெளியேறும் அமைவு என்பது செங்குத்தாக மிகச்சறுகலான சுவராகவே (*vertically slanted wall*) அமைக்கப்பட்டிருக்கும். இதனின் காரணம், அணையின் உயரம் அவ்வாறு நெடிது இருப்பதால் ஆகும். ஆனால், பராக்கிரமனின் அணையோ படுக்கை வாட்டத்திலான தடுப்பணை (*embedded - Check dam*). எனினும், இது மதகுடன் அமைக்கப்பட்டுள்ளது. இன்னும் குறிப்பாக, அதன் குறிப்பிட்டதோர் இடத்தின் நடுவில் அமைந்துள்ளது இம் மதகு. என்றால், தடுப்பணைகளுக்கே உரிய மிகக் குறைவான உயரத்துடனான இத் தடுப்பணையின் மதகின் வழியே வெளியேறும் நீரின் வெளியேற்றம் ஓர் அருவியின் நீர் வீழ்ச்சி போன்றமையவில்லை. மாறாக, சென்ற தலைமுறை வரை வழக்கத்திலிருந்த கமலை அல்லது கவலையின்படியான நீர் இறைத்தலில் அதன் தொடக்க வாயிலிருந்து வெளிவரும் நீர் போல மிகச் சற்றேயான சரிவு மேடையாக அமைந்து அதில் நீர் வெளியேறுவதை அறியலாம். ஆக, இந் நீர்மேடை மதகின் தாய்ச்சுவரிலிருந்து வெளிவாட்டமாக 35 அடி 2.5 அங்குலம் நீளுகிறது. இதன் அகலம் தொடக்கத்தில் 22 அடி 5 அங்குலமாக உள்ளது. ஆனால், அதன் விளிம்பில் 32 அடி 7 அங்குலம் கொண்டதாக உள்ளது. தற்போது இவ் விளிம்பின் முனைப் பகுதிகள் உடைந்துள்ளதால் அவ்வாறு மேற்சொன்ன அகலத்துடன் உள்ளது குறிப்பிடத்தக்கது. எனினும், அதன் கூரிய பகுதிகள் அரை அடியை கூடுதலாகப் பெற்றிருந்திருக்கவேண்டும். இதனை அவற்றின் வளைவின் இயல்பைக் கொண்டே உணர இயன்றது. ஆக இட, வலப்புறத்தின் கூர்களையும் சேர்த்து மொத்தம் 33 அடி 7 அங்குலம் அகலத்தினைக் கொண்டதாக அந் நீர்மேடை அமையப்பெற்றுள்ளது. மேலும், இந் நீர்மேடை

செவ்வகமாகவே வெளிப்புறமாக நீண்டாலும் அது இடம் வலம் என இருபுறத்திலும் மேற்சொன்னவாறு 6 அடி 2 அங்குலத்துடனான வளைவினை வெளிவாட்டமாகப் பெற்று அழகிய தோற்றத்துடன் அமைந்துள்ளது. இதனால்தான், தொடக்கத்தில் 22. 5 அடியளவில் தொடக்கமுறும் நீர்மேடை தம் எதிர்முனையில் அவ்வாறு 33 அடி 7 அங்குலம் விரிவினைப் பெற்றுள்ளது என அறியலாம். நீர் மேடையின் படங்கள் தரப்பட்டுள்ளன. (பார்க்க: படம் எண் : 14, 14அ, 14ஆ, 14இ, 14 ஈ)

மதகின் அமைவிடம்

நீளமான அணையின் மிகச்சரியான நடுப்பகுதியில் மதகு அமையவில்லை. நடுப்பகுதியிலிருந்து சற்று முன்பாகவே கிழக்குப் புறத்தில் அதனை அமைத்துள்ளனர். ஏனெனில், ‘பராக்கிரமப் பேராறு’ எனும் வாய்க்காலுக்கான நீரை ஒதுக்கித் தரும்பொருட்டு அவ்வாறு நடுவாக அமையாமல் சற்று முன்கூட்டியே அமைக்கப்பட்டுள்ளது. இது திட்டமிடப்பட்ட அமைவுதான்.

பராக்கிரமப் பாண்டியன் பேராறு எனும் வாய்க்காலின் முதன்மை நோக்கம் தென்கரை கண்மாய்க்கான நீர் வழங்குவதாகும். என்றால், முன்பே அவ் வாய்க்கால் பயன்பாட்டில் இருந்துள்ளது. ஏனெனில், பராக்கிரமப் பாண்டியனின் காலத்திற்கும் முன்பாகவே சேந்தன் செழியன் எனும் பாண்டிய வேந்தன் தம் பெயருடனான தென்கரை ஏரியை வெட்டிவைத்திருந்தார். ஆக, அதற்கான நீரை எடுத்துச் செல்லும் அவரால் வெட்டுவிக்கப்பட்ட வாய்க்கால் ஒன்று இருந்திருக்கவேண்டும் அல்லவா? ஆனால், அது எவ்விடத்தில் தம் தலைவாயைப் பெற்றிருந்தது என்பதனை அறிவதற்கில்லை. தூர்ந்துபோன ஓரிரு வாய்க்கால்களைப் பார்த்திருக்கின்றேன். அவற்றுள் ஏதோ ஒன்றாக அது இருக்கலாம். சரி! பராக்கிரமப் பாண்டியன், மதகுடனான ஒரு தடுப்பணையைக்கட்டமைத்துள்ளார் என்றால், அது ஒரு வாய்க்காலையும் பெற்றிருக்கவேண்டும் அல்லவா? ஆக, இன்றையத் தென்கரைக் காவ்வாயே பராக்கிரமப் பாண்டியப் பேராறு என்பதில் ஐயமில்லை. ஆங்கே வெகு முந்தையத் தடுப்பணை ஒன்று முற்றிலும் சிதிலமடைந்திருந்துள்ள நிலையில் புதியதாக ஒரு தடுப்பணையைச் சற்றே பின்தள்ளியவாறு பராக்கிரம பாண்டியன் எழுப்பிவைத்துள்ளார். அவ் அணையே,

இவ் ஆய்வு பொருண்மையேற்றுள்ள மூன்று அணைகளில் முதன்மையானதாகும். என்றால், இது இடைக்காலத்திய அணை. மற்ற இரு அணைகளும் இவ் ஆய்வினைப் பொருத்தவரை கடைச்சங்க காலத்திய அணைகளாகக் கருதப்படுகின்றன.

நின்ற சீர் நெடுமாறனும் (பொ.ஆ.பி. 650 - 700) அணை கட்டியதாக அண்மையில் படித்தறியப்பட்ட கல்வெட்டின் செய்தியை முனைவர். சொ. சாந்தலிங்கம் ஓர் உரைநிகழ்வின்போது குறிப்பிட்டிருந்தார். இக் கல்வெட்டு சடையவர்மன் குலசேகரனின் (பொ.ஆ.பி. 1190-1216) காலத்தியது. என்றால், ஒருவேளை பராக்கிரமப் பாண்டியனின் அணையின் முன்பாக தற்போது சிதிலமடைந்து சிதறிக்கிடக்கும் அணைதான் நின்றசீர் நெடுமாறனால் கட்டப்பட்டதாக இருக்குமோ என கரிமவழியில் காலத்தைக் கணித்தறியவேண்டியுள்ளது. ஆயினும், அடிபெயர்ந்து கிடக்கும் அதனின் பெரும் சிதில நிலையின் அடிப்படையில் சங்க காலத்தின் அணையாகவே அதனைக் கருதவும் இயலும். எவ்வாறெனினும், கரிமவழி உறுதி அடையும் வரை இவ் ஆய்வினில் குறிப்பிடப்படும் அச் சங்ககால அணைகள் இரண்டும் ஒரு கருதுகோளாகவே இருந்துவரட்டும் என அடுத்தகட்ட ஆய்வுகளுக்கு ஆற்றுப்படுத்துகிறது இவ் ஆய்வு.

ஆக, இவ் ஆய்வினைப் பொருத்தவரை சங்ககாலத்தில் மூன்று தடுப்பணைகள் கட்டப்பட்டிருந்தன. அவை:

1. அணைப்பட்டி எனும் ஊரிலும்
2. சித்தாதிபுரத்திலும்
3. குருவித்துறையிலும் ஆகும்.

1. அணைப்பட்டி ஊரில் உள்ள சங்க காலத்திய அணை

இவ் அணை இன்று தரை மட்டத்திலேயே அதாவது உயரம் குறைந்து காணப்படுகிறது. முற்றிலும் சிதைந்து பயன்படாமல் கிடக்கிறது இவ் அணை. (பார்க்க: படம் எண்: 15, 15 அ) அதன் நீளமைவு விடுபட்டுத் துண்டு துண்டாகவும் சில இடங்களில். மற்ற அணைகளைப் போன்றே இதுவும் ஆற்றின் குறுக்கே அமையாமல் நீள் வாட்ட குறுக்கு அமைவுடனேயே அமைக்கப்பட்டுள்ளதைக் காணவியலும். இத்தகைய நீள் குறுக்கு வாட்டமே ஆங்கோர்

வாய்க்கால் இருந்திருக்கவேண்டும் என்பதனை உறுதிபடுத்துகிறது. அவ்வாறே அத் தடுப்பணையைக் கள ஆய்வு செய்த நிலையில் அளந்து அளவுகளைக் குறித்துக் கொண்டேன். பின்னர், அவ் அணை வழிகோலிய வாய்க்கால் எங்கே என்று தேடினேன். அப்போது அணையின் தென்கிழக்குக்கரைப் பகுதியில் இடிபாடுகளுடனான பழங்காலத்தின் மதகு ஒன்றினைக் காண நேர்ந்தது. இத் தலைவாய் மதகு நெடுநாளாகப் புறக்கணிக்கப்பட்டுள்ளது போலும். (பார்க்க: படம் எண்: 16, 16 அ, 16 ஆ) இதனால்தான் அதனின் வாய்க்கால் செயல்பாட்டில் இல்லை. செயல்பாட்டில் இல்லை என்றால் அத் தலைவாய் மதகும் அதிலிருந்து புறப்படும் வாய்க்காலின் வெறும் 110 மீட்டர் நீளப் பகுதி மட்டுமே செயல்பாட்டில் இல்லை என்கிறேன். அதாவது, அவ் வாய்க்கால் தன் மதகிலிருந்து 360.8 அடி தொலைவு வரை செல்லுகிற நிலையில் தம்மை மிக ஒட்டியே பயணிக்கும் இச்சமகாலத்தின் புதிய வாய்க்காலுடன் இணைந்துவிடுகிறது. என்றால், அம்மேற்கு திசை வாய்க்காலின் தலைவாயே அப்பழைய வாய்க்காலுக்கான புதிய தலைவாயாக மாற்றப்பட்டுள்ளது என்பதாகும். (பார்க்க: படம் எண்: 17, 17அ, 17ஆ, 17இ, 17ஈ) வாய்க்கால் பழையதுதான். எனினும், இதற்கான நீர் அவ் இடத்தின்படியான வைகையிலிருந்து பெறப்படவில்லை. மாறாக, அதன் அருகில் வடதிசையில் இணையாக ஓடுமாறு இடம்பெற்றுள்ள இன்றைய பெரியார் கால்வாயின் மூலமே பெறப்படுகிறது. இது அறியத்தக்கது. எனினும், அவ்வாறு வைகை ஆற்றைக் குறுக்காக ஊடறுத்து இவ் வாய்க்காலுக்கான நீரை அதுவும் பெரியார் வாய்க்காலிலிருந்து எவ்வாறு பெறமுடியுமென்ற கேள்வி எழுவது இயல்புதான். ஏனென்றால், வைகையின் குறுக்கே அவ்வாறு சாத்தியமில்லை. எனினும், குறுக்காகத்தான் ஆனால், சுரங்க வாய்க்காலின் வழியாக நீரானது உள்ளூர்ந்து வந்து வெளியேறுகிறது என அறிந்து கொள்ளலாம். (பார்க்க: படம் எண்: 18, 18அ, 18ஆ) என்றால், குருவித்துறையின் கல்வெட்டொன்று 'காலுக்கு மேல் கால் கல்லலாகாது' என்றும் அந்த மேற்கால்வாயைத் தூர்க்கச் சொல்லிப் பாண்டிய மன்னர் ஆணை பிறப்பித்ததனையும் இங்கே நினைவு கூர்தல் நலம்.

மேற்குறிப்பிடப்பட்டுள்ள அப் பழைய வாய்த்தலை, அதன் மதகு மற்றும் வாய்க்கால் என இவை சார்ந்த நிலவரம் என்பன

யாவும் கடந்த 26-01-2020 களப்பணியில் கண்ட உற்றறிந்ததன்படி என அறிக. ஏனெனில், மாற்றம் எப்போது வேண்டுமானாலும் நிகழலாம் என்பதிற்கிணங்க அவ்வாறு குறிப்பிடுகிறேன்.

அணையின் அகலமும் நீளமும்

அணைப்பட்டியில் இடம்பெற்றிருக்கும் மேற்குறிப் பிடப்பட்டுள்ள அப் பழமையான தடுப்பணை 450 அடி நீளமும் 17.5 அடி அகலமும் கொண்டதாகும். என்றால், இஃதோர் சிறிய தடுப்பணையே. தரப்பட்டுள்ள அளவுகள் நேரிடையாகவே கள ஆய்வின் போது நம்மால் எடுக்கப்பட்டவை. இப் பழந்தடுப்பணையின் கிழக்குமுனையின் அருகில்தான் இன்றைய பேரணை என அழைக்கப்படுகிற குறுக்கணை இருக்கிறது. இதனால், பழைய அணையின் கிழக்குப் பகுதி நீக்கப்பட்டிருக்கலாம் கூட. நீளம் குறைந்து காணப்படுவதால் அவ்வாறு சொல்கிறேன்.

2. பராக்கிரமப் பாண்டியன் அணை (சித்தாதிபுரம்)

நான் சென்னைவாசி என்பதால் இவ் அணையைக் கண்டுபிடிக்கத் தொடக்கத்தில் போராடவேண்டியிருந்தது. பராக்கிரமப் பாண்டியன் கல்லணை எனப் பெயர் சொல்லி விசாரித்ததால் எவருக்கும் தெரியவில்லை. மூன்று முறை களப்பணி ஆற்றிய பின்பே அடையாளம் காணமுடிந்தது. மதுரையிலிருந்து இவ் அணைக்குச் செல்லவேண்டுமென்றால் சோழவந்தானை அடுத்து தென்கரை வழியாகக் குருவித்துறை செல்லவேண்டும். பின்னர் இன்னமும் மேற்கு நோக்கிப் பயணித்தால் சித்தாதிபுரம் என்ற ஊர் வரும். இவ்வூரின் தொடக்கத்திலேயே முதன்மைச் சாலையிலிருந்து வடக்கு நோக்கிச்செல்லும் ஓர் ஒற்றையடிப் பாதையைப் போன்றதான வழியின் மூலம் இவ் அணையை அடையலாம். இவ் அணை இன்று சித்தணை என்று அழைக்கப்படுகிறது. சிற்றணை, சித்தணை எனத் திரிந்தது போலும். இதனின் மேற்குத் திசையில் அமைந்துள்ள அணைப்பட்டி எனும் ஊரில் அமையப்பெற்றுள்ள அணையைப் பேரணை என அழைக்கின்றனர். எவ்வாறெனினும், ஆங்குள்ள புதிய அணையைப் பேரணை என அழைக்க

வாய்ப்பில்லை என்றே தெரிகிறது. எனின், சங்ககாலத்திய அணையாக இவ் ஆய்வினால் கருதப்படுகிற ஆங்கே சிதிலமடைந்து கிடக்கும் தடுப்பணையானது தற்போதுள்ள அமைவின்படி நீளம் குறைவாகத் தெரிந்தாலும் கூட அதன் உரியகாலத்தின் வெகு நீளமானதொரு பேரணையாகவே இருந்திருத்தல்வேண்டும். இதற்கிணங்க இடம்பெயர்ந்தவாறு புரண்டு கிடக்கும் அவ் அணைக்கான பழங்கற்களை ஆங்காங்கே காணலாம்.

சித்தாதிபுரத்தின் பாண்டியர் அணை, கல்வெட்டுகளால் குறிப்பிடப்பட்டுள்ளது. கல்வெட்டுகளால் மிகவும் குறிப்பிடப் பட்டுள்ள அணை இதுவாகத்தான் இருக்கும். ஆக, குருவித்துறை சித்திரரத வல்லபப் பெருமாள் கோவிலின் கல்வெட்டுகளால் இதன் வரலாற்றுக் காலத்தை அறியமுடிகிறது. அக்கல்வெட்டுகள் பொறிக்கப்படும்போது இவ் அணை கட்டப்பட்டுக் கொண்டிருப்பதாகவே அதில் சொல்லப்படுகிறது. எனவேதான், அக்கல்வெட்டுகளில் இவ் அணை நிகழ்காலத்தின்படியே குறிப்பிடப்படுவதை அறியலாம்.

இவ் அணை இவ் ஆய்வின் பொருண்மையின்படி முதன்மை யானது என்பதால் முன்பு பகுப்பாய்வு செய்யப்பட்டு நிறைவாகவே விளக்கப்பட்டுள்ளது. எனவே மேலும் விளக்கத் தேவையில்லை.

3. குருவித்துறை ஊரில் உள்ள சங்க காலத்திய அணை

இவ் அணையைப் பற்றி பெரும்பாலானோர்க்குத் தெரியவில்லை. உள்ளூர்வாசிகளிடம் கேட்டால் அப்படி ஏதும் இங்கு இல்லையே என்றார்கள். ஆனால், சித்தாதிபுரத்திலும் அணைப்பட்டியிலும் இருப்பதாகவே சொல்கிறார்கள். எனினும், விடாமுயற்சியுடன் சித்திரரத வல்லபப் பெருமாள் கோவிலிலிருந்து ஆற்றில் இறங்கி மேற்கு நோக்கி நடக்கலானோம். நடக்கலானோம் எனப் பன்மையில் சொல்வது என் மனைவியை உடன் அழைத்துச் சென்றிருந்ததனால் ஆகும். கிட்டத்தட்ட அரை கிலோ மீட்டருக்கும் மேலாக ஆற்றின் புதை மற்றும் சுடுமணலிடையே நடந்த பின்னர் தரைமட்டத்திலேயே கற்கள் அடுக்கப்பட்டது போன்ற ஒரு வடிவத்தை புதர்களிடையே காண நேர்ந்தது. சரியாகச்சொல்லப்போனால், கோயிலிலிருந்து இவ் அணை

473 மீட்டர் அதாவது 1551 அடி அதாவது 0.473 கி.மீட்டர் தொலைவில் உள்ளது. நெருங்கிச் சென்று பார்த்தபோதுதான் அதுவும் மிக நீளமானதொரு தடுப்பணை என்று தெரிந்தது. என் மனைவியுடன் சென்றதாலும், வெயில் மிக மிகக் கடுமையாக இருந்ததாலும் அளக்க இயலவில்லை. இதனால், கொரோனா அலைகள் ஓய்ந்த பின்னர் மற்றுமொருமுறை என் மனைவியுடன் சென்று அளவெடுத்து இங்குத் தந்துள்ளேன். பாம்புத்தோல்கள், அணையின் மேற்புறத்தில் நெடுகிலும் மண்டிக்கிடந்த முட்கள், பாசியுடனான வழுக்குப் பாறைகள் என மிகக் கடுமையாக இருந்தது அளத்தல் பணி.

அணையின் நீளம் 341.9 மீட்டர் அதாவது 1122 அடி. இவ் அணையின் இரு புறமும் சற்று உள்ளடங்கியவாறு மதகுகள் இருந்துள்ளன. இதற்கான அடையாளங்களை அங்கே காணமுடிகிறது. மதகுகளை இயற்கையாக அமிழ்ந்து கிடக்கும் தரைமட்டத்திலான பாறைகளின் மீது அமைத்திருந்துள்ளனர். அதாவது, இயற்கையான பாறைகளின் மீது சதுரக் குழிகள் ஏற்படுத்தி அவற்றில் வடிவப்படுத்தப்பட்ட கடினக் கற்களைப் பொருத்தி மதகினை அமைத்திருந்தனர். இதற்கான சான்றுகளை ஆங்கே காணவியலும். மட்டுமின்றி, மதகுகளின் வடிவப்படுத்தப்பட்ட கற்களும் ஆங்காங்கே இடம்பெயர்ந்து சிதறிக்கிடப்பதையும் காணமுடிகிறது. (பார்க்க: படம் எண்:19, 19 அ, 19 ஆ, 19 இ, 19 ஈ, 19 உ.) கிழக்குப் பகுதியில் மதகு அமைந்திருந்ததா அல்லது இல்லையா என உறுதியாகச் சொல்வதற்கில்லை. ஏனெனில், ஆங்கே பாறைகளைக் காண இயலவில்லை. ஆக, மேற்கில் இயற்கையாகவே பாறைகள் படர்ந்து கிடப்பதால் ஆங்கே மதகு அமைக்கப்பட்டிருந்துள்ளது என உறுதியாகக் கூறலாம்.

இதே போன்று பராக்கிரம பாண்டியன் கல்லணையின் மேற்குப் பகுதியிலும் மதகு இருந்ததற்கான தடயங்களையும் அங்குக் காணவியலும்.

மேற்விளக்கப்படுள்ள மூன்று அணைகளின் அளவுகளை ஓர் அட்டவணையாகவே கீழ் தரப்பட்டுள்ளதால் பின்வரும் ஆய்வாளர்களுக்குப் பயன்தரக்கூடும். அல்லது இச் சமகாலத் தின்படியான அவ் அணைகளின் அமைவுகளும் மற்றும் அளவுகளும் இந்நூலின்வழி ஆவணமாக்கி வைப்பதால்,

நிகழவிருக்கும் அவற்றின் எதிர்கால மாற்றங்களை ஒப்பிட்டு அறிந்துகொள்ள ஏதுவாகும்.

பாண்டியர் அணைகளின் அளவுகள்

அணையின் பெயர்	அணையின் நீளம் (அடியளவில்)	அணையின் அகலம் (அடியளவில்)	அணையின் உயரம் (அடியளவில்)
சங்ககாலத்திய அணை (அணைப்பட்டி)	450' (தற்போதைய அளவின்படி)	17'.5"	4' (தற்போதைய அளவின்படி)
சங்ககாலத்திய அணை (குருவித்துறை)	1122' (தற்போதைய அளவின்படி)	18' (மிகையளவின் படி)	
இடைக்காலத்திய பராக்கிரம பாண்டியன் கல்லணை (சித்தாதிபுரம்)	1347'.3"	27'.8"	12'

இவ் ஆய்வினில் பாண்டியர் அணைகள் மூன்றினைப் பற்றி ஆய்வு செய்யப்பட்டுள்ளது. எனினும், சோழரின் கல்லணையைப் பற்றிய மேலுமான புரிதல் பாண்டியரின் அணை நுட்பத்தை அறிந்துகொள்ள ஏதுவாக இருக்கும். இதனால், ஒப்பீட்டு ஆய்வும் அதனியல்பில் நிகழ்ந்துள்ள நிலையில் இதுவரை அறியப்படாத, சொல்லவும் இயலாத செம்புரிதல்களை இவ் ஆய்வு முதன்முதலாக வழங்குகிறது. இதன்படி, கரிகால் வளவனின் கல்லணை; அது வீற்றிருக்கும் இட அமைவின் பின்னணி, அறியப்படாமல் கிடக்கும் அதன் வன்-நன்-நுண்-நுட்பம் மற்றும் அதன் அமைவுத் தோற்றத்தில் காணப்படும் மாறுபாடு என இன்னும் பிற சிறப்புக் கூறுகள் கருதுகோள்களாக முன்னிற்கின்றன. இனி அவை சார்ந்த ஆய்வு...

கரைபுரளும் காவிரியில் ஒரே ஒரு கல்லணை மட்டும் ஏன்?

மேலே, அவ் ஒரே இடத்தில் அவ் அணைக் கட்டப்பட்டதாகக் குறிப்பிட்டிருக்கிறேன். என்றால், காவிரியின் தொடக்கப் பகுதிகளில்

சி. அ. வ. இளஞ்செழியன்

ஏன் அப்போது அணையேதும் கட்டப்படவில்லை எனுமோர் கேள்வி வடிவம் பெறாமலேயே கிடக்கிறதுதானே? சரி! நாள்கள் கடந்தாலும் பரவாயில்லை. அந்தக் கேள்வியை வடிவப்படுத்தி இப்போது நான் இவ் ஆய்வின் மூலம் உயர்த்துகிறேன். ஏனெனில், இந்தக் கேள்வி எழக் காரணமிருக்கிறது. அதாவது, 805 கி.மீ. நீளமுள்ள அப் பெரும் ஆற்றின் குறுக்கே 686 கி.மீட்டர் கடந்த நிலையில்தான் அங்குக் கல்லணை எழுப்பப்பட்டிருக்கிறது. அவ்வாறு, எழுப்பிய அவ் ஒரே ஒரு கல்லணையும் நீர்த்தேக்க அணையாக இல்லை. இது குறிப்பிடத்தக்கது. ஆக, இக் கல்லணையிலிருந்து காவிரியாறு கடலை அடைய இன்னமும் 119 கி.மீட்டர் செல்ல வேண்டியுள்ள நிலையில் அவ்விடத்திற்கான தேவை வேகத்தடையிலான ஒரு பகுப்பணை மட்டுமே. என்றால், கரிகால் வளவனின் எண்ணம் நீர்த்தேக்க அணை அல்ல என்பது இதன் மூலம் உறுதியாகிறது.

நீர்த்தேக்கத்தை ஆற்றிலேயே அமைத்துவைக்காமல் ஏரி, குளம் என இன்னபிற தேக்கங்களில் தேக்கி வைப்பதென்பது அன்றைய மரபாகவே இருந்துள்ளது. என்றால், ஆற்றை முடக்குவதோ வலுவிழக்கச் செய்வதோ அன்றைய உளவியலின் எண்ணமாகவும் இல்லை. எனவேதான், கற்சிறை எனும் கல்லணை, அடிப்படையில் ஒரு தடுப்பணையாகவே பாவிக்கப்பட்டிருந்தது. ஆக, நீரை முற்றிலும் முடக்காமல் ஆறானது தன் ஓட்டத்தை எப்போதுமே தொடர்ந்து மேற்கொள்ள வழிசெய்யும் வகையில் தமிழகத்தைப் பொருத்தவரை தடுப்பணைகளே அன்று அமைக்கப்பட்டிருந்துள்ளன. இதற்கிணங்க, கரிகாலன், காவிரியை ஒற்றை ஆறாகவே பாவிக்காமல் அதன் இயல்பின் பாதையில் காவிரியாகவே ஓடச்செய்துள்ளார். இதனால்தான் காவிரியின் கழிமுகம் பூம்புகாரில்! ஆக, குடகு மலையில் தோன்றும் காவிரி பூம்புகாரில் கடலுடன் சேர்கிறது. இதனால், இதுவே மூல ஆறாகும். எனினும், கரிகாலன், மேலும் இரு கிளை ஆறுகளை செயற்கையாகத் தமது கல்லணையின் மூலம் பிரித்த நிலையில் ஆக மொத்தம் மூன்று ஆறுகளாகக் காவிரியைக் கிளைத்துப் பாயச்செய்திருந்தார். *(பார்க்க: படம் எண்: 20, 20 அ)* இதன்படி தாய்க்காவிரியானது தலைநகர் பூம்புகாரில் துறைமுகப் பயன்பாட்டிற்கான அடிப்படையாகி இருந்த நிலையில் செயற்கை

ஆறுகளாகப் பிரிக்கப்பட்டிருந்த அவ் இரு ஆறுகளும் வேளாண் வளத்திற்கான நீர் நாளங்களாகக் கடமையாற்றின. எனின், தெளிவான சிந்தனையின் படியானதோர் கட்டமைப்பாகவே கல்லணையின் பொறியியற் நுட்பம் செம்மாந்து நிற்பதை இவ் ஆய்வு வெளிக்கொணர்கிறது.

என்னதான் நீங்கள் அறிவார்த்தமாகச் சொன்னாலும் கரிகால்சோழன் தமது கல்லணையின் மூலம் காவிரியை மூன்றாகப் பிரித்திருக்க வாய்ப்பில்லை என்கிறோம். மேலும், எதன் அடிப்படையில் அவ்வாறு கூறுகிறீர்கள்? தங்களின் சொந்தக் கருத்தே இது! என நீங்கள் மறுக்கலாம் கூட! சான்றுகள் இல்லை என்பதால் மறுப்பதற்குப் பெரும் வாய்ப்பு கிடைத்துவிடுகிறது-எவருக்கும். ஆயினும், தங்களின் மறுப்பை நானும் மறுக்க வாய்ப்புள்ளது என்பதையும் நீங்கள் உணர்ந்தாகவேண்டும். அதாவது, ஒரு மருத்துவர் ஒரு நோயாளியின் நோயை ஊகித்தறிந்தே சிகிச்சை அளிப்பது போன்றதானது - சான்றுகளில்லாது முனையும் ஆய்வு. மருத்துவரின் ஊகித்தறியும் நுண்திறனால், நெடிய பட்டறிவால் அந்நோயாளியின் நோயை இன்னதுதான் என முதல் பரிசோதிப்பிலேயே கண்டறிந்து குணப்படுத்துதல் என்பதாகும். அவ்வகையில், காவிரி ஒரே ஆறாகவே தன்னியல்பில் இருந்துவிட்டுப் போகட்டும் என கரிகால் வளவன் அக் கல்லணையைக் கட்டியிருப்பாரேயானால் அதன் கதை என்றோ முடிந்து காணாமல் போயிருந்திருக்கும். ஆக, இவ் ஆய்வினை நன்கு புரிந்துகொள்க!

கொள்ளிடம் எனும் பேராறு ஒருபுறம் ஓடினாலும் தென்புறமாகச் சீறி ஓடிக்கிடந்துள்ளது காவிரி. இதனால், அதனின் வெகு வேகத்திற்கு ஈடு கொடுக்கவியலாமல் ஏதோ ஒரு காலத்தில் அவ் அணை உடைந்து சிதைந்து போயிருத்தல்வேண்டும். மட்டுமின்றி, காவிரி, ஒற்றை ஆறே எனும் நோக்கத்திற்கான கட்டுமானமே அதன் கல்லணை என்றால், மற்றுமொரு கல்லணையை காவிரியின் மேற்குப் பகுதியில் அல்லவா அவர் கட்டிவைத்திருத்தல்வேண்டும்? ஏன் இதனை எவரும் எண்ணிப்பார்க்கவில்லை? ஆக, அம் மேற்குக் கல்லணை இக் கல்லணையைவிட இன்னமும் பெரியதாக அல்லவா இருந்திருக்கவேண்டும்? கிட்டத்தட்ட

நீர்த்தேக்க நோக்கத்துடனான ஒரு தடுப்பணையாக அதனைச் சொல்கிறேன். ஆனால், அவ்வாறு எந்த அணையையும் அவர் காவிரியின் மேற்குப் பகுதிகளில் அமைத்துவைக்கவில்லை என்பது குறிப்பிடத்தக்கது. என்றால், ஒரே கல்லில் இரண்டு மாங்காய் போன்றே ஒரே கல்லணையால் மூன்று ஆறுகள் என்பதே வளவனின் ஒப்பற்ற பெருந்திட்டம். இதனை நாம் இன்னமும் புரியாமல், சர் ஆர்த்தர் காட்டனை வைத்துக்கொண்டு குழம்பிக் கொண்டிருக்கின்றோம்.

கரிகால் வளவனின் கல்லணை வெறும் மணற்பரப்பினால் ஆன நிலத்தின் மீது களிமண்ணின் பிடிப்புத்தன்மையைப் பயன்படுத்திய நிலையில் பெரும் கற்பாளங்களை வரிசையாக அதில் அமிழ்த்தி அதன் மீதே எழுப்பப்பட்டதாக சொல்லப்பட்டுவருகிறது. இதனை நம்பி நாம் அதனின் எளிய நுட்பத்தை ஆகா ஒகோ என்று பெருமைபேசியவாறு கடந்து விடுகிறோம். ஆனால், ஓர் அகல, நீளமான தீவிர ஆற்றிற்கு இத்தகைய ஒரே ஒரு குறுக்குக் கல்லணை மட்டுமே போதுமா அல்லது அஃதொன்றே தாக்குப் பிடிக்குமா என்று கேட்டால் சற்றே நிலை தடுமாறக்கூடும். மட்டுமின்றி, அஃதோர் எதிர்பாராத கேள்வியாகவும் ஆகிவிடும். ஏனெனில், இந்தக் கேள்வியை இதுவரை நாம் எழுப்பிப் பார்க்கவில்லை. மேலும், காவிரி அன்று அதி தீவிர ஆறாகவே இருந்துள்ளதால் அடித்துச் செல்லப்பட்டுள்ளான் ஆதிமந்தியின் கணவனான ஆட்டனத்தி. காவிரியின் மிகு வேகமே அவனைக் காப்பாற்றவியலாத கையறு நிலையின் காரணம். இத்தனைக்கும் அவன் நீர்விளையாட்டில் ஆகச்சிறந்தவன். எனினும், பருவகாலத்தின் தீவிரம் தாண்டி காவிரியின் சராசரி ஓட்டமே சற்றுக் கூடுதலானதுதான்! என்றால், மழைக் காலங்களில் அது அசுரத்தன்மையுடன் ஓடிக்கிடந்திருக்கும் அல்லவா?

கரிகால் வளவனின் வேளாண் பாசனத் திட்டம் என்பது ஒரே அணையுடன் மட்டுமே! அவ் ஒரே அணைத் திட்டத்தின் மூலம் காவிரியை மூன்றாகப் பிரித்தல் என்பதே ஆங்கே கையாளப்பட்டுள்ள பொறியியல் நுட்பம். இதனால் அன்று, காவிரிக்கு வேறெங்கிலும் அணைகள் தேவையாக இருந்திருக்கவில்லை. ஆக, இவ் அதீத நுட்பத்தினை அறியாமல் நாம் நுனிப்புல் மேய்ந்தவாறு எழுதப்பட்டுள்ள கல்லணை சார்ந்த சார்புக் கருத்துக்களுடன்

போராடிக்கொண்டிருக்கின்றோம். ஆங்கில எழுத்துக்களின் மீது அசைக்க முடியாத அப்படி ஒரு நம்பிக்கை நமக்கு. இதற்கிணங்க, கல்லணை இன்றுவரை தாக்குப் பிடிப்பதற்கான காரணத்தினை கடைசியில் களிமண் என்கிறது ஆங்கில மங்குனி எழுத்துகள்.

ஆக, நேரிடையாக இரண்டு ஆறுகளும் தென்புறப் பக்கவாட்டுத் தலைவாய் திறப்பின் மூலம் ஒரு சிறிய ஆற்றினையும் வாய்க்காலின் தன்மையில் மற்றொன்றாக ஏற்படுத்தி வைத்தவராக கரிகால் வளவனை அறியவேண்டும். மூன்றாவதாகச் சொல்லப்பட்டுள்ள அவ்வாய்க்கால் இன்று 'கிராண்ட் அணைக்கட்டுக் கால்வாய்' என்று அழைக்கப்படுகிறது. ஆனால், இன்றளவும் 'மேற்பனைக்காடு' எனும் ஊரின் மக்கள் அவ்வாய்க்காலை ஆறு என்றே கூறுவதை கள ஆய்வின்போது கேட்டறிந்துள்ளேன். வாய்க்காலாக அது இன்று உரு மாறியிருப்பினும் கூட அதனை வாய்க்கால் என்றோ கால்வாய் என்றோ அவர்கள் அழைப்பதாக இல்லை. தொன்று தொட்டு ஆறு என்றே அழைத்து வருவதன் பயனாய் இன்னமும் அதனை ஆறு என்கின்றனர். மேற்பனைக்காட்டைப் பொருத்தவரை அக் கால்வாயின் அகலம் 48 அடியாக உள்ளது. இதனை நேரடியாக அளந்திருக்கிறேன். *(பார்க்க படம் எண்: 21, 21அ, 21ஆ, 21இ)* எனின், கல்லணையில் தொடங்கும்போது அது 216 அடி ஆகத் தொடங்குகிறது. இவ் அளவும் என்னால் அளக்கப்பட்டதே. இவ் வாய்க்காலைத்தான் சர் ஆர்தர் காட்டன் வெட்டி அமைத்தார் எனப் புகழ்ந்துகொண்டு பலர் திரிகின்றனர். இதனின் பின்னணியில் தமிழகத்தின் நீர் மேலாண்மை குறித்த ஓரிரண்டு நூல்களைத் தவிர அடுத்த நிலை ஆய்வு நூல்கள் இன்னமும் எழுதப்படவில்லை என்றே தெரிகிறது. இதனால், தொல்தமிழர்தம் நீர்மேலாண்மை குறித்த புரிதல் இன்னமும் நம்மிடம் இல்லை எனலாம். மேற்குலகினர் எழுதிவைத்ததோடு நின்றுபோயிருக்கிறது. ஆக, இவ் ஆய்வு நம் கரிகாலனின் கல்லணை மற்றும் அதனின் நுட்பங்களின் மீதான அடுத்த புரிதலை உய்த்துணர்ந்து பெற்றுத்தருகிறது.

கல்லணையின் கட்டுமான அமைப்பு

மேற்கூறியதிற்கிணங்க, கல்லணை; வாய்க்கால்களைப் பிரிப்பதற்கு மாறாக, ஆற்றையே பிரித்து வைப்பதற்காக கட்டப்பட்டது. இது இவ் ஆய்வின் முடிபும் கூட. எனவேதான்,

சற்று மாறுபாடுடனான குறுக்கு அணையாக அதன் கட்டுமானம். ஏனெனில், மிகச்சரியான நேர் நீட்டத்துடனான குறுக்கணை என்றால், காவிரி ஒன்றே அவ் அணையில் புகுந்து கடலை நோக்கிச் செல்வதாகிவிடும். ஆனால், அவ்வாறில்லாமல் நீளமான அவ் அணையானது நடு பாகத்தையும் பெற்று இடம் வலமாக இரு அணைகளாகப் பகுக்கப்பட்டுள்ளன. பகுக்கப்பட்டதோடல்லாமல் சற்றே மேற்கு நோக்கியவாறு அதன் இரு புறமும் கோணமாக்கப்பட்டுள்ளன என்பதனை இங்கு மிகவும் அழுத்திச் சொல்லவேண்டியுள்ளது. அதாவது, பறக்கும் பறவையின் இறக்கை போன்ற சற்றேயான ஓர் அமைவு. இனி கல்லணையின் அளவுகளைத் தெரிந்து கொள்வோம்.

* காவிரிக்கான அணைப்பகுதியின் நீளம் 185 மீட்டர் அதாவது 606.8 அடி நீளம்.
* வெண்ணாற்றிற்கான அணைப்பகுதியின் நீளம் 142 மீ அதாவது 465.76 அடி நீளம்.

இவ்விரண்டு அணைப்பகுதிகளையும் இணைக்கும் மையச்சுவர் 26 மீட்டர் அதாவது 85.28 அடி நீளம் ஆகும். என்றால், அணையின் மொத்த நீளம் 353 மீட்டர் அதாவது 1157 அடி நீளமாகும்.

இம் முதன்மை அணையைத்தவிர ஆங்கே வடக்குப் பகுதியில் ஆங்கிலேயர் காலத்தின்போது கொள்ளிடத்திற்காக அணை கட்டப்பட்டுள்ளது. கொள்ளிடம், கல்லணையின் மிக அருகே காவிரியுடன் உரசும் அளவில் அங்குப் பயணிப்பதால் அதற்கும் ஓர் அணை தேவையாக இருந்துள்ளது. எனினும், இடைக்கால சோழர் காலத்தில் கல்லணையை ஒட்டியே அதற்கான ஒரு திறப்பையும் அமைத்திருக்கவேண்டும். ஆம்! அவ்வாறே அமைக்கவும்பட்டுள்ளது. ஆக, இது 49 மீட்டர் நீளத்துடன் அங்கு அமைந்திருப்பதைக் காணவியலும். இதனையே மேலும் நீட்டித்து கிட்டத்தட்ட 336 மீட்டர் நீளத்துடனான மற்றுமொரு அணையை சர்ஆர்தர் காட்டன் அமைத்துவைத்துள்ளார். ஆக, கொள்ளிடத்திற்கான அணை 386 மீட்டர் நீளத்துடன் அமைந்திருப்பதை அறியலாம். அதாவது உள்ளாற்றின் தொல் தடுப்பணையின் மீது.

புரிந்துகொள்ளப்படாதக் கல்லணையின் கோண அமைவு

கல்லணை; நேர் குறுக்காக அமையாமல் பறவையின் இரு விரிந்த இறக்கைகள் போன்ற ஓர் அமைவுடன் அமைந்திருப்பதை மேலே குறிப்பிட்டிருந்தேன். அவ்வகையில், காவிரிக்கான அணையின் நீட்டம் வடக்கிலிருந்து கிழக்கு நோக்கியதாய் 810 பாகையிலும் (Degree) வெண்ணாற்றுக்கான அணையின் நீட்டம் தெற்கிலிருந்து 620 பாகை மேற்கு நோக்கியதாகவும் கோணமேற்றுள்ளன. அதாவது, அவ் ஒரே அணையில் அவ்வாறு இரு கோண அமைவுகள் கையாளப்பட்டுள்ளன என்பதாகும். என்றால், இக் கோண அமைவே மேலும் ஒரு ஆற்றினைப் பிரிப்பதற்கான ஆணித்தரமான சான்றாகிறது. அவ்வாறு கோணமாக அமைத்தாலொழிய ஓர் ஆற்றினை இரு ஆறுகளாகப் பிரித்தனுப்ப முடியாது என்பதறிக. ஏனெனில், கோண அமைவு இல்லாது நேர்-குறுக்கான அணையில் (Straightish-Cross Dam) மையச்சுவர் உதவியால் என்னதான் ஆற்றைப் பிரித்தனுப்பினாலும் கூட, அது சற்று தூரம் மட்டுமே இணையாகச் சென்று பின் ஒரே ஆறாகவே இணைந்துவிடும் அல்லவா? எனவேதான், அம் மையச்சுவர் 85 அடி அளவில் கையாளப்பட்டிருப்பினும் கூட, அதையும் மீறி இரு புறங்களின் அணைகளும் வடக்கு நோக்கியும் தெற்கு நோக்கியும் கோணமாக்கப்பட்டுள்ளன. ஆக, கோண அமைவு மற்றும் மையச்சுவரின் உதவியால் பிரியும் ஆறுகள் எவ்விடத்திலும் இணையாமல், போகப் போகப் பெரும் இடைவெளிகளுடன் பயணித்துத் தமக்கிடையேயான முக்கோண விளை பரப்பை (Delta) கட்டமைத்துவைத்துள்ளன. ஆம்! கல்லணையின் திட்ட நோக்கமே அதுதான். ஆக, ஆற்றினை அவ்வாறு முக்கூறாக்கவில்லையென்றால் ஒற்றைக் காவிரியிலிருந்தே வட, தென்புற விளைநிலங்களுக்கான பாசன வசதி என்பது ஆற்றின் அருகே அமைந்த நிலங்களுக்கானதாகவே என ஆகிவிடும். அதாவது, கிட்டத்தட்ட நைல் நதியின் இருபுறத்தின் ஆயத்தீர்வை போன்று அகலமற்ற விளைபரப்பாக! மேலும், வாய்க்கால்களால் அவ்வளவு தொலைவுகளுக்கு நீரை எடுத்துச் செல்லவியலாது. கோடிக்கணக்கான ஹெக்டேர் விளைநிலக் கட்டமைப்பு என்பது வெறும் ஒற்றை ஆறு மற்றும் அதன் வாய்க்கால்,

கால்வாய்களால் சாத்தியமில்லை. என்றால், காவிரியை மூன்றாகப் பிரித்தது கரிகால் வளவனின் கல்லணையே. நாம் நன்றாக அறியவேண்டும்; அதாவது, வைகையின் சங்ககால மற்றும் இடைக்காலத்திய அணைகளின் நோக்கம் முக்கோண டெல்ட்டா அல்ல. உண்மையில், இன்னமும்கூட ஆங்கில ஆய்வாளர்களாலும் இவை புரிந்துகொள்ளப்படாமல் விடப்பட்டுள்ளது. இத்தகைய அரிய நுட்பங்களுடனான பெரும் வாழ்வியலுடன் ஆட்சி செய்தவனாகக் கரிகால் வளவன் சிறப்புறுகிறார்.

வளவன் எனும் அரிய பெயர் முதன் முதலாக உருவாக்கப்பட்டதன் பின்னணியில் அவர் ஆற்றை மூன்றாகப் பிரித்திடும் கல்லணையைக் கட்டி, வேளாண் வளம் பெருக்கினார் எனும் பெரும்பாடு சிறப்புறுகிறது. எகிப்தின் நைல் நதி தமக்கிடையேயான அணையை வெகு முன்பே அமையப்பெற்றிருப்பினும் அது நிறைவடையாமல் வெள்ளத்தால் அடித்துச் செல்லப்பட்டதாகத் தகவல்கள் அறியக்கிடைக்கின்றன. என்றால், அண்மையில்தான் அது தமக்குரிய அணையைப் பெற்றுக்கொண்டதாயிற்று. இன்றளவும் பயன்பாட்டில் உள்ள ஓர் அணையை 3000 ஆண்டுகளுக்கும் முன்பே கட்டித் தம் நாட்டின் வளம் பெருக்கியவராக அம் மாபெரும் வேந்தனான கரிகால் வளவன் சிறப்புறுகிறார்.

ஆனால், இவரின் வரலாற்றினை ஏனோ சிறுவர்களுக்குச் சொல்லப்படுகிற விக்கிரமாதித்தன் கதையைப் போன்றே வரலாற்றாசிரியர்கள் எழுதி வைத்துச் சென்றுள்ளனர். உண்மையில், சோழநாடோ அதன் விளைபரப்பை முன்னிட்டே கட்டமைக்கப்பட்டதாகத் திகழ்ந்திருந்த நாடு. மருதமும் நெய்தலும் கைகோத்துக் கொண்டாடிக் கிடந்திருந்துள்ளது. என்றால், மாண்புடை மருத-நெய்தலம் அது. மருத-நெய்தலற் திணையை வடிவமைத்தவராக முதலாம் கரிகால் வளவனை உணரலாம். இடைக்காலத்திய ஔவை ‘சோழநாடு சோறுடைத்து’ என, போகிற போக்கில் சொல்லிச்சென்றதாக இல்லை. உண்மையில், சோழநாட்டின் வேளாண் வளத்திற்கான நீர்மேலாண்மை குறித்தான ஆவண எடுத்துரைப்பே அது.

மேலே, நுணுகியும் விரிவாகவும் கரிகால் வளவன் கட்டியெழுப்பிய கல்லணையைப் புரிந்துகொண்டோம். அதன்

கோண அமைவின்படியான கட்டுமானத்தின் பின்னனியில் பாசனத்திற்கான செயற்கை ஆறுகளை உய்த்துணர்ந்து முதன்முதலாக இவ் ஆய்வினில் எடுத்துரைக்கப்பட்டுள்ளது. அவ்வாறு, ஆற்றைப் பிரிக்கும் காவிரியின் பகுப்பணையான கல்லணையைப் போன்றல்லாமல் வைகையின் பாண்டியர் அணைகள் தடுப்பணைகளாகவே கட்டப்பட்டவையாக உள்ளன. இதனால், அவை ஆற்றின் அகலத்தில் நீள்மையாக அமையாமல் அதன் நீள் வாட்டத்திலேயே குறுக்கமைவைக் கொண்டமைந்தவையாய் உள்ளன. மேலும், மற்றொரு ஆற்றினைச் செயற்கையாகப் பிரிக்கும் அளவிற்கான நீர்வரத்து வைகையில் கிடையாதுதான். என்றால், அது நடுத்தரமான ஆறாகவே அன்று இருந்துள்ளது. வேண்டுமென்றால், அதனில் வாய்க்கால்களைப் பிரிக்கலாம். ஆம்! அதனைத்தான் பாண்டிய மன்னர்கள் செய்திருந்தனர்.

முடிவுரை

'பாண்டியர் கல்லணை' எனும் தலைப்புடன் தொடங்கிய இவ் ஆய்வு தமக்கான கருதுகோளை ஏதும் அப்போது கையிருப்பாகப் பெற்றிருக்கவில்லை. ஆயினும், அது தமது பயணத்திடையே எதிர்ப்பட்ட கருதுகோள்களைத் தாங்கிக்கொண்டு அவைகுறித்த விசாரணைகளையும் தேடலையும் திறம்பட நிகழ்த்தியிருந்ததைக் கண்டுணர்ந்தோம். கரிகால் வளவனின் கல்லணை மட்டுமே தமிழர்களின் நீர் மேலாண்மைக்கான ஓர் ஒற்றை எடுத்துக்காட்டு எனப் பெருமிதத்துடன் நாம் திரிந்து கிடப்பதும் ஒருபுறம் உண்மைதான். இதனால், சிறப்பு மருதமாகக் கட்டமைக்கப்பட்ட பாண்டியர்தம் மதுரையின் நீரியல் மேலாண்மை என்னவானது என்ற கேள்வி-எண்ணமே, இவ் ஆய்விற்கான அருவக் கருதுகோளாக (*Ab stractive - Hypothesis*) நின்று அடிக்கல் நாட்டியது.

அவ்வகையில், இராசராசேச்சரம் எனும் தஞ்சைப் பெருங் கோயிலைக் கட்ட எங்கிருந்து கற்கள் கொணரப்பட்டன? என்ற பழைய கேள்விக்கான பழைய பதில்களை ஒத்துக் கொண்டாலும்கூட அவை எவ்வாறு கொணரப்பட்டன என்பதற்காகச் சொல்லப்படும் பேய்க்கதைகள்தான் நம்மை மீண்டும் அது பற்றி ஆய்வு செய்யத்தூண்டின.

என்றால், அவைபற்றித் துல்லியமாகவோ அல்லது நெருங்கியோ சொல்லத் தெரியாமல் வழக்கமாக அரசபுரசலான கதைகளால் மட்டுமே இன்னமும் நாம் ஒப்பேற்றிக் கொண்டிருக்கின்றோம்.

உண்மையில், இதுவரை அவைபற்றி வழங்கப்பட்டுவரும் தரவுகளின்மீது எனக்கு உடன்பாடில்லை. அவை அறிவார்த்தமாகவும் இல்லை. இதனால், அதனைக் கருதுகோளாக்கிக்கொண்டு கள ஆய்வுகள் செய்து ஆகச்சிறந்த நுணுகியத்துடன் எழுதி வந்துகொண்டிருந்தேன். 'தஞ்சைப் பெருவுடையார் கோயிலும் துறைமுகமும்' என்பது அவ் ஆய்வின் தலைப்பு. இந் நிலையில் சரி! பாண்டியர் ஏதும் அணை கட்டவில்லையா? அவ்வாறு கட்டியிருந்தால் அவர்களின் நுட்பம்தான் என்ன? அவற்றினைக் காண இயலுமா? எனும் ஆர்வத்துடனான கேள்விகள் தொடர்ந்தாற்போல் நச்சரித்தன. இதனால், மேற்படியான ஆய்வினைத் தற்காலிகமாக நிறுத்தவேண்டியதாயிற்று. அவ் ஆய்வின் இடையே கிளையுற்ற ஆய்வாக இது அமைந்த நிலையில் சித்திரரத வல்லபப்பெருமாள் கோயிலின் கல்வெட்டுகளைப் படிக்க நேர்ந்தேன். அக் கல்வெட்டுகள் கூறிய செய்திகளை மிகச்சரியாக விளக்கியுள்ளனரா, அல்லது போகிற போக்கில் மேலோட்டமாக சொல்லிச்சென்றனரா எனும் ஐயமும் எழுந்தது. அக்கல்வெட்டு முகவரித்திடும் அதன் சமகாலத்தில் கட்டப்பட்டுக்கொண்டிருந்த பராக்கிரம பாண்டியன் கல்லணையைத் தெரியவந்ததால் எல்லையற்ற மகிழ்ச்சிக்கு ஆளானேன். ஏற்கெனவே அது பற்றி சிலர் எழுதி இருந்ததை அறிந்திருந்தாலும் அவை போதுமானவையாக இல்லை. சின்னசின்ன குறிப்புகளாகவே அவை இருந்தன. இதனால், அவ் அணையை இன்னமும் விளக்கிக்கூறவேண்டிய கடமை முன்னின்றது. அஃது, இடைக்காலத்தின் கல்லணை என்பதால் உடனடியாக எழுந்த உற்சாகம் ஒப்பீடாகப் பாய்ந்த நிலையில் கரிகாலனின் கல்லணையை அது தொட்டு நின்றது. எனவே, அவ் இடைக்காலத்திய பாண்டியர் கல்லணையைத் தேடிக் களப்பணியாற்றிய நிலையில் கற்றலாகவே சென்று கொண்டிருந்தது என் இவ் ஆய்வு. எனினும், இக்கற்றலின் ஊடே இது இடைக்காலத்தின் அணை என்றால், சங்ககாலத்திய அணைகள் என்னவாயின எனும் மேலதிகக் கேள்வி ஒன்று தீவிரமடைய நேர்க்கோட்டில் சென்று கொண்டிருந்த நம் தேடலும் ஆய்வும்

தொடர்புடைய அதன் பிற புற அல்லது பக்கக் கோடுகளிலும் பயணிக்க வேண்டியதாயிற்று.

இவ் ஆய்விற்கான தொடக்கக் களப்பணிகள் மழைக்காலத்தின் போது நிகழ்த்தப்பட்டதால் வைகையில் நீர் நிறைந்திருந்தது. மட்டுமின்றி, எதிர்பாராத கொரோனாவின் ஊரடங்குகளால் தடைப்பட்ட இவ் ஆய்வினை மீண்டும் 2 - 4 - 2022ல் தான் தொடங்கினேன். இயன்றவரை, இவ் ஆய்வினில் எடுத்துக்கொண்ட தலைப்பினையும் இடையில் தோளேறிய அதற்கான கருதுகோள்களையும் திறம்பட விளக்கியுள்ளேன். மட்டுமின்றி, முழுமையடையாது கிடக்கும் பாண்டியர் வரலாற்றின் ஒரு குறிப்பிட்ட காலங்களிடையேயான இடைவெளிகளை நுணுகி உற்றாய்ந்து வெளிக்கொணர்ந்தமை என்பது இவ் ஆய்வின் கூடுதற் சிறப்பே. இந் நூலில்தான் முதன்முதலாகவும் மிகத்தெளிவாகவும் பாண்டியன் இரண்டாம் இராஜசிம்மனின் வரலாறும் சோழனின் தலைகொண்ட வீரபாண்டியனின் வரலாறும் கூறப்பட்டுள்ளன. கேரள அறிஞர்களே குழம்பி நிற்கும் சேர அரசன் ஸ்தாணு இரவியின் தமிழகத்தினுடனான தொடர்பினை ஆணித்தரமாக வரையறுத்துள்ளது இவ் ஆய்வு. கண்டும் காணாது கடந்து செல்வதான நிறைய குளறுபடிகளை அலசி ஆராய்ந்து உரிய பல உண்மைகள் இவ் ஆய்வின் மூலம் மீட்கப்பட்டுள்ளன. நீலகண்ட சாஸ்திரியால், சதாசிவப் பண்டாரத்தாரால் என இன்னும் பிற மூத்த வரலாற்றினரால் சொல்லவியலாத பேருண்மைகளை இவ் ஆய்வு நூல், பாண்டியர் கல்லணை பற்றியும் அவர்களின் தன்னிகரற்ற தடுப்பணை நுட்பம் பற்றியும் சங்ககால பாண்டியர் அணை பற்றியும் மட்டுமின்றி, சோழன் கரிகால் வளவனின் அணையியற்-வன்-நுண்-நுட்பத்தினுடனான பாசனப் புரட்சியை அதன் உரிய மெய்ப்பொருளுடன் நுணுகி விளக்கியுள்ளதால் இந்நூல் ஓர் அரிய வரலாறுகளின் ஆவண நூலாகத் திகழ்கிறது.

கடைக்குறிப்புகள்:

1. மா.சந்திரமூர்த்தி, முனைவர் வெ.வேதாசலம், பராக்கிரம பாண்டியபுரம், கலைத்தாய் பதிப்பகம், சென்னை, 2002, (முதற்பதிப்பு), ப 270.

4. எனினும், நண்பரொருவர் விழுப்புரம் மாவட்டம் சின்னசேலம் கல்யாண வரதராஜப் பெருமாள் கோவில் மண்டபத்தின் கூரையில் இரட்டைப் புலிகள் காணப் படுகின்றன என்ற செய்தியை நம்மிடம் பகிர்ந்தார். நிழற்படமும் அனுப்பியிருந்தார். ஆனால், அந்நிழற்படம் அழிந்துவிட்டது போலும்.

ஆயினும், இவ் ஆய்வுத் தொடங்கி இரண்டு ஆண்டுகளாக எழுதி வந்துகொண்டிருந்த நிலையில் குலதெய்வ வழிபாட்டிற்காகக் கடந்த 25-7-2022 அன்று எனது பிறந்த ஊரான செஞ்சிக்கு அண்மையில் உள்ள சிங்கவரம் எனும் ஊருக்குச் சென்றிருந்தேன். இவ்வூர் வரலாற்றுச் சிறப்பு மிக்க ஊர். சிங்கபுரம் அல்லது சிம்மபுரம் என்பது வரலாற்றின்படியான அதன் பெயர். அதாவது, பல்லவர்களின் பெயரிலான ஊர். சிம்ம விஷ்ணு (பொ.ஆ. 550 - 580) அல்லது முதலாம் நரசிம்மவர்மனின் (பொ.ஆ. 630-668) பெயரினாலான ஊர். இவ்வூரின் மலையில்தான் பள்ளிகொண்ட பெருமாளுக்காக முதலாம் மகேந்திரவர்மனால் குடைவிக்கப்பட்ட குடைவரைக் கோயில் ஒன்று அமைந்துள்ளது. இக் குடைவரையின் முன்புறத்தில், அதாவது மேற்கூரையற்ற இடைநாழியை அடுத்து பிற்காலச் சோழர்களின் கட்டுமானத்தின்படியான முகப்பு மண்டபங்கள் இணைக்கப்பட்டுள்ளன. இவை தவிர, இக்குடைவரையின் வெளிப்புறத்தில் வடதிசையின்கண் குலோத்துங்கச் சோழனால் எழுப்பப்பட்ட கற்றளி ஒன்றும் சிதைந்த நிலையில் உள்ளது.

ஏன் இதையெல்லாம் சொல்ல வருகிறேன் என்றால், சிங்கவரம் எனும் இவ்வூரை ஊடறுத்துச் செல்லுகிறது இவ்வூருக்கான முதன்மைச் சாலையான செஞ்சி-மேலச்சேரி சாலை. இச்சாலையிலிருந்து தெற்கு நோக்கிப் பிரிகிறது

குடைவரைக்கோயில் இடம்பெற்றுள்ள மலைக்குச் செல்லும் சாலை. அது தொடங்கும் இடத்தின் சந்திப்பில் ஒரு மண்டபம் இருக்கிறது. இம் மண்டபத்தின் சிறப்பு வரலாற்றுக் காலத்தியதாக இருப்பதே. கருத்து தெரிகிற அளவிலான எனது மழலை அகவையினிடையே இவ்வூருக்கு விடுமுறை நாட்களில் வந்திருந்த ஞாபகம் இன்னமும் தெளிவாக. அப்படி வந்திருந்த போதெல்லாம் இம்மண்டபத்தில்தான் விளையாடிக்கொண்டிருப்பேன். அதன் ஒவ்வொரு தூணையும் பிடித்துச் சுற்றிச் சுற்றி வந்து விளையாடுவது அன்றைய என் வழக்கம். சில நேரங்களில் மல்லாந்து படுத்துக்கொண்டு மண்டபத்தின் கூரையில் செதுக்கப்பட்டிருக்கும் புடைப்புச்சிற்பங்களை உற்றுப்பார்த்துக்கொண்டு கிடப்பேன். அவ்வாறு பார்த்துக் கிடந்தமை பசுமரத்தாணி போல் இன்னமும் நினைவினில் நிழலாடுகிறது. எனது பதின்ம அகவையின் போது என் பாட்டனார் செ. அப்பாவு ஆச்சாரி அவர்கள் இறந்ததை முன்னிட்டு அங்குச் சென்றிருந்தோம். பாட்டனாரின் இறப்பை முன்னிட்டு நீத்தார் நினைவஞ்சலி நிகழ்ந்தது. இதனின் தொடர்ச்சியாக என் தந்தையான செ.ஆ.வடிவேலன் ஆசிரியர் அந் நீத்தார் நினைவஞ்சலியை ஓர் இரங்கலிசை நிகழ்வாகவும் நிகழ்த்தினார். அவ் இரங்கலிசைக் கச்சேரி மேற்கூறிய மண்டபத்தில்தான் நிகழ்ந்தமை குறிப்பிடத்தக்கது. எம் தந்தை அவர் தம் தந்தை மீது இயற்றிப் பாடிய அப் பாட்டின் பொருளும் சோகம் ததும்பும் இராகமும் என அவை இன்னமும் நெஞ்சை வருடுவதாயினும் அம் மண்டபப் பின்னணியும் வலுவாக எம் நினைவுகளினிடையே பசுமையாக. பிறந்த ஊருக்குச் செல்வது அரிதாகிப் போன நிலையில் மேற்சொன்ன குலதெய்வ வழிபாட்டிற்காக அங்குச் சென்ற போது (25-07-2022) அம்மண்டபத்தை என் மனைவியிடம் அறிமுகப்படுத்தினேன். நிழற்படமும் எடுத்தேன். அப்போது சிறுவனாய் வியந்த மேற்கூரையின் புடைப்புச் சிற்பமானது ஓ நீயா! வா வா என வரவேற்பது போல உணர்ந்தேன். மட்டுமின்றி, சரி சரி! இப்போதைய பட்டறிவுடன் என்னைப் பற்றி இனி நீ எழுதலாமே என கோரிக்கை வைப்பதாகவே தோன்றியது. கடந்த 50 ஆண்டுகளாக நினைவின் அடுக்குகளில் வீற்றிருந்த அம்மண்டபமும் அதன் சிற்பமும் இப்போது அதன் வரலாற்றுச் சிறப்பை எடுத்துச் சொல்ல எனக்கு வாய்ப்பை

வழங்கியிருப்பதாகவே உணர்கிறேன். அவ்வகையில், அம் மண்டபக் கூரையின் கற்பாளங்களில் செதுக்கப்பட்டிருக்கும் புடைப்புச் சிற்பங்களில் ஒன்று புதிய சான்றினை நல்குவதாக உள்ளது. அதாவது, பாண்டியர், சாளுக்கியர், விஜயநகர - நாயக்கர் இலச்சினைகளையே நாம் கோயில்களின் கூரைகளில் தூண்களில் சுவர்களில் கண்டுள்ள நிலையில் மேற் கூறப்பட்டுள்ளவாறு சோழரின் புலியை இலச்சினையாகக் காணுவதற்கில்லை. காணுவதாயினும் அரிதிலும் அரிதே. அரிதிலும் அரிதான சோழரின் புலியின் இலச்சினையைத்தான் மேற்சொன்ன மண்டபத்தில் பொறிக்கப்பட்டிருப்பதை வரலாற்றுலகிற்கு இவ் ஆய்வின் வழியே அறிமுகம் செய்கிறேன்.

5. எஸ்.ஏ.வி.இளஞ்செழியன், சோழர்கால விஸ்வரூபச் சிற்பங்கள், காலச்சுவடு பதிப்பகம், நாகர்கோயில், முதற்பதிப்பு, 2018, ப 82.

சி.அ.வ. இளஞ்செழியன் எனும் இந்நூலின் ஆசிரியரே தம் பெயருக்கு முன்னுள்ள முன்னெழுத்துகளை (initials) தொடக்க ஆய்வு நூல்களில் எஸ்.ஏ.வி. இளஞ்செழியன் என ஆங்கில முன்னெழுத்துகளுடன் பயன்படுத்தியிருந்தார் என்பது நினைவில் கொள்ளத்தக்கது.

6. பாண்டியர்கள் செப்பேடு பத்து, உலகத் தமிழாராய்ச்சி நிறுவனம் சென்னை, 1999, மறுபதிப்பு, ப 38.

7. G.Jouveau Dubreuil, The Pallavas, Asian Educational Services, Madras, 1995, p 68.

8. K.A.Nilakanta Sastri, A History of South India, Oxford University Press, Madras, 1976, p 172.

9. மு.அருணாசலம், நம்மாழ்வாரின் வரலாறும் நூலாராய்ச்சியும், 1990, ப.152.

10. T.V. சதாசிவ பண்டாரத்தார், பாண்டியர் வரலாறு, மணிவாசகர் பதிப்பகம், சென்னை, 1998, ப 41.

11. பாண்டியர்கள் செப்பேடு பத்து, உலகத் தமிழாராய்ச்சி நிறுவனம், சென்னை, 1999, பக் 40, 41.

12. D. Dennis Hudson, *The Body of God*, Oxford University Press, 2008, p 24.
13. K.A.Nilakanta Sastri, *The Pandyan Kingdom*, Luzac & Co, London, 1929, p 60.
14. மு. அருணாசலம், நம்மாழ்வாரின் வரலாறும் நூலாராய்ச்சியும், 1990, ப 154.
15. மு. அருணாசலம், ப 158.
16. மு. அருணாசலம், ப 150.
17. மு. அருணாசலம், ப 158.
18. மு. அருணாசலம், ப 158.
19. மு. அருணாசலம், ப 156.
20. பாண்டியர்கள் செப்பேடு பத்து, ப 105.
21. பாண்டியர்கள் செப்பேடு பத்து, ப 105.
22. S.I.I No: 207, (A.R.No: 226 of 1932-33)
23. S.I.I No: 209, (A.R.No: 641 of 1916)
24. மா.சந்திரமூர்த்தி, முனைவர். வெ. வேதாசலம், ப 267.
25. சி.வை. தாமோதரம் பிள்ளை, பதிப்பாசிரியர், கலித்தொகை, (நச்சினார்க்கினியர் உரை), முல்லை நிலையம், 2008 (மறுபதிப்பு), ப 257.
26. அகநானூறு : 25 : 20
27. புறநானூறு : 198
28. அகநானூறு : 209:4
29. புறநானூறு : 52
30. கணியன் பாலன், பழந்தமிழக வரலாறு, தமிழினி, சென்னை, 2018, ப 35.
31. ஞா. மாணிக்கவாசகன், புறநானூறு (மூலமும் உரையும்), ப 276.

32. ஞா. மாணிக்கவாசகன், புறநானூறு (மூலமும் உரையும்), உமா பதிப்பகம், சென்னை, 2008, மூன்றாம் பதிப்பு, பக் 284, 285.

33. புலியூர்க் கேசிகன், (தெளிவுரை) அகநானூறு, கங்கை புத்தக நிலையம், சென்னை, ப 359.

34. புலியூர்க் கேசிகன், (தெளிவுரை), அகநானூறு, ப 526.

35. திண்தேர் - பதிற்றுப்பத்து: பாடல் 41:15

36. கொடித்தேர் அண்ணல் - பதிற்றுப்பத்து: பாடல் 33: 1

37. பதிற்றுப்பத்து: பாடல்: 75:3

38. பதிற்றுப்பத்து: பாடல்: 84:6.

39. பதிற்றுப்பத்து: பாடல்: 40:14

40. பதிற்றுப்பத்து: பாடல்: ப பாடல் 33: 1

41. ப. சு. இரத்தினசாமி, சங்ககால அரசர்கள், மணிவாசகர் பதிப்பகம், சென்னை, 1995, ப 57.

42. புறநானூறு 226: 6

43. புறநானூறு 39: 12

44. புறநானூறு 228:10

45. T.V.சதாசிவ பண்டாரத்தார், பாண்டியர் வரலாறு, மணிவாசகர் பதிப்பகம், சென்னை, 1998, ப 46.

46. பாண்டியர் செப்பேடு பத்து, உலகத்தமிழாராய்ச்சி நிறுவனம், சென்னை, 1999 (மறு பதிப்பு) ப 41.

47. பாண்டியர் செப்பேடு பத்து, ப 105.

48. பாண்டியர் செப்பேடுகள் பத்து, ப 162.

49. சதாசிவப் பண்டாரத்தார் ப 56.

50. சதாசிவப் பண்டாரத்தார் ப 51.

51. பாண்டியர் செப்பேடுகள் பத்து, ப 89.

52. பாண்டியர் செப்பேடுகள் பத்து, ப 88.

53. தமிழ்நாட்டு வரலாறு, பல்லவர் - பாண்டியர் காலம், தமிழ்ப் பல்கலைக் கழகம் வெளியீடு, முதற்பகுதி, 1990, ப 407.

54. பாண்டியர் செப்பேடுகள் பத்து, உலகத் தமிழாராய்ச்சி நிறுவனம், சென்னை, 1999, மறுபதிப்பு, ப 125.

55. இத்தனைக் குழப்பமும் நிகழ்ந்துள்ளது எனச் சொல்வதற்குக் காரணம், இணையத்தில் அப்படியான தகவல்கள் முன்பு அதாவது 2022-க்கும் முன்பாக வளையவந்தன என்பதனால்தான். அதாவது, சித்திரரத வல்லபப் பெருமாள் கோயிலை நம்மாழ்வார் பாடியுள்ளார் என்றும், அது பாடல் வைப்புத்தலம் என்றும் வரிசை வரிசையாக வலம் வந்த அத் தரவுகளை இப்போது இணையத்தில் காணமுடியவில்லை. அவை அனைத்தும் நீக்கப்பட்டுள்ளது போலும். மாறாக, புதியதாகப் புனையப்பட்ட குரு தவமியற்றியத் தலம் எனும் அண்ம-தொண்மத்தின் கதைகளே இப்போது தலைக் காட்டுகின்றன. என்றால், தமிழகத்தின் அக்கோயில் சார்ந்த வரலாறும் தமிழ் ஆழ்வாரின் அக்கோயில் சார்ந்த பாடலும் இருட்டடிப்பு செய்யப்பட்டதாகவே தெரிகிறது.

56. *K.A. Nilakanta Sastri, A History of South India, Fourth Edition, Oxford University Press, Madras, 1976, p 156.*

57. *S.I.I. Vol III, (Part III & IV), ASI, 1987 (Reprint), p 387.*

58. *N. Sethuraman, The Cholas, p 65.*

59. *N. Sethuraman, The Cholas, p 52.*

60. *N. Sethuraman, The Cholas, p 65.*

61. *N. Sethuraman, The Cholas, p 73.*

62. *N. Sethuraman, The Cholas, p 65.*

63. *N. Sethuraman, The Cholas, p 66.*

64. *K.A.Nilakanta Sastri, The Pandyan Kingdom, p 118.*

65. *K.A.Nilakanta Sastri, The Pandyan Kingdom, pp 118, 119.*

66. *S.I.I. Vol XIV, ASI, 1986, No: 198, (A.R. No: 323 of 1908) p113.*

67. *S.I.I. Vol XIV, ASI, 1986, No: 215, (A.R. No: 321 of 1908) p122.*

68. *S.I.I. Vol XIV, ASI, 1986, No: 223, (A.R. No: 326 of 1908) p127.*

69. S.I.I. Vol XIV, ASI, 1986, No: 224, (A.R. No: 325 of 1908) p128.
70. S.I.I. Vol XIV, ASI, 1986, No: 229, (A.R. No: 318 of 1908) p132.
71. S.I.I. Vol XIV, ASI, 1986, No: 236, (A.R. No: 324 of 1908) p141.
72. S.I.I. Vol XIV, ASI, 1986, No: 254, (A.R. No: 322 of 1908) p156.
73. S.I.I. Vol XIV, ASI, 1986, No: 255, (A.R. Nos: 319 and 320 of 1908) p157.
74. South Indian Inscriptions, Volume XIV, Pandya Inscriptions, ASI, 1986, No. 198, (A.R.No. 323 of 1908) p 113.
75. South Indian Inscriptions, Volume XIV, Pandya Inscriptions, ASI, 1986, No. 215, (A.R.No. 321 of 1908) pp 122, 123.
76. இக்கலைச் சொற்கள் என்னால் உருவாக்கப்பட்டவை.
77. மா. சந்திரமூர்த்தி, வெ. வேதாசலம், பராக்கிரம பாண்டியபுரம், கலைத்தாய் பதிப்பகம், சென்னை, 2002, ப 30.
78. South Indian Inscriptions, Volume XIV, Pandya Inscriptions, ASI, 1986, No. 224, (A.R.No. 325 of 1908) p 128.
79. மா. சந்திரமூர்த்தி, வெ. வேதாசலம், பராக்கிரம பாண்டியபுரம், ப 164.
80. ந.மு. வேங்கடசாமி நாட்டார் (உரையாளர்) திரிகடுகம், சிட்டு நூலகம், சென்னை, 2014, ப 69.
81. கழகத் தமிழகராதி, திருநெல்வேலி தென்னிந்திய சைவசித்தாந்த நூற்பதிப்புக் கழகம், சென்னை, (மறு பதிப்பு) 2017, ப 91
82. ஞா. மாணிக்கவாசகன் (உரையாசிரியர்), புறநானூறு, உமா பதிப்பகம், சென்னை, (மறு பதிப்பு), 2008, ப 261.
83. The Chambers Dictionary, Allied Chambers (India) Limited, New Dehi, 2005, p 234.
84. Ibid, p 273.
85. கல்வெட்டில் காணப்படுகிற வரி அமைவுகளின்படி இங்குத் தரப்பட்டுள்ளது. இதனால், சொற்கள் பிளவுபட்டு அடுத்த வரியில் இடம்பெறுகின்றன.

86. நான் என் மனைவியுடன் நேரில் சென்று தென்கரை மூலநாத சுவாமிக் கோயிலில் கள ஆய்வு செய்தேன். அக்கோயிலின் முகமண்டபத்தின் அடியத்தில் (அதிட்டானம்) நிலம் அளவைக்கான அளவுகோல்களின் நீட்டளவுகளைக் குறிகளிட்டும் பெயர்களுடன் பொறித்து வைக்கப்பட்டுள்ளதை அளவுகள் எடுத்தும் கல்வெட்டுகளைப் படித்தும் புரிந்துகொண்டேன். எனினும், எனக்கு முன்னரே இவ் அளவுகோல்களை ஒரு நூலில் எழுதியிருப்பதாக அக்கோயிலின் தற்போதைய அர்ச்சகர் தம்பி செந்தில் கூறினார். அந்நூலின் பெயரையும் கூறினார். அடடா! நாம் தேடிய நூலையே இவரும் சொல்கிறாரே என ஆர்வம் கூடியது.

மேலும், இவ் ஆய்வு தொடங்கியதிலிருந்தே இவ்வூர் குறித்து முன்னர் எழுதப்பட்டிருந்த நூலான பராக்கிரம பாண்டியபுரம் (அர்ச்சகர் தம்பி சொன்ன அதே நூல்) எனும் நூலைக் கேள்விப்பட்டிருந்த நிலையில் அது கிடைக்குமா? என துழாவித்துழாவி மீண்டும் விசாரிக்கலானேன். கேட்டேன்; ஆனால், கிடைத்தபாடில்லை. எவரும் வைத்திருப்பதாகவும் தெரியவில்லை. இதனால், அந்நூலை எழுதிய ஆசிரியர்களான திரு. மா. சந்திரமூர்த்தி மற்றும் முனைவர் திரு. வெ. வேதாசலம் ஆகிய அவ்விருவரிடமே கேட்டுப்பார்க்கலாம் எனக் கேட்டேன். கேட்டேன், கேட்டேன், தொடர்ந்து கேட்டுக் கொண்டேயிருந்தேன். நான் மதுரையில் பணி புரிவதால் அதே மதுரையில் இருக்கும் நூலாசிரியருள் ஒருவரான திரு. வேதாசலத்திடமிருந்து பெற்றுக்கொள்ளலாம் எனும் நம்பிக்கையில் கோரிக்கை வைத்தபோது அவரிடம் ஒரே நூல்தான் இருப்பதாகச்சொன்னார். அது ஏடு ஏடாகக் கிழிந்து நலிவுற்று இருப்பதாகக் கூறி அதனால் கொடுப்பதற்கில்லை என்றார். திரும்பத்திரும்பக் கேட்டபோது எந்தப் பக்கம் வேண்டுமோ அதைச்சொன்னால் தாம் நிழற்படம் எடுத்துப் புலனத்தின்வழி அனுப்புவதாகவும் கூறினார். நானோ, இல்லை ஐயா! புதியதாகப் பாண்டியர் கல்லணை பற்றி நான் ஆய்வு செய்து எழுதுகிற நிலையில் அது சார்ந்த முன் ஆய்வுகளையும் பார்வையிட்டு அறிந்த பின்பே எனது எழுத்தினை அடுத்த கட்டமாக எழுதமுடியும் என்றேன். ஆனால், பிடி கொடுக்காமல்

பலமுறை எனது அலைபேசியின் அழைப்பை நிராகரித்தவர் கடைசியில் கையை விரித்துவிட்டார். சரி என்று மா.சந்திரமூர்த்தி அவர்களிடம் கேட்டபோது தம் வீட்டின் பரணையில் ஏதோ ஒரு பிரதி இருப்பதாக ஞாபகம் இருக்கிது என்றும் நேரம் கிடைப்பின் எடுத்துத் தருவதாகவும் கூறினார். அது முதற்கொண்டு புலனத்தில் நண்பராகி, தொடர்ந்து நாளது வரையிலும் காலை வணக்கம் அவர் சொல்லி வருவதாயினும் ஆனால் இன்னமும் அவரிடமிருந்து அந்த நூல் வந்தபாடில்லை. ஒருமுறை அவர் மதுரையின் பெண் பேராசிரியரிடம் கொடுத்தனுப்பியிருப்பதாகவும் அதனைப் பிரதி எடுத்துக்கொள்ளுமாறும் கூறி அப்பேராசிரியையின் அலைபேசி எண்ணையும் தந்தார். ஆனால், அப்பேராசிரியை எனது அழைப்பை ஏற்கவேயில்லை.

ஏற்கெனவே, கொரோனா நோய்த்தொற்றின் ஊரடங்குகளால் காலம் கடந்த நிலையில் இப்போது முடித்தாகவேண்டுமே எனும் பரபரப்பு. இதனால், எதற்கும் ஒருமுறை பேராசிரியர் முனைவர் திரு. சாந்தலிங்கம் அவர்களைத் தொடர்புகொண்டு பார்ப்போம் என வினவிய நிலையில் உடல் நிலை சரியில்லாததால் பிறகு பார்க்கலாம் என்றார். என்றாலும், அவரிடம் அந்நூல் இருக்கிறது போலும் என நம்பிக்கை துளிர்த்தது. அவர் அப்போது மருத்துவமனையில் சேர்க்கப்பட்டிருந்தார் போலும். காலம் இரண்டு திங்களாய்க் கடந்துபோன நிலையில் மீண்டும் தொடர்பு கொண்டேன். நோயின்பிடியில் இருந்து மீண்டதன் காரணமோ என்னவோ ஆர்வமில்லாமல் மற்றொருமுறை வரச்சொன்னார். மற்றொருமுறை அழைத்தேன். வரச்சொன்னார். போனேன். சிறிதுநேரத் தேடலுக்குப் பின் ஒப்படைத்தார். ஏடேடாக உதிர்ந்திருந்தது அந்நூல். பின்னர் எனது ஆய்வு அவ்வப்போது நேரமின்மையால் தடையுற்றாலும் ஆனால், சராசரியாக எழுதிக்கொண்டுதான் இருந்தேன். நல்லகாலம் அந்நூலைப் பார்வையிட்டேன். ஏனெனில், நான் முன்னமேயே எழுதிய எனது நுணுகிய கருத்துகளை அவர்களும் சில இடங்களில் முன்பே கூறியிருக்கிறார்கள். இதனால், முந்து நூலை வாசித்து அறிந்த பின் சொல்லாமல் கிடப்பில் கிடக்கும் அநேக சொல்ல வேண்டியவைகளை மிகத்துல்லியமாக இவ் ஆய்வினால் அடுத்த

நிலையில் பேசமுடிகிறது. இதுவே இக் கடைக்குறிப்பின் செய்தி.

87. *South Indian Inscriptions, Volume XIV, Pandya Inscriptions, ASI, 1986, No. 213, (A.R.No. 43 of 1929) p 121.*

88. *South Indian Inscriptions, Volume XIV, Pandya Inscriptions, ASI, 1986, No. 261, (A.R.No. 49 of 1929) p 161.*

89. *South Indian Inscriptions, Volume XIV, Pandya Inscriptions, ASI, 1986, No. 262, (A.R.No. 619 of 1926) pp 161, 162.*

90. *South Indian Inscriptions, Volume XIV, Pandya Inscriptions, ASI, 1986, No. 263, (A.R.No. 592 of 1915) pp 162, 163.*

91. *South Indian Inscriptions, Volume XIV, Pandya Inscriptions, ASI, 1986, No. 264, (A.R.No. 7 of 1929) pp 163, 164.*

92. *South Indian Inscriptions, Volume XIV, Pandya Inscriptions, ASI, 1986, No. 265, (A.R.No. 477 of 1929-30) p164.*

93. *South Indian Inscriptions, Volume XIV, Pandya Inscriptions, ASI, 1986, (No. not mentioned), (A.R.No. 393 of 1917) p165.*

94. திருமலைப்புரம், தளபதி சமுத்திரம், திருச்செந்தூர் வட்டத்திலுள்ள சேந்தமங்கலம், தென்காசி வட்டத்திலுள்ள கீழப்பாவூர் முதலிய இடங்களில் கிடைத்துள்ள சடையவர்மன் சிரீவல்லபனின் கல்வெட்டுகளால் மேலும் அவர் சில ஆண்டுகள் ஆட்சி செய்திருக்கலாம் என்று தெரியவருகிறது. *Ins Nos: 263, 264, 265, 266 (A.R. No. 393 of 1917), S.I.I. Vol XIV ASI, 1986.PP 162-165.*

95. பூ. சுப்பிரமணியம், மெய்க்கீர்த்திகள், உலகத் தமிழாராய்ச்சி நிறுவனம், சென்னை, *1983,* பப *219, 220.*

96. *South Indian Inscriptions, Volume XIV, Pandya Inscriptions, ASI, 1986, (No. 224), (A.R.No. 410 of 1929-30) p122.*

97. *N. Sethuraman, The Imperial Pandyas, p 174.*

98. *SII, Volume XIV, ASI, Mysore, 1986 (Reprint), No. 214, (A.R.No,410 of 1929-30) p 122.*

99. பூ. சுப்பிரமணியம், மெய்க்கீர்த்திகள், உலகத் தமிழாராய்ச்சி நிறுவனம், சென்னை, 1983, ப 219.

100. *South Indian Inscriptions, Volume XIV, Pandya Inscriptions, ASI, 1986, No. 262, (A.R.No. 619 of 1926) p 161.*

101. T.V.சதாசிவ பண்டாரத்தார், பாண்டியர் வரலாறு, மணிவாசகர் பதிப்பகம், சென்னை, பக் 82, 83.

102. N. Sethuraman, *The Imperial Pandyas*, Published by Author Himself, Kumbakonam, 1978, p 19.

103. *South Indian Inscriptions*, Volume V, ASI, 1986, No. 297, (A.R.No. 9 of 1894), pp 110, 111.

104. N.Sethuraman, *The Cholas*, Published by N. Sethuraman, Kumbakonam, 1977, pp 61,62.

105. N.Sethuraman, *The Cholas*, pp 63, 64.

106. K.V. Subrahmanya Aiyer, *Historical Sketches of Ancient Dekhan*, The Modern Printing Works, Madras, 1917, pp 162, 163.

107. K.A.N. Sastri, Second Foot Note, p 119.

108. K.V.Subrahmanya Aiyer, *Historical Sketches of Ancient Dekhan*, The Modern Printing Works, Madras, 1917, P 218.

109. idem.

110. K.V. Subrahmanya Aiyer, *Historical Sketches of Ancient Dekhan*, p 218.

111. Ibid, p 217.

112. idem, p 217.

113. *South Indian Inscriptions*, Volume XIV, Pandya Inscriptions, ASI, 1986, No. 264, (A.R.No. 440 of 1907), p 50.

114. K.K.Pillay, *South India and Sri Lanka*, University of Madras, 2001, p 62.

115. K.A. Nilakanta Sastri, *A History of South India*, pp 176-178.

116. SII, Vol XIV, ASI, 1986, No.64, (A.R.No. 118 of 1910). P 44.

117. SII, Vol XIV, ASI, 1986, No.70, (A.R.No. 550 of 1911) p 47.

118. SII, Vol XIV, ASI, 1986, No.71, (A.R.No. 421 of 1906). P 47.

119. SII, Vol XIV, ASI, 1986, No.74, (A.R.No. 228 of 1932-33) p 48.

120. SII, Vol XIV, ASI, 1986, No.76, (A.R.No. 270 of 1928) P 49.

121. SII, Vol XIV, ASI, 1986, No.76, (A.R.No. 270 of 1928) P 49.

122. SII, Vol XIV, ASI, 1986, No.68, (A.R.No. 122 of 1905) P 46.

123. K.A. Nilakanta Sastri, A History of South India, p 177.
124. SII, Vol XIV, 1986, No. 88, (A.R.No.423 of 1914) P 56.
125. K.A.Nilakanta Sastri, Pandiyan Kingdom, p 104.
126. பூ. சுப்பிரமணியம், மெய்க்கீர்த்திகள், உலகத் தமிழாராய்ச்சி நிறுவனம், சென்னை, 1983, ப 202.
127. K.A.Nilakanta Sastri, The Pandyan Kingdom, p 81.
128. T.V.சதாசிவ பண்டாரத்தார், பாண்டியர் வரலாறு, ப 73.
129. கே.கே. பிள்ளை, 'தமிழக வரலாறு - மக்களும் பண்பாடும், உலகத் தமிழாராய்ச்சி நிறுவனம், சென்னை, 2009, ப 252.
130. SII, Vol III, ASI, New Delhi, 1987, Reprint, P 421.
131. T.V. சதாசிவ பண்டாரத்தார், பாண்டியர் வரலாறு, ப 81.
132. T.V. சதாசிவ பண்டாரத்தார், ப 81.
133. S.I.I. Vol III, Part III, ASI, New Delhi, 1987, Reprint, Inscriptions Nos: 200 - 204, pp 376 - 383.
134. பூ. சுப்பிரமணியம், மெய்க்கீர்த்திகள், ப 75.
135. டாக்டர் கே.வி. இராமன், பாண்டியர் வரலாறு, தமிழ் நாட்டுப் பாட நூல் நிறுவனம், சென்னை, 1977, ப 86.
136. பூ. சுப்பிரமணியம், மெய்க்கீர்த்திகள், ப 98.
137. பூ. சுப்பிரமணியம், மெய்க்கீர்த்திகள், ப 36.
138. வீரபாண்டியனால் தலை அறுபட்டவர் ஆதித்தனின் சிறிய தந்தையான உத்தமசீலியாக இருக்கலாம் என்பது இவ் ஆய்வின் ஒரு கோணம். அவ்வாறு உத்தமசீலியாகவே இருத்தல்வேண்டும் என நம்புவதற்காக ஓர் அகவைக் கணக்கீட்டின் மூலம் இதனை உணர்ந்திருந்தேன்.
139. S.I.I. Vol III, Part III, p387.
140. பூ. சுப்பிரமணியம், மெய்க்கீர்த்திகள், ப 151
141. தமிழ்நாட்டு வரலாற்றுக் குழு, தமிழ்நாட்டு வரலாறு, பல்லவர் - பாண்டியர் காலம், முதற்பகுதி, தமிழ் வளர்ச்சி இயக்ககம், சென்னை, 1990, பக் 104, 105.

142. பாண்டியர் செப்பேடுகள் பத்து, உலகத் தமிழாராய்ச்சி நிறுவனம், ப 202.

143. Aneesh S. Problems in Fixing the Regnal Years of the Rulers of Mahodayapuram from Ninth Century AD to Tenth Century AD - A Historical Reappraisal, Journal of Multidisciplinary Studies in Archaeology 6 (2018): 1058-1066 pp 1060, 61.

144. Aneesh S. Problems in Fixing the Regnal Years of the Rulers of Mahodayapuram from Ninth Century AD to Tenth Century AD - A Historical Reappraisal, Journal of Multidisciplinary Studies in Archaeology 6 (2018): 1058-1066, p 1059

145. K. A. Nilaknata Sastri, A History of South India, pp 174, 175.

146. ஆ. முருகராஜ், விஜயமங்கலம், தமிழ்நாடு அரசு தொல்லியல் துறை, 2009, ப 15.

147. ஆ. முருகராஜ், விஜயமங்கலம், ப 15.

148. K. A. Nilaknata Sastri, A History of South India, p 159,

149. பாண்டியர்கள் செப்பேடு பத்து, ப 126.

150. M.G.S. Narayanan, p 95.

151. M.G.S. Naryanan, P 66.

152. ஔவை. துரைசாமி பிள்ளை, சேரமன்னர் வரலாறு, வள்ளுவர் பண்ணை, சென்னை, முதற்பதிப்பு (2002), ப 351.

153. ஔவை. துரைசாமி பிள்ளை, சேரமன்னர் வரலாறு, ப 351, 352.

154. M.G.S. Narayanan, p 19

155. M.G.S. Narayanan, p 19

156. ஆ. முருகராஜ், விஜயமங்கலம், ப 13.

157. M.G.S. Narayanan, P 66.

158. M.G.S. Narayanan, pp 66 & 79

159. M.G.S. Narayanan p 66.

160. கே.கே.பிள்ளை, தமிழக வரலாறு - மக்களும் பண்பாடும், ப 256.

161. M.G.S. Narayanan, p 96.

162. S.I.I. VOL XIV (A.R.No.423 of 1914) Inscription No; 88. p 56.

163. S.I.I. Vol XIV, (A.R No. 318 of 1908) 1986, pp 132, 133.

164. கழகப் புலவர் குழுவினர், கழகத் தமிழ் அகராதி, திரு நெல்வேலி தென்னிந்திய சைவ சித்தாந்த நூற்பதிப்புக் கழகம், சென்னை, 2017, ப 266.

165. K.A.Nilakanta Sastri, The Pandyan Kingdom, p 121.

166. K.A.Nilakanta Sastri, The Pandyan Kingdom, pp 119, 120.

167. K.A.Nilakanta Sastri, The Pandyan Kingdom, p 104.

168. Gopal Madan, K.S. Gautam (ed), India through ages, Publication Division, Ministry of Information and Broadcasting, Government of India, p 63.

169. Iravatham Mahadevan, Early Tamil Epigraphy Vol I, Tamizhi Inscriptions, Central Institute of Classical Tamil, Chennai, 2021, p397.

இதரக் கடைக்குறிப்புகள்

அ. பராக்கிரம பாண்டியபுரம், ப 270.

ஆ. பேராசிரியர். முனைவர். சி.அ.வ. இளஞ்செழியன், கரிகாலன் சரியான பெயரும் தவறான புரிதலும், கருத்துப்பட்டறை, மதுரை, 2022. (இச் சிறப்பு ஆய்வு நூலில் மூன்று கரிகாலன் இருந்துள்ளதாக இறுதி முடிவு பெறப்பட்டுள்ளது)

இ. Ep. Ind. Vol XV. No. 23 page 345ல் இடம்பெற்றுள்ள இரண்டாம் சோமேஸ்வரனின் கல்வெட்டில் தனது தந்தை ஆகவமல்லன் எனப் போற்றப்பட்ட முதலாம் சோமேஸ்வரனானவர் எவ்வாறு சோழனை வீழ்த்தினார் எனக் குறிப்பிடப்பட்டுள்ளது. அதாவது, இக் கல்வெட்டின் பதினான்காம் செய்யுள் தமிழனான

(Tivula) சோழபாண்டியன் சமணக் கோயில்களை இடித்துத் தீக்கிரையாக்கினான் என்கிறது. என்றால், அச் சோழபாண்டியன் ஐயத்திற்கு இடமின்றி இராஜமகேந்திரனே என்பது இப்போது தெளிவாகிறது அல்லவா? N.Sethuraman, The Cholas, p59.

ஈ. *Perumals of Kerala*) pp 66,67.

உ. (ஆவணம், இதழ் 30, தமிழகத் தொல்லியல் கழகம், 2019, பக் 27, 28)

பிற்சேர்க்கை

தரவுகளில் அரசியல்

2019 ஆம் ஆண்டின் இறுதியில் முதலாம் கட்டக் கொரோனா பரவலுக்கு முன்பாக இவ் ஆய்வு தொடங்கப்பட்டது. அப்போது குருவித்துறை சித்திரரத ஸ்ரீ வல்லபப் பெருமாள் கோவிலை நேரில் சென்று காணுவதற்கு முன்பாக அது சார்ந்த தகவல்களை இணையத்தில் பெறமுடிந்தது. அப்போதைய தகவல்கள் யாவும் அக்கோயிலின் பெயரைத் தட்டச்சு அல்லது தொடு அச்சு செய்து இணையத்தில் தேடினாலே அக்கோயிலை நம்மாழ்வார் பாடியதாக அடுக்கடுக்காக செய்திகள் கிடைக்கும். மிகவும் அருகிய தகவலாகவே அக்கோயில் குருவழிபாட்டிற்கும் உகந்ததாகக் காணப்படும். ஆனால், இப்போது என்ன ஆனதோ தெரியவில்லை. குருத்தலமாக முதன்மைப் படுத்தப்பட்டுவருகிறது. அக்கோயில் வரலாற்றுக்காலத்திய பாண்டியர் பெயருடனான இறைவனையே மூலவராகப் பெற்றுள்ளது. இந்நிலையில் அப் பெயரை இரண்டாம் நிலையில் வைத்தவாறு மழுங்கச் செய்யும் முயற்சியும் மேற்கொள்ளப்பட்டுவருவதை அறியலாம். நம்மாழ்வார் அக்கோயிலின் இறைவனை நேரில் வந்து பாடவில்லை ஆயினும், அதன் இறைவனை விளித்து ஆனால் பொதுவாகப் பாடியிருக்கிறார். இதுபற்றி இந்நூல் முதன்முதலாக விளக்கியுள்ளமை குறிப்பிடத்தக்கது.

இன்னும் சொல்லப்போனால், கோயில் எழுப்பிய வேந்தனின் பெயரிலேயே அக் கோயில் இறைவனின் பெயர் வழங்கப்படுவதென்பது சங்ககாலத்திய சேரர் மரபிலிருந்தே தொடங்கப்பட்டிருப்பதை அறியலாம். எடுத்துக்காட்டாக,

கேரளாவில் திருச்செங்குன்றூர் எனும் ஊரில் இடம்பெற்றுள்ள பெருமாள் கோயிலின் இறைவன் பெயர் இமையவரம்பன் ஆகும். எனின், அக்கோயிலை இமையவரம்பன் நெடுஞ்சேரலாதன் எழுப்பியிருந்தார் என்பதே எனது புரிதல். தற்போது இணையத்தில் ஓரிரண்டுத் தகவல்களே இமையவரம்பன் எனும் இக்கோயிலின் பெயரை அடைப்புக் குறிக்குள் இட்டவாறு காணக் கிடைக்கின்றன. இமையவரம்பன் எனும் பெயர் தற்போது இமையவரப்பன் என்றும் வழங்கப்படுகிறது. எவ்வாறெனினும், வரம்பு என்றாலும் வரப்பு என்றாலும் எல்லை எனும் ஒரே பொருள்படுவனவே. ஆக, இமையத்தை எல்லையாகக் கொண்டு ஒரு குடையின் கீழ் ஆட்சி செய்தவன் என்பதால் இமையவரம்பன் அல்லது இமையவரப்பன் என்பதாக. மலையாளம் தனித்துப் பிரிய நேரிடும் அந்த இடைக்காலத்தின் தொடக்கத்தில் இப்பெயர் இமையவரப்பன் என அவ்வாறு மலையாளமாக்கப்பட்டிருக்கலாம். ஆயினும், அதுவும் தமிழிலான பெயரே.

மேற்குறிப்பிடப்பட்டுள்ள அக்கோயிலை நம்மாழ்வார் பாடியிருக்கிறார். அவர் பாடிய காலத்திலேயே இமையவரம்பன் என்ற இறைவனின் பெயர் இமையவரப்பன் என்றே வழங்கப்பட்டு வந்துள்ளதுபோலும். இதனை அவர் பாடிய அக்கோயிலின் மீதான பதிகச் செய்யுள்களால் அறியலாம். அவ் வகையில், 'எங்கள் செல்சார்வு யாமுடையமுதம் இமையவரப்பன் என்னப்பன் பொங்கு' எனத்தொடங்கும் பாடலில் இறைவனின் பெயர் இடம்பெறுவதோடு மட்டுமல்லாமல் அவ்வூரின் பெயரான திருச்செங்குன்றூரும் குறிப்பிடப்பட்டுள்ளமை இங்குக் குறிப்பிடத்தக்கது. இக் கோயில் மேற்கு நோக்கி அமைந்துள்ளது. இஃது மற்றுமொரு குறிப்பிடத்தகுந்த செய்தி. என்றால், வடக்கிருந்து உயிர்துறந்த இமையவரம்பன் நெடுஞ்சேரலாதனின் பள்ளிப்படைக் கோயிலாகவே இக் கோயில் இருக்க வாய்ப்புண்டு.

அணைப்பட்டியில் சங்க கால அணையும் மதகும்

இவ் ஆய்விற்காக கடந்த 26-01-2020 அன்று அணைப்பட்டியில் களப்பணி செய்தேன். அப்போதுதான் முன்னமேயே ஊகித்திருந்த தொல்காலத்தின் சிதிலமடைந்த அணையைக் கண்டு பின் அதனை அளந்தேன். அடுத்து இவ் அணை வாட்டம் காட்டி ஒதுக்கும்

நீரைக் கொண்டும் செல்லும் வாய்த்தலையும் தலை மதகும் எங்கே என்று தேடினேன். அதன் எதிரே தான் தென்கரையில் இருத்தல்வேண்டும் என சென்று பார்த்ததில் அவ்வாறே ஒரு பழைய மதகு ஒன்று ஆங்கே இருந்தது. ஆனால், அப்போது அது புதர்மண்டிக் கவனிப்பார் அற்றுக்கிடந்தது. இம் மதகு ஏன் இப்படிக் கைவிடப்பட்டிருக்கிறது என்று எண்ணத்தோன்றியது. ஏனெனில், இதனை அடுத்த வாய்க்கால் அதாவது தென்பகுதி விளைநிலங்களின் பாசனத்திற்கான வாய்க்கால் என்பது தென் கரைக்கால்வாயே. என்றால், திருமங்கலம் பகுதிக்கான நீர்த்தேவையை எக் கால்வாய் தரும் என்ற மற்றொரு கேள்வியும் கையோடு. இதற்கிடையில், ஆங்கே, வைகை ஆற்றின் இணையாகவும் பேரணையின் வட புறமாகவும் செல்லும் பெரியார் கால்வாயை உற்றுக்காண நேர்ந்தது. அப்போதுதான் அவ்விரு கேள்விகளுக்கான விடைகளும் கிடைத்தன. ஆம்! புதிய பெரியார் கால்வாயில் ஒரு தலைவாய் அமைக்கப்பட்டுள்ள நிலையில் அதனின் காலானது (கால்வாய்) வைகை ஆற்றின் குறுக்காக சுரங்க கால்வாயாக அமைக்கப்பட்டுள்ளது. இச்சுரங்கக் கால்வாய் வழியாக வெளியேறும் நீர் தென்கரையில் (ஆற்றின் கரை) அமைக்கப்பட்டுள்ள மற்றொரு தலைவாயின் வழியாக அதனின் ஒற்றை மதகின் மூலம் வெளியேறி பயணம் செய்கிறது. ஆக, அப்பழைய மதகிற்கும் இவ் இரண்டாம் தலைமதகிற்கும் இடைப்பட்ட தொலைவு என்பது ஏறக்குறைய 120 அடி ஆகும்.

கொரோனா நோய்த்தொற்றுப் பரவலினால் ஊரடங்கு பிறப்பிக்கப்பட இரண்டு ஆண்டுகாலம் களப்பணி ஏதும் செய்யவியலாமல் இவ் ஆய்வு தடைப்பட்டிருந்தது. மட்டுமின்றி, முன்னர் எடுத்த நிழற்படங்களின் கோப்புகளும் கெடுபுத்திக் காரர்களால் களவாடப்பட்டு அழிக்கவும் பட்டிருந்தன. இதனால், வேறுவழியின்றி கடந்த 19-02-2023 அன்று மீண்டும் களப்பணி செய்தேன். ஆனால், இப்போது மேற்குறிப்பிடப்பட்ட அத் தொல் தலைமதகு மீண்டும் பயன்பாட்டிற்கு வந்துள்ளதாகத் தெரிகிறது. அதாவது, வைகை ஆற்றில் நீர் அதிகமாகத் திறந்துவிடப்படுமானால் மட்டுமே ஆற்றின் நேரடி நீர் இப் பழைய மதகின் வழி வெளியேறி அதன் வாய்க்காலில் பயணப்படும். ஆற்றின் நீர்வரத்து குறைவானால் இம் மதகிற்கு வேலையில்லை

என்பதாகும். இதனை அண்மையில்தான் புரிந்துகொண்டேன். என்றால், அப்போது அருகில் ஓடும் பெரியார் கால்வாயின் சுரங்கக் கால்வாய் வழியே நீர்த் திறந்துவிடப்பட்டு அப் பழைய வாய்க்காலின் வழியே நீர் எடுத்துச்செல்லப்படுவதாகப் புரிந்துகொள்ளலாம். இங்கு ஒன்றைத் தெளிவாகப் புரிந்து கொள்ளவேண்டும். அதாவது மேற்குறிப்பிடப்படுகிற மதகு தொல்மதகுதான் எனினும் அது இடைக்கால பாண்டியர் காலத்திலும் நாயக்கர் காலத்திலும் செப்பனிடப்பட்டதாகக் காணமுடிகிறது. இதனைக் கற்களின் வடிவப் படுத்துமுறை கல்லடுக்கு முறை மற்றும் கற்களுக்கு இடையேயான சுதைப் பூச்சு ஆகியவற்றை வைத்து அறிந்துகொள்ளவியலும். அம் மதகு, சங்ககாலத்திலும் இடைக்காலத்திலும் பயனுற்று இருந்துள்ளது என்பதனை உறுதியாகக் கூற ஆங்கே தடுப்பணை ஒன்று மிகவும் சிதிலமடைந்து பயன்பாடற்றுக் கிடப்பதை அறியலாம். தடுப்பணை என ஒன்று இருக்குமேயானால் குறைந்தபட்சம் ஆங்கே ஏதோ ஓர் புறத்தில் ஒரு வாய்த்தலையும் தலைமதகும் அதனின் வாய்க்காலும் இருந்தேயாக வேண்டும் என்பதும் இங்குக் குறிப்பிடத்தக்கது.

பரிபாடலால் துலங்கும் சங்ககாலப் பாண்டியர் அணை

பரிபாடலில் வைகைக்குரிய பன்னிரண்டாம் பாடலின் குறிப்பிட்ட அடிகள் கீழ்த்தரப்பட்டுள்ளன.

எல்லாம் கமழும் இருசார் கரைகலிழத்
தேறித் தெளிந்து செறியிருள் மான்மாலைப்
பாறைப் பரப்பின் பரந்த சிறைநின்று
துறக்கத்து எழிலைத்தன் நீர்நிழற் காட்டும்
காரடு காலைக் கலிழ்செங் குருதித்தே பரி: 85
போரடு தானையான் யாறு.

சங்ககாலத்தில் பாண்டியர் அணை இருந்ததற்கான சான்றினை மேற்தரப்பட்டுள்ள பாடல் கொடையளித்திருக்கிறது. ஆனால், யாரும் உணர்ந்தபாடில்லை. எனினும், நாம் எதிர்ப்பார்ப்பது போல் நேரடியாகக் குறிப்பிட்டுச் சொல்வதாக அச் சான்று இருக்காது.

அதனைப் புரிந்துகொள்வதும் மிகக்கடினமே. ஏன், பரிமேலழகரே தடுமாறியிருக்கிறார்! இதனால்தான் என்னவோ இதுநாள்வரை அவ் அரிய தரவு கிடப்பிலிடப்பட்டுக்கிடக்கிறது. அது ஒரு வரலாற்றுச் சான்று என்று கூட அறியவியலாத நிலை.

மேலும், இப்பாடலை இயற்றியவர் நல்வழுதியார் ஆவார். வையைப் போற்றிப் பாடும் பாடற்தொகுப்பினில் 12ஆம் பாடலாக நூற்றியிரண்டு அடிகளுடனானது. இப்பாடலின் 81ஆம் அடியிலிருந்து 86ஆம் அடிகள் வரை நாம் ஆய்வுக்காக எடுத்துக்கொண்டுள்ளோம். நல்வழுதியின் இப்பாடலுக்குப் பண்வகுத்தவராக நந்நாகனார் அறியப்படுகிறார். இவர் ஓய்மா நாட்டு நல்லியக்கோடனைப் பாடியவர். என்றால், இவ்விருவரும் சமகாலத்தவர் மட்டுமின்றி கடைச்சங்ககாலத்தவர் என்பது தெளிவு. இருவரின் பெயர்களும் 'நல்ல' (நல், நன்) எனும் முன்னொட்டுடன் தொடங்குவது காண்க. நல்வழுதியார் பாண்டியர் குலத்தைச் சேர்ந்தவராக இருந்தல்வேண்டும். ஆட்சிக்கு வரவில்லையாயினும் ஆட்சியின் இன்னபிற துறைகளில் பொறுப்பு வகித்திருந்திருப்பார் என நம்பலாம். மிகைப்படுத்திச் சொல்கிறேன் என்று வைத்துக்கொண்டாலும் கூட அவர் நீர் மேலாண்மைத் துறையில் பொறுப்பு வகித்திருக்கலாம். அவரின் சமகாலத்தில் பயன்பாட்டிலிருந்த அணைகளை அவர் நேரில் கண்டிருக்கிறார். நல்வழூதியார், இலக்கியமும் அணையின் கட்டுமான நுட்பமும் அறிந்தவர் என்பதால் பிற எப் புலவர்களாலும் கூறப்படாத அணையின் அமைவு விதத்தினை அவ்வளவு சிறப்பாகக் கூறியுள்ளார்.

பரிபாடலுக்கான மூத்த உரை பரிமேலழகரால் வழங்கப் பட்டுள்ளது. அடுத்து எவர் எழுதினர் என்று அறிய இயலவில்லை. பரிமேலழகரின் பகுதி உரையை விட மேற்தரப்பட்டுள்ள பாடல் அடிகள் அனைத்திற்கும் உரையை எழுதியவராக சமகாலத்தின் புலியூர் கேசிகனைக் கூறலாம். ஆக, பரிமேலழகரால் எழுதாமல் விடப்பட்ட அல்லது எழுதியும் சிதைந்துபோன அந்த 84 மற்றும் 86 அடிகளைக் கூட விட்டுத்தள்ளுங்கள். ஆனால், குறிப்பிட்ட வரலாற்றுச் சான்றினைத் தக்கவைத்திருக்கும் அந்த 83-ஆம்

அடிக்குப் பொருள் கூறியதில் பரிமேலழகர் குழம்பியிருப்பது தெளிவாகத் தெரிகிறது. புலியூர்கேசிகன் ஏதோ முயன்றிருப்பினும் கூட உரிய பொருளை அவராலும் தொட இயலவில்லை. இருவரின் உரைகளும் பின்வருமாறு:

பரிமேலழகர் உரை

எல்லாம் கமழும் இருசார் கரைகலிழத் - இவ் அடிக்குப் பொருள் தருகையில் கரையணைந்த நீரோட்டத்தை என்கிறார்.

தேறித் தெளிந்து செறியிருள் மான்மாலைப் - இவ் அடிக்குப் பொருள் தருகையில் - மாலை பொழுதின்கண் என்கிறார்.

பாறைப் பரப்பின் பரந்த சிறைநின்று - இவ் அடிக்குப் பொருள் தருகையில் - பாறைப் பரப்பு போலச் சலியாத அணைகளால் தேங்கி நின்று என்கிறார்.

காரடு காலைக் கலிழ்செங் குருதித்தே - இவ் அடிக்குப் பொருள் தருகையில் - இருளையடும் காலைப் பொழுதின் கட் கலங்கின செங்குருதித் தன்மைத்து என்கிறார்.

எனினும் 84-ஆம் அடியான துறக்கத்து எழிலைத்தன் நீர் நிழற் காட்டும் எனும் இவ் அடிக்கு அவர் பொருள் தரவில்லை.

அவ்வாறே 86-ஆம் அடியான போரடு தானையான் யாறு எனும் இவ் அடிக்கும் பொருள் தரவில்லை.

புலியூர் கேசிகனின் உரை

எல்லா வகையான மலர்களின் மணமும் வையைக் கரையின் இருமருங்கும் கமழ்ந்து கொண்டிருந்தன. அவ்விரு கரைகளுக்கும் இடையே ஓடும் ஆற்று வெள்ளம் முதற்கண் கலங்கலாக விளங்கிப் பின்னர் மிகத்தெளிந்ததாய் ஓடியது. செறிவான இருளையுடையதும் மயக்கந்தருவதுமான மாலைப் பொழுதிலே, பரந்த கல்லணைக்குள் தேங்கி நின்ற நீரானது, தன்னிடத்தே சுவர்க்கத்தின் அழகினை நிழலிட்டுக்காட்டியபடி விளங்கியது. வெற்றி வாகை சூடும் படைப் பெருக்கை உடையவன் பாண்டியன். அவனுக்கு

உரியதான வைகையாறு மீளவும் மேகங்கள் மழைபொழிந்து தெளிவாந்தன்மையுள்ள நீரினது செவ்வியை அழைக்கின்ற காலைப் பொழுதிலே, மீளவும் சிவந்த குருதியின் தன்மையைப் பெற்றதாய்க் கலங்கலாக விளங்கிற்று.

ஆக, பாறைப் பரப்பின் பரந்த சிறைநின்று - என்ற இவ் அடிக்குப் பொருள் தருவதில் இருவரும் குழம்பியுள்ளதை உணரலாம். இவ் ஒற்றை அடியில்தான் சங்ககாலத்திய பாண்டியர் அணையின் நுட்பம் அழகியலாய் புதைந்து கிடக்கிறது. இவ் ஆய்வு அதனை வெளிக்கொணர்கிறது.

பரிமேலழகர், பாறையின் பரப்பைப் போல சலியாத அதாவது அசையாத அணைகளால் தேங்கி நிற்கும் நீர் என்கிறார். பாறையின் பரப்பு என இங்கே அவர் குறிப்பிடுவது பாறையின் மேற்பரப்பு ஆகும். அல்லது கண்ணுக்குத்தெரிகிற அதன் மொத்த உருவம் எனவும் எடுத்துக்கொள்ளலாம். என்றால், கண்ணுக்குத்தெரியாத அதன் அடிப்பகுதி அசையுமா என்ன? அசைவற்று இருக்கும் அணையின் இடையேயான நீரை உவமிக்க பாறைப் பரப்புதான் மிகப் பொருத்தமானதா? இருபரிமாண நீரின் அசைவற்ற நீருக்கு முப்பரிமாணத்திலான பெரும்பாறைதான் உவமையா? இது நான்காம் தர உவமையாகத்தானே தெரிகிறது. என்றால், பரிமேலழகர் குழம்பியிருக்கிறார்தானே?

சரி! இவ் ஆய்வின் புரிதல்தான் என்ன?

பாறைப் பரப்பின் பரந்த சிறைநின்று - எனும் இவ் அடியின் பொருளை இவ் ஆய்வு: ஆற்றிடைக்குறைபோன்று வைகையின் இடையே இயற்கையாகப் பரந்து கிடக்கும் பாறைகளை அடிப்படையாக்கி அவற்றின் மேற்பரப்பில் சதுரத் துளைகளிட்டு நீண்டுகிடக்கும் அவ் அணைகளுக்கான மதகுகள் அமைத்திட உரிய அளவுகளுடன் சமப்பட்டுத்தப்பட்ட பாறைக் கற்களால் மதகுகள் அமைக்கப்பட்டிருந்த நிலையில் அவற்றிடையே தேங்கி நிற்கும் சலனமற்ற நீரானது... என்பதாகப் புரிந்துகொள்கிறது.

மேலும், பரிமேலழகரால் உரையோ அல்லது பதவுரையோ சொல்லப்படாத அவ் 84-ஆம் அடியான ‘துறக்கத்து எழிலைத்தன் நீர்நிழற் காட்டும்’ என்பதற்கான பொருள், இவ் ஆய்வின்படி:

அழகிய மேலுலகத்தின் தோற்றத்தினை நிழற் பிம்பமாக அத் தேங்கி நிற்கும் நீர் பிரதிபலித்துக் காட்டும் என்பதாகும்.

ஆக, பரிமேலழகரோ, புலியூர் கேசிகனோ உரையாசிரியர் களாகவே சொற்களின் பின் கட்டுண்டு கிடந்தார்கள். ஆனால் நாமோ, சோழரின் சங்ககாலத்திய கல்லணை இருக்கும்போது பாண்டியரின் சங்ககாலத்திய கல்லணை என்னவானது என்றும் எங்குதான் அவற்றின் சுவடுகள் உள்ளன? என்கிற கருதுகோள்களுடன் தேடித்திரிந்தோம்; களம் கண்டோம்; பின் ஆய்வு செய்தோம். வெறும் வரலாற்று அறிவு மட்டுமன்றி, இலக்கிய அறிவும் கட்டுமான அறிவும் இருப்பதனால்தான் நம்மால் மிகச் சரியாக உற்றுணர்ந்து உண்மையை வெளிக்கொணர இயன்றது.

இனி அச்செய்யுளுக்கான முழு உரையை இவ் ஆய்வு தருகிறது.

நிரலிடப்பட்டுள்ள எல்லாப் பூக்களும் மணக்கும் இரு கரைகளும் கலங்கலாகிப் பின் தெளிந்து இருள் தொடங்கும் மான்மாலை அதாவது மயக்கும் மாலைப் பொழுதினில் வைகையின் இடையே ஆற்றிடைக்குறைபோன்று இயற்கையாகப் பரந்து கிடக்கும் பாறைகளை அடிப்படையாக்கி அவற்றின் மேற்பரப்பில் சதுரத் துளைகளிட்டு தடுப்பணைக்கான மதகு அமைந்துள்ள நிலையில் அதனால் தடைபட்டுப் பரவிக்கிடக்கும் சலனமற்ற வைகையின் நீரானது தன் மேற்தெரியும் மேலுலகத்தின் அழகினைப் பிரதிபலித்துக்காட்டும். நல் வழுதியார், நீரில் தெரியும் வானின் பிரதிபலிப்பினை நீரில் படர்ந்த வானின் நிழல் என உவமித்திருப்பதனை எவ்வளவு பாராட்டினாலும் தகும் அல்லவா? சரி! அதனை யடுத்த அடிகளுக்கு புலியூர் கேசிகனின் உரையே போதுமானதாக இருப்பதால் நாம் தொடரவில்லை. ஆக, வரலாற்றுத் தரவை ஆவணமாகச் சுமந்துகொண்டிருக்கும் அந்த குறிப்பிட்ட அடிக்கு மிகச் சரியான விளக்கத்தினை இவ் ஆய்வு முதன்முதலாக எடுத்துரைத்துள்ளது.

என்றால், இவ் ஆய்வு கண்டுணர்ந்ததாகக் குறிப்பிடும் சிதிலமுற்றுக் கிடக்கும் சங்க காலத்திய அணைகள் என்பவை நல்வழுதியார் குறிப்பிடும் அதே நுட்பத்துடனேயே இயற்கையான

பாறைகளைப் பயன்படுத்தி தமக்கான அணை-மதகுகளைப் பெற்றிருந்தவை. இன்னமும் அதற்கான அடையாளங்களை அணைப்பட்டியிலும் குருவித்துறையிலும் இடம்பெற்றிருந்த சங்ககாலத்திய அணைகளின் எச்சங்களால் காணவியலும்.

எனின், இவ் ஆய்வு இடைக்காலத்தின் பராக்கிரம பாண்டியனின் அணையைக் கல்வெட்டுச் சான்றுகளுடன் எடுத்துக் காட்டியுள்ளது. இவ் ஆய்வின் தொடக்கக் களப்பணிகளில் (2019, 2020) அவ் அணையின் பழமைத்தோற்றம் 60 விழுக்காட்டளவிலேனும் தக்கவைக்கப்பட்டிருந்திருந்தது. நிழற்படமும் தரப்பட்டுள்ளது. மட்டுமின்றி, கொரோனா நோய்த்தொற்றினால் இவ் ஆய்வு தடைப்பட்டிருந்தது. இந்நிலையில் மீண்டும் 2022,23-இல் களப்பணியாற்றியபோது அவ் அணை முற்றிலும் சிமெண்ட் பூசப்பட்டும் கற்படை விரிவாக்கமும் செய்யப்பட்டுக்கிடக்கிறது. பராமரிப்பு தேவைதான். எனினும், அதனை இன்றைய காலகட்டத்தில்கட்டப்பட்ட அணைபோன்று மாற்றிவைத்துள்ளனர். அதன் வரலாற்றுப் பொலிவும் பாண்டியர் கட்டுமானப் பொறியியற் நுட்பத்தின் நேரிடை ஆவணமும் இப்போது அதனிடத்தில் காண்பது எளிதல்ல. தற்போதைய நிழற்படங்களும் இவ் ஆய்வில் இணைக்கப்பட்டுள்ளமை குறிப்பிடத்தக்கது.

இன்றைய பெயர்களுடனான வரலாற்றுக் காலத்திய வாய்க்கால்கள்:

நிலையூர் கால்வாய் - சேந்தன் ஆறு

தென்கரைக் கால்வாய் - பராக்கிரம பாண்டியன் ஆறு

ஸ்ரீ வல்லபப் பேராறு - திருமங்கலம் கால்வாய்

அடையாளமிழந்துள்ள பாரக்கிரம பாண்டியன் கல்லணை

பராக்கிரம பாண்டியனின் கல்லணைக்கு எதிரே அறுபது, எழுபது அடி தள்ளி மிகவும் சிதைந்த நிலையிலான கல்லடுக்குகளை எனது முதற்கட்டக் களப்பணிகளின்போது காணமுடிந்தது. பராக்கிரம பாண்டியனின் அதே வளைவுத் தோற்றத்தினை அக் கட்டுமானமும் பெற்றிருந்தது குறிப்பிடத்தக்கது. அதனை, சங்ககாலத்தில் செயல்பாட்டில் இருந்த தடுப்பணை என்றே உறுதி பெறலாம். எனினும், அண்மையில் 19-02-2023 அன்று

இவ் ஆய்விற்காகக் கடைசியாக நான் களப்பணி செய்தபோது பராக்கிரம பாண்டியன் கல்லணையையும் சென்று பார்த்தேன். ஆனால், தற்போது அதன் புறத்தோற்றம் முழுதும் சிமெண்ட் கலவையினால் பூசப்பட்டுள்ளது. அவ் அணையின் தரைதொடுகிற பாகத்தில் மற்றுமொரு மேடை வளர்த்தப்பெற்றுள்ள நிலையில் நவீனகாலத்தின் அணையாக அது மாறிக்கிடக்கிறது. மட்டுமின்றி, சங்ககால அணை என நான் குறிப்பிடும் அதனின் சிதிலங்கள் தற்போது முற்றிலும் அப்புறப்படுத்தப்பட்டுள்ளன. பழைய அணை ஒன்று அங்கு இருந்ததற்கான அடையாளங்கள் இப்போது முற்றிலும் அகற்றப்பட்டுள்ளன. வேண்டுமென்றே செய்தாற்போன்று உள்ளது.

விளக்கப் படங்கள்

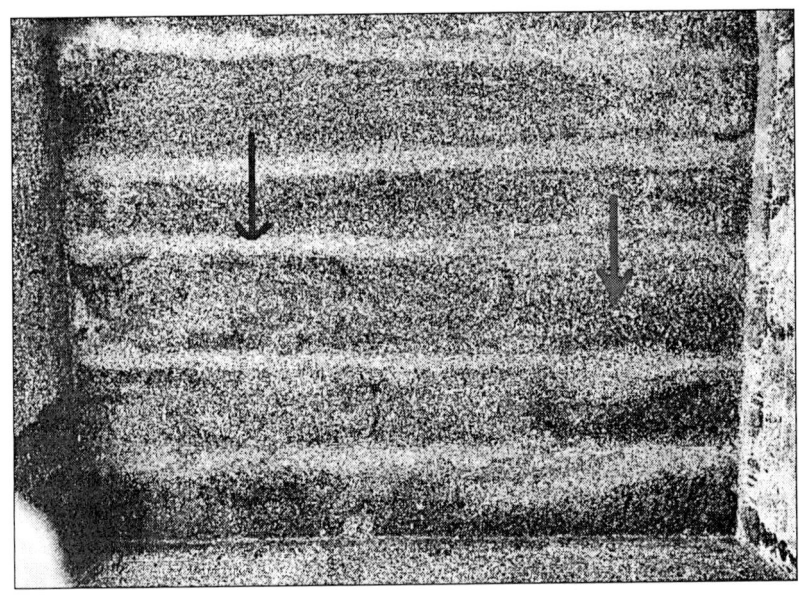

படம் எண் 1. சிங்கவரம் ஊரின் முதன்மைச் சாலை நடுவே அமைந்துள்ள மண்டபத்தின் கூரையில் பொறிக்கப்பட்டுள்ள சோழரின் புலிச் சின்னம் (ஒற்றைச் சொல் கொண்ட கல்வெட்டு எழுத்துகளும் சிதைந்துள்ளன போலும்)

படம் எண் 2. சிதைக்க முயற்சிசெய்யப்பட்டப் பள்ளிப்படை எனும் கல்வெட்டுச் சொல்லை இந்நூலின் ஆசிரியர் காட்டுகிறார். பஞ்சவன் மாதேவீச்சரம், பட்டீஸ்வரம்

படம் 2 அ. படம் எண் 2 - ன் உருப்பெருக்கத்தோற்றம்

படம் எண் 3. மூதளக் கருவறை விமானம் (ஐந்தேர்), மாமல்லபுரம். கீழ், இடை, மேல் தளங்களின் கருவறைகள் அம்புக்குறியிட்டுக் காட்டப்பட்டுள்ளன.

படம் 4. சேந்தன் ஏரி எனும் தென்கரைக் கண்மாய்

படம் 4 அ. சேந்தன் ஏரி (அண்மைத் தோற்றம்)

படம் 5. பராக்கிரம பாண்டியன் கல்லணையிலிருந்து கிழக்கில் பிரியும் தென் கரைக் கால்வாய்

படம் 5 அ. தென்கரை வாய்க்காலின் தலை மதகின் சற்றேயான கிழக்குப்புறத்தின் வடகரையில் இந்நூலின் ஆசிரியர்

படம் 5 ஆ. தென்கரை வாய்க்காலின் வாய்த்தலை - தலை மதகு

படம் 6. சோழவந்தானில் வடகரையில் பிரியும் (தேனூர்க்) கால்வாய் கூகுள் எர்த் படம் மூலம் குறியிட்டுக் காட்டப்பட்டுள்ளது

படம் 6 அ. தேனூர்க் கால்வாய்

படம் 6 ஆ. தேனூர்க் கால்வாய், இரு கதவுகளுடனான மதகு

படம் 6 இ. தேனூர்க் கால்வாயைப் பிரிக்கும் தடுப்பணை

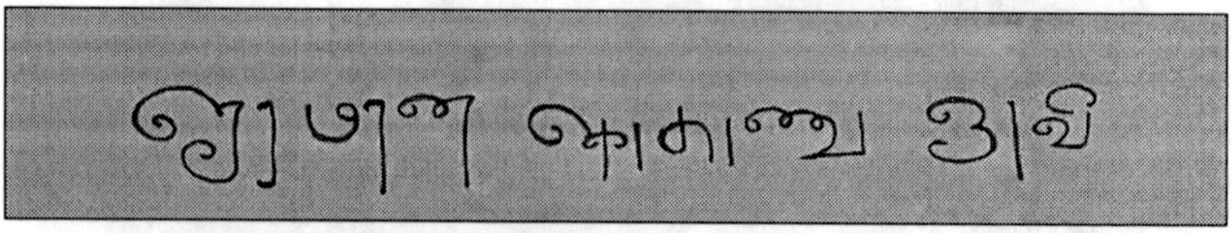

படம் 7. திருநெய்த்தானம் கல்வெட்டில் உள்ள சேரமான் ஸ்தாணு இரவியின் பெயர் புரிந்துகொள்வதற்காக நூலாசிரியரால் கைப்பட எழுதப்பட்டது

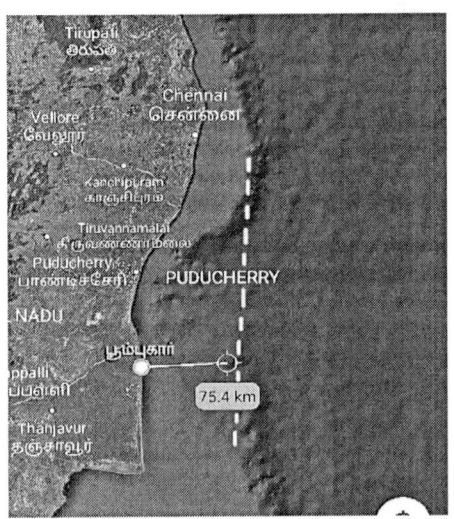

படம் 8. பும்புகாரின் தொல் கடற்கரை 75 கி. மீட்டர் தொலைவில் கடலுக்குள் மூழ்கிக் கிடக்கும் காட்சி

படம் 9. பாமினி ஆறு

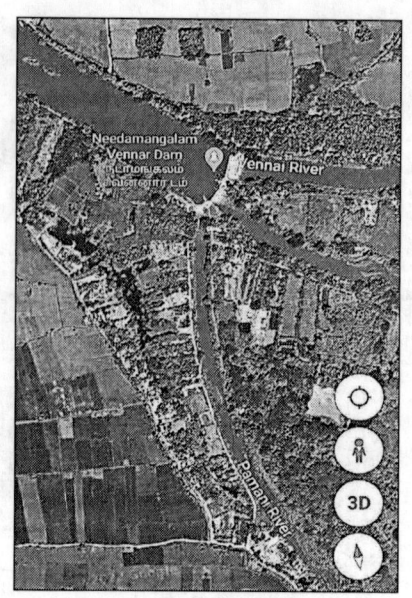

படம் 9 அ. வெண்ணாறு அணையிலிருந்து பிரிக்கப்படும் பாமினி ஆறு

படம் 9 ஆ. வெண்ணாறு அணை பிரிக்கும் மேலும் இரண்டு ஆறுகள், 1. கோரை ஆறு 2. பாமினி ஆறு

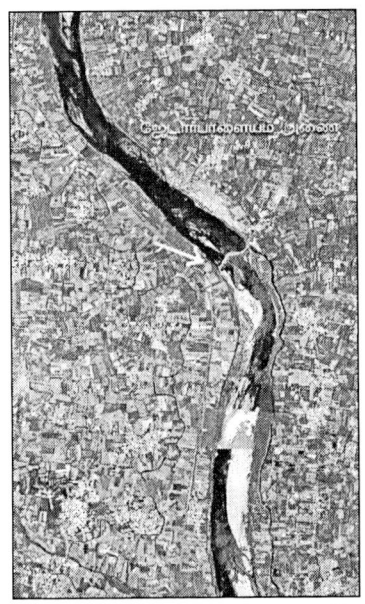

படம் 10. ஜேடார்பாளையம் அணையைக் குறிப்பிடும் கூகுள் எர்த் படம்

படம் 10 அ. ஜேடார்பாளையம் அணையின் இரு கால்வாய்களைக் குறிப்பிடும் கூகுள் எர்த் படம்

படம் 11. இந்நூலின் ஆசிரியர் அணையை அளந்தபோது

படம் 11 அ. தனது மாணவர் அருண்குமார் மற்றும் சித்தாதிபுரத்து விஜய் மற்றும் அவ்வூரின் சிறுவர் இருவருடன் அணையை இந்நூலாசிரியர் அளவெடுத்தபோது

டம் 11 ஆ. இந் நூலாசிரியர் அணையை அளவிடும் போது (தொப்பி அணிந்திருப்பவர்)

படம் 11 இ. இந் நூலாசிரியர் அணையை அளவிடும் போது (தொப்பி அணிந்திருப்பவர்)

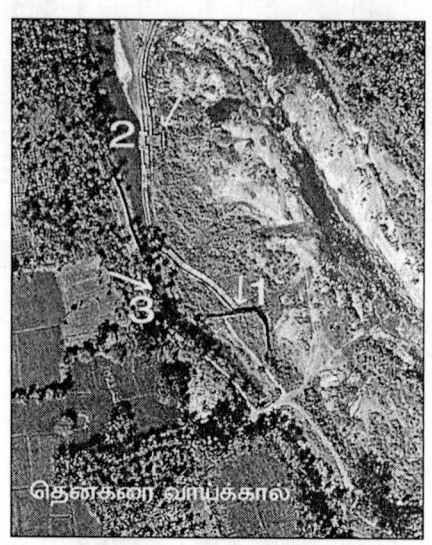

படம் 12. கிழக்கின் குறுக்குச்சுவர் 2. மதகு 3. தென்கரை வாய்க்கால் பிரியும் இடம்

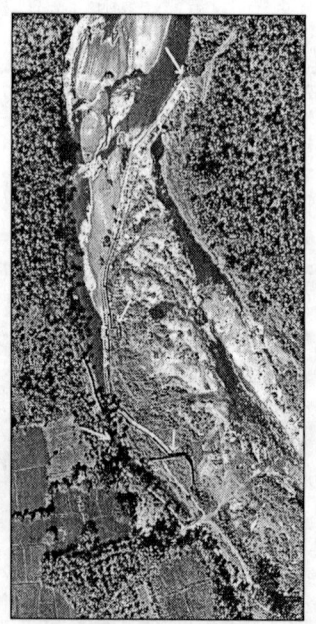

படம் 12 அ. தென்கரை வாய்க்கால் பிரிவுறும் இடமும் அணையின் முழுத் தோற்றமும் (கூகுள் எர்த் தோற்றம்)

படம் 13. 400, 850, 1000, 630 பாகைகளில் நான்கு வளைவுகளைக் கொண்ட பராக்கிரம பாண்டியன் கல்லணை

படம் 13 அ. அணையின் ஓர் இடத்திலான வளைவமைவு

படம் 14. மதகும் நீர்மேடையும்

படம் 14 அ. பராக்கிரம பாண்டியன் கல்லணை மதகின் நீர் வெளியேறும் மேடை (மதகின் மேலிருந்து எடுத்த படம்)

படம் 14 ஆ. நீர் வெளியேறும் மேடையின் மேற்கு நோக்கிய உடைந்த முனையைக் காண்க

படம் 14 இ. நீர்வெளியேற்று மேடை முகப்பின் உடைந்துபோயிருக்கும் கிழக்கு முனை (உடைந்துள்ள பகுதி சுட்டிக்காட்டப்படுகிறது)

படம் 14. ஈ. நீர் வெளியேற்று மேடையின் புற விளிம்பு

படம் 15. அணைப்பட்டியில் சிதிலமடைந்து காணப்படும் சங்க காலத்திய பாண்டியர் அணை (அதனை அளந்த போது)

படம் 15. அ. *(அணைப்பட்டியில்) சிதிலமடைந்து காணப்படும் சங்க காலத்திய அணையின் ஒரு பகுதி*

படம் 15. ஆ. *(அணைப்பட்டியில்) சிதிலமடைந்து காணப்படும் சங்க காலத்திய அணையின் ஒரு பகுதி*

படம் 16. சங்ககாலத்திய மற்றும் இடைக்காலத்திய அணைக்கான தலைவாய் மதகு

படம் 16. அ. சங்ககாலத்திய மற்றும் இடைக்காலத்திய அணைக்கான தலைவாய் மதகு (அண்மைத்தோற்றம்)

படம் 16. ஆ. அண்மையில் செப்பனிடப்பட்டிருக்கும் சங்ககால மற்றும் இடைக்காலத்தியத் தலைவாய் மதகின் முன்புறத் தோற்றம்

படம் 17. சுரங்க வாய்க்காலின் வாய்த்தலை (தலை மதகு) - அணைப்பட்டி

சுரங்க வாய்க்காலின் வாய்த்தலை எனும் தலைமதகு சேய்மைத்தோற்றம்

17அ. சுரங்க வாய்க்கால் சற்றுத் தொலைவிலிருந்து

சுரங்கப்பாதையுடனான புதிய வாய்க்கால் / பழைய வாய்க்கால்

17ஆ. சுரங்க வாய்க்கால் மற்றும் இடைக்காலத்திய வாய்க்கால் இணையும் இடம்

17இ. சுரங்க வாய்க்கால் மற்றும் இடைக்காலத்திய வாய்க்கால் இணையும் இடம் - சற்றுத் தொலைவின்படியான தோற்றம்

17. ஈ. புதிய வாய்க்காலில் இந் நூலாசிரியர் நடந்து வருதல் (நிழற்படத்தில் கால்வாய் எனத் தவறாகக் குறிப்பிடப்பட்டுள்ளது; மன்னிக்கவும்)

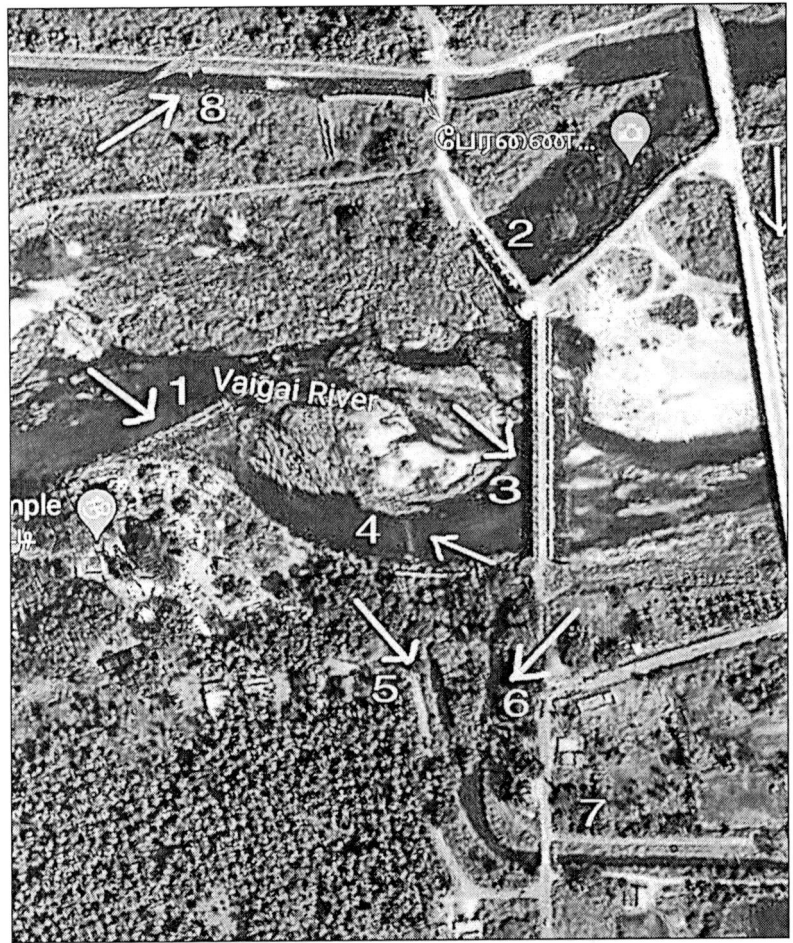

படம் 18. 1. சங்ககால அணை 2. சங்க கால - இடைக்கால - நாயக்கர் கால மதகு 3. புதிய பேரணை 4. சுரங்க வாய்க்கால் 5. சுரங்க வாய்க்காலின் கால்வாய் 6. சங்ககால - இடைக்கால வாய்க்கால் 7. ஸ்ரீ வல்லபப் பேராறு - திருமங்கலம் கால்வாய் 8. புதிய பெரியார் கால்வாய்

படம் 18 அ. அணைப்பட்டியில் வைகையின் குறுக்கே அமைக்கப்பட்டுள்ள சுரங்க வாய்க்கால்

படம் 18 ஆ. அணைப்பட்டி சுரங்க வாய்க்கால் அண்மைத்தோற்றம்

படம் 19. குருவித்துறையில் அமைக்கப்பட்டிருந்த (சங்ககால அணையாக இவ் ஆய்வு கருதும்) அணையின் கிழக்குப்பகுதி மதகினைக் காட்டும் இந்நூலாசிரியர்

படம் 19 அ. அணையின் மேற்குப் பகுதியில் அமைக்கப்பட்டிருந்த மதகின் சிதிலமுற்ற நிலை

படம் 19 ஆ. மேற்கின் சிதைந்த மதகின் பாறையைத் தொட்டுத் தொடரும் கிழக்கு நோக்கிச்செல்லும் கட்டுமான அணைப்பகுதி

படம் 19 இ. அணையின் மற்றுமொரு தோற்றம்

படம் 19 ஈ. மதகிற்கான வடிவப்பட்டுத்தப்பட்ட பெருங்கற்களைப்

பொருத்துவதற்கான சதுரக்குழிகள்

படம்19 உ. வடிவப்படுத்தப்பட்ட கற்களைப் பொருத்துவதற்கான சதுரக்குழி ஒன்றின் உருப்பெருக்கத்தோற்றம்

படம் 20. இருபுறக் கோண அமைவுடனான கரிகால் வளவனின் அணை பிரிக்கும் மூன்று ஆறுகள் 1. காவிரி 2. வெண்ணாறு எனும்

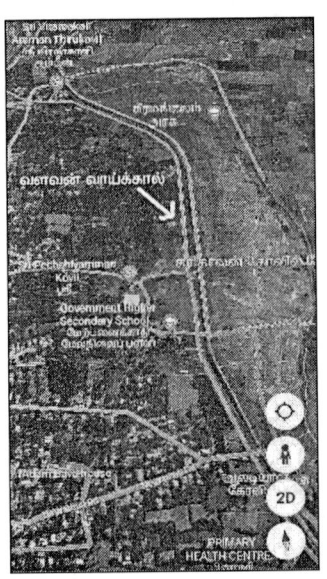

வெண்ணியாறு *3*. வளவன் ஆறு அல்லது வளவன் கால்

படம் *20* அ. கரிகால் வளவனின் கல்லணை (கூகுள் எர்த்-தின் வான் வழிப் படம்)

படம் *21*. வளவன் ஆறு *(Grand Anaicut Canal)* மேற்பனைக்காடு

(கூகுள் எர்த் வான் வழிப்படம்)

படம் 21 அ. வளவன் ஆறு உருப்பெருக்கதோற்றம்

படம் 21 ஆ. மேற்பனைக் காடு எனும் ஊரின் இடையே ஓடும் வளவன் ஆறு (வாய்க்கால்) இந்நூலின் ஆசிரியர் நேரிடையாகச் சென்று அவ் வாய்க்காலை அளந்தபோது

சிறப்புப் படங்கள்

1. ஸ்ரீ வல்லபப் பேராறு எனும் திருமங்கலம் கால்வாய்
2. பராக்கிரம பாண்டியப் பேராறு எனும் தென்கரைக் கால்வாய்

2019 - ஆண்டின் படியான பராக்கிரம பாண்டியன் அணை மதகின் நீர் மேடை

(நீர் மேடை அருகே நின்று நிழற்படம் எடுத்துக்கொண்டிருப்பவர் இந்நூலின் ஆசிரியர்)

அணை மதகின் நீர் மேடை. 2019 ஆம் ஆண்டின் படியான தோற்றம் (பராக்கிரம பாண்டியன் காலத்தியது)

பராக்கிரம பாண்டியன் கல்லணை மதகும் நீர் மேடையும் 2023 – ன் படியான தோற்றம்

2019ன் படியான பராக்கிரம பாண்டியன் கல்லணையின்

தோற்றம்

அணையின் 2023 ஆம் ஆண்டின் படியான தோற்றம். மதகின்

நீர் மேடை தற்போது சமமாக்கப்பட்டுள்ளது

அணையின் 2019-ஆம் ஆண்டின் படியான தோற்றம்
(நூலாசிரியரின் பின்னணியில்) அணையின் 2023-ஆம்

ஆண்டின்படியான தோற்றம்

அணையின் 2019 -ஆம் ஆண்டின் படியான தோற்றம்
அணையின் 2023 -ஆம் ஆண்டின் படியான தோற்றம்

படம் 1. சங்ககாலத்தின் மிகத்தொன்மையான முற்றிலும் சிதிலமடைந்த பாண்டியர் அணை (பராக்கிரம பாண்டியன்

அணையின் எதிரே)

படம் 1 அ. சங்ககாலத்திய பாண்டியர் அணைகளில் மிகத் தொன்மையான அணை

படம் 1 ஆ. சங்ககாலத்திய பாண்டியர் அணைகளில் மிகத் தொன்மையான அணை

பரரக்கிரம பாண்டியன் அணையில் நூலாசிரியர் (இரண்டாம்

கள ஆய்வின் போது)

பரரக்கிரம பாண்டியன் அணையில் நூலாசிரியர் (இரண்டாம் கள ஆய்வின்போதுதான் பராக்கிரம பாண்டியன் அணையைக் காணவியன்றது)

இரண்டாம் கள ஆய்வினில் நூலாசிரியர் (2019). இவ் ஆய்விற்காகப் பத்துமுறை கள ஆய்வு செய்யப்பட்டது. இரண்டாம் கள ஆய்வின்போதுதான் பாண்டியர் கல்லணையைத் தேடிக் காண இயன்றது.

இவ் ஆய்வினில் மொத்தம் 75 விளக்க-நிழற்படங்கள் தரப்பட்டுள்ளன. இவை, ஆய்வை மிகச்சரியாகப் புரிந்துகொள்ள பெரிது உதவும். இவற்றுள் 16 படங்கள் கூகுள்-எர்த் செயலியின் மூலம் எடுத்தாளப்பட்டவை. (நன்றி கூகுள்-எர்த்) இவைதவிர மீதமுள்ள 59 நிழற்படங்களும் இந்நூலாசிரியரால் பல்வேறு கள ஆய்வுகளின் போது எடுக்கப்பட்டவை. இவற்றைப் பிறர் எடுத்தாள ஆசிரியரின் அனுமதி தேவை.